व्यक्तिमत्त्व फुलताना. . .

माधुरी तळवलकर

डायमंड पब्लिकेशन्स, पुणे

व्यक्तिमत्त्व फुलताना. . .

माधुरी तळवलकर
इ-६अ गंगातीर्थ, अरण्येश्वर देवळामागे,
सहकारनगर १, पुणे ४११००९. फोन - २४२२१५८१.

प्रथम आवृत्ती - २१ फेब्रुवारी २००९

ISBN 978 - 81- 8483 - 119 - 1

मुखपृष्ठ :
शाम भालेकर

आतील चित्रे :
चंद्रशेखर जोशी

मुद्रक :

प्रकाशक : दत्तात्रेय गं. पाष्टे
डायमंड पब्लिकेशन्स,
१६९१, सदाशिव पेठ, शंकरप्रसाद को. हौ. सो.
तिसरा मजला, टिळक रोड, पुणे ४११०३०.
☎ ०२० - २४४५२३८७

माझे वडील, ती. द. ग. महाजनी यांच्या स्मृतीस हे पुस्तक अर्पण !

दादा,

ज्या काळात 'व्यक्तिमत्त्व-विकास' हे शब्द
फारसे ऐकण्यातही नव्हते, त्या काळात
माझे व्यक्तिमत्त्व सर्वांगानी फुलावे, यासाठी
तुम्ही अनेक वाटा मला खुल्या करून दिल्यात!

– माधुरी

प्रस्तावना

आजच्या वाढत्या स्पर्धेच्या काळात यशस्वी होण्यासाठी व्यक्तिमत्त्व विकासाला प्रचंड महत्त्व आलं आहे. जे जे व्यक्त होण्यासारखे आहे आणि जे जे व्यक्त करण्यासारखे आहे ते ते सर्व म्हणजेच व्यक्तिमत्त्व होय. पण त्यासाठी आपण स्वतः कोण आहोत, कसे आहोत आणि आपल्याला नेमकं मोठं कसं व्हायचं आहे याचा विचार प्रत्येकाने केला पाहिजे. जे पाहताक्षणीच डोळ्यात भरतं आणि आपला प्रभाव इतरांवर पाडतं त्याला व्यक्तिमत्त्व म्हणायला हवं.

''सामाजिक संदर्भात व्यक्तीचा पडणारा प्रभाव, घडणारं प्रकटीकरण आणि त्यामागं असणारं तिचं अप्रकट अंतरंग या सर्वांचा अंतर्भाव व्यक्तिमत्त्व या संकल्पनेत होतो. 'व्यक्तिमत्त्व' ही एक संघटनसूचक कल्पना आहे. आपले विचार, विकार, प्रवृत्ती, अभिरुची, सवयी, मनोवृत्ती इत्यादी जीवनद्रव्यांचे व्यवस्थापन म्हणजे व्यक्तिमत्त्व. आपल्या वर्तनात सातत्याने आढळणाऱ्या गुणविशेषांच्या संयोगातून सिद्ध होणारा आकृतिबंध म्हणजे व्यक्तिमत्त्व.''

दुर्दैवाची गोष्ट अशी आहे की आपण स्वतःला नीट ओळखत नाही. आपल्याजवळ सुप्तशक्ती किती आहे, त्या शक्तीचा आपण शोध कसा घेतला पाहिजे, ती शक्ती कशी वाढवली पाहिजे आणि तिचा उपयोग आपण आपल्या जीवनात कसा केला पाहिजे, याचा विचार फार थोडे लोक करतात. आपण स्वतःचा शोध घेताना स्वतःच हरवून बसतो. ''मला शोधताना, मी मलाच पारखा झालो'' अशी स्थिती होते. या दृष्टीने व्यक्तिमत्त्व कसं फुलवावं याचं सुरेख आणि सर्वांगपरिपूर्ण मार्गदर्शन माधुरी तळवलकर यांनी या पुस्तकात केलं आहे.

याच्या जोडीला आपल्या अंतर्बाह्य वर्तनात नैतिकतेचं होकायंत्र आपण सतत जवळ बाळगलं पाहिजे. एखाद्याचं व्यक्तिमत्त्व चट्‌कन आपल्या लक्षात येत नाही. एखादा लबाड माणूस 'गळ्यात माळा आणि पोटात काळा' असा असतो. याउलट एखादी व्यक्ती किती सालस आणि सौजन्यपूर्ण असते हे आपल्या चटकन लक्षात येत नाही. समाजात मिसळायचं असेल आणि सर्वांचा विश्वास संपादन करायचा असेल तर आपण नेहमी पारदर्शक असलं पाहिजे. आत एक आणि बाहेर एक असे

वागणारे आपली दिशाभूल करतात. आपलं मन शुद्ध असेल तर आपण आनंदी राहतो आणि तरच आपलं व्यक्तिमत्त्व विकसित होत जातं. आपल्या व्यक्तिमत्त्वाचा पाया आपलं मन हाच आहे. कित्येकांचं मन क्षुद्र, अहंकारी, मत्सरग्रस्त आणि लहान असतं. याउलट कित्येकांचं मन परोपकारी, औदार्यप्रवण, मोकळं असतं. बहिणाबाईने म्हटलं आहे,

मन एवढं एवढं,
जसा खाकसंचा दाना
मन केवढं केवढं ?
आभायातबी मायेना
मन पाखरू पाखरू
त्याची काय सांगू मात ?
आता होतं भुईवर
गेलं गेलं आभायात
मन वढाय वढाय
उभ्या पिकातलं ढोर
किती हाकला हाकला
फिरी येतं पिकावर

मनातील आनंद, दुःख, प्रेम, आदर, कौतुक, द्वेष, तिटकारा, अशा भावनांमुळे तर जीवनाला अर्थ प्राप्त होतो.

भावना, इच्छा, आकांक्षा, प्रवृत्ती, या व्यक्तिमत्त्वाच्या प्राथमिक मानसिक प्रक्रिया आहेत असं म्हटलं तर रुची, अभिरुची, छंद या प्रगल्भ मानसिक प्रक्रिया आहेत असं वाटतं. याचं कारण म्हणजे त्यांना वैचारिक बैठक असते. व्यक्तिमत्त्व फुलल्यानंतर आपली ग्रहणशक्ती, स्मरणशक्ती, तर्कशक्ती, कल्पनाशक्ती, निर्णयशक्ती, समस्यापरिहारशक्ती वाढते.

माधुरी तळवलकर यांनी याच सर्व, एरवी कठीण वाटणाऱ्या गोष्टी अगदी सोप्या भाषेत विस्ताराने मांडल्या आहेत. या त्यांच्या उत्तम शैलीत लिहिलेल्या निवेदनाची तरुण पिढीला अतिशय गरज आहे. प्रसन्न व्यक्तिमत्त्वाची माणसं इतर अनेक माणसांना प्रेमाने जोडतात. यशाने अहंकारी होत नाहीत. अपयशाने खचत नाहीत. त्यांच्याजवळ तारतम्य बुद्धी असते. हंट्समन या प्रसिद्ध उद्योगपतीने नुकत्याच

लिहिलेल्या आत्मचरित्रात म्हटलं आहे की पारदर्शक आणि फुलविलेलं व्यक्तिमत्त्व आयुष्यातल्या अनेक लढाया जिंकतं आणि त्याचबरोबर ते सरळ मार्गानं जातं.

प्रत्येकानं आपलं जीवन समृद्ध होण्यासाठी माधुरी तळवलकर यांचं हे पुस्तक नीट मन लावून वाचलं पाहिजे. त्यांची निवेदनशैली सुडौल आणि सोपी आहे. भाषा ओघवती आहे. विचार स्पष्ट आहेत. अर्थपूर्ण आहेत. हे पुस्तक लिहिण्याचे कष्ट घेतल्याबद्दल त्यांचं मी मन:पूर्वक अभिनंदन करतो. आणि त्यांच्या कर्तृत्वाबद्दल मला वाटणारा अभिमान अधिक वाढला आहे, हे नमूद करतो.

प्राचार्य डॉ. प्र. चिं. शेजवलकर

प्रोफेसर एमिरिटस – कॉमर्स अँन्ड मॅनेजमेंट सायन्सेस

माजी अधिष्ठाता (डीन) – व्यवस्थापन विद्याशाखा

माजी अधिष्ठाता (डीन) – वाणिज्य विद्याशाखा

अध्यक्ष – आदर्श शिक्षण मंडळी

मनोगत

गेल्या तीस वर्षांत मी टेल्कोसारख्या मोठ्या कंपनीपासून अगदी लहान ऑफिसपर्यंत नोकरी केली. सरकारी कार्यालयांतही काम केले व आता वैयक्तिक कामे करून देण्याचाही अनुभव घेत आहे. आयएमडीआर, मिडा(आताची यशदा), सहकारवर्धिनी अशा व्यक्तिमत्त्वविकासाचे प्रशिक्षण देणाऱ्या संस्थांमध्ये काम करीत असताना कार्यालयीन कामकाजाविषयी एक नवीन दृष्टिकोन मिळाला.

सर्व विषयांवरचे भरमसाठ वाचन करीत असतानाच त्यातली सौंदर्यस्थळे टिपण्याचा मला नाद लागला. एखादे पुस्तक वाचताना त्यातली बलस्थाने, त्रुटी जाणवू लागल्या. त्यातून पुस्तकांची परीक्षणे मी लिहीत गेले व ती प्रसिद्ध होऊ लागली. 'कळत जाते तसे...' नावाचा माझा स्वतःचा एक कथासंग्रहही प्रकाशित झाला.

एकीकडे कथालेखिका म्हणून माणसाच्या अंतर्मनाचे, त्याच्या क्रिया-प्रतिक्रियांचे, अर्थ लावण्याचे प्रयत्न करीत असतानाच माणसांच्या कर्तृत्वाचे विविध पैलू जवळून न्याहाळता आले. हळूहळू व्यक्तिमत्त्वविकास या विषयाची मनामध्ये गोडी निर्माण झाली. आपल्या जगण्याची गुणवत्ता वाढवायची असेल, ते अधिक अर्थपूर्ण करायचे असेल तर आत्मविश्वास, वेळेचे नियोजन, कार्यक्षमता, नेतृत्व अशा गुणांची जोपासना केली पाहिजे असं वाटू लागलं. कारण त्यातून होणारे लाभ मी आजूबाजूला पाहात होते.

या विषयाच्या अभ्यासाच्या निमित्तानं मी बरीच पुस्तकं वाचली; तेव्हा माझ्या लक्षात आलं की, मी जेवढी पुस्तकं वाचली, अभ्यासली, त्यांतल्या बऱ्याच पुस्तकांमध्ये फापटपसारा खूप आहे. काही पुस्तकांमध्ये मूळ इंग्रजी पुस्तकाचे अर्धवट अर्थाचे अनुवाद होते. बहुतेक पुस्तकांमध्ये उपदेश पुष्कळ होता. बोधकथाही होत्या.

पण हे सगळं वाचूनही '... म्हणजे मी नेमकं काय करू?' हे कोडं काही उकलत नव्हतं. पॉझिटिव्ह विचार करा असं पुष्कळ म्हणाल हो, पण तो नाही येत मला करता... मग मी काय करू? ते मला कळत नव्हतं. मला हवा होता ॲक्शन प्लॅन! नेमकं काय केलं असता माझ्यात सुधारणा होईल? आपल्या बोलण्यानं लोकांना जिंकून घ्यावं, ठामपणे योग्य निर्णय घेता यावेत असं पुष्कळ वाटत होतं पण या सगळ्या गोष्टी आत्मसात कशा करायच्या, हे मात्र कुणी उलगडून सांगत नव्हतं.

अर्धा प्याला भरलेला आहे, तोच पाहा, अर्धा प्याला रिकामा आहे, तो पाहू नका असं सांगितलं जात होतं. पण माझं लक्ष त्या रिकाम्या ग्लासकडेच जात होतं, त्याला काय करू? ते माझं लक्ष वळवून, भरलेल्या प्याल्याकडे कसं न्यायचं? हे सांगणारं कुणी भेटत नव्हतं.

कालांतरानं गोष्टी उमगत गेल्या. मी त्यानुसार वागू लागले. आजूबाजूच्या यशस्वी लोकांचं निरीक्षण करून त्याचे अर्थ लावत गेले. त्यावरून काही अनुमानं काढली. त्याचे प्रत्यय येत राहिले. व्यक्तिमत्त्वविकास या विषयावर काही ठिकाणी व्याख्यानं दिली. वेळेचे नियोजन, कार्यक्षमता अशा काही विषयांबाबत लेखमालाही लिहिली.

त्या अनुभवांवरून माझ्या असं लक्षात आलं की, विधायक दृष्टिकोन ठेवा, निराशा काढून टाका, ताणतणावांपासून मुक्त राहा असं नुसतं म्हणून या गोष्टी होत नाहीत. सांगणाऱ्याला सांगितल्याचं समाधान आणि ऐकणाऱ्याला किंवा वाचणाऱ्याला माहीत झाल्याचा आभास! प्रत्यक्षात हे कसं साध्य करायचं ते मात्र बऱ्याचदा गुलदस्त्यातच राहतं. हीच अडचण लक्षात घेऊन व्यक्तिमत्त्वाचा विकास करण्यासाठी नेमकं काय करायला हवं याचा ॲक्शन प्लॅन मी तयार केला. मनावर ताण येऊ नये म्हणून काय करायचं? तो आलाच तर त्यातून सुटका कशी करून घ्यायची? कार्यक्षमता म्हणजे फक्त कामसूपणा नसून नेमकं काय केलं असता कार्यक्षमता वाढल्याचं दिसून येतं, याचे मुद्दे काढले. आणि त्यातून हे पुस्तक तयार झालं.

बरेच दिवस मी या पुस्तकाचं लिखाण करीत होते. कोणताही नवीन मुद्दा आठवला की, तो त्यात लिहीत जात होते. अखेरीस एका क्षणी हे आता प्रकाशकांकडे पाठवायचं असा निर्णय घेतला आणि त्या वेळी डायमंड पब्लिकेशन्सचेच नाव डोळ्यापुढं आलं. मा. दत्तात्रेय पाष्टे यांच्याकडे मी हा मजकूर सुपूर्त केला. त्यांनी महिनाभरात होकारार्थी निर्णय कळवला व त्याची पुढील कार्यवाहीही वेगाने झाली. चित्रकार श्री. चंद्रशेखर जोशी (आतील चित्रे) आणि श्री. शाम भालेकर (मुखपृष्ठ) यांच्यामुळे माझं हे पुस्तक अधिक बोलकं झालं. पुस्तकाची निर्मिती उत्तम व्हावी, यासाठी नीलिमा शिकारखाने यांनी मनापासून प्रयत्न केले. डॉ. प्र. चिं. शेजवलकर यांच्यासारख्या, या विषयातील दिग्गज व्यक्तीनं, मोठ्या आस्थेनं माझ्या पुस्तकाला प्रस्तावना लिहून दिली. या सगळ्यांची मी मन:पूर्वक आभारी आहे.

माधुरी तळवलकर

ई-मेल – panchami6300@gmail.com

अनुक्रमणिका

व्यक्तिमत्त्व-विकास म्हणजे काय ?

कोणतीही व्यक्ती चित्रपटातल्या नायक-नायिकेप्रमाणे सर्वगुणसंपन्न नसते. पडद्यावरची ही आदर्श मंडळी बोलतात छान, राहतातही छान. ती धाडसी असतात. त्यांना अनेक गोष्टी येत असतात. हे लोक चमकदार वाक्ये बोलून दुसऱ्यांवर छाप पाडतात, अचानक आलेल्या संकटातून ते मार्ग काढू शकतात. त्यांना हवा तसा जोडीदार मिळवता येतो. आपले मात्र तसे नसते. आपल्याला सगळ्याच गोष्टी धडपड करून मिळवाव्या लागतात. त्यासाठी पद्धतशीर प्रयत्न करावे लागतात. आपल्याला हे सगळे एकीकडे कळतही असते आणि दुसरीकडे वाटत असते की, हे सगळे आपल्याला आपोआप जमले तर किती बरे होईल. पण मंडळी, साधी गोष्ट आहे, काही मिळवायचे असेल तर काही द्यावे तर लागणारच ना?

आपण आधी स्वतःचे निरीक्षण करू या. कित्येकदा आपण तेच करीत नाही. आधी अंतर्मुख व्हा. स्वतःला ओळखा. मग जे पैलू आपल्या व्यक्तिमत्त्वात कमी प्रमाणात आहेत, त्यांची जाणीवपूर्वक वाढ करू या. जे गुण आपल्याला अधिक प्रमाणात लाभले आहेत, त्यांचा अधिकाधिक कसा उपयोग करून घेता येईल ते शिकून घेऊ या. असे करणे म्हणजेच व्यक्तिमत्त्व-विकास.

आता हा विकास आपोआप घडेल का? तो आपोआप होईपर्यंत थांबण्याइतका वेळ आपल्याजवळ आहे का? तोपर्यंत आयुष्यात येणाऱ्या किती संधी आपल्या हातून निसटून जातील? असे होऊ नये म्हणून आपण वेळीच कामाला लागू या. आपण आपले व्यक्तिमत्त्व प्रयत्नपूर्वक अष्टपैलू घडविले पाहिजे. याचा उपयोग तुम्हाला अभ्यासात, कॉलेजमध्ये नेतृत्व करण्यासाठी, समाजात आपला ठसा उमटवण्यासाठी, जीवनात यशस्वी होण्यासाठी... अनेक प्रकारे होऊ शकतो. या प्रकारचे व्यक्तिमत्त्व तुम्ही कसे घडवाल? त्यासाठी या पुस्तकात मी देणार आहे काही टिप्स! साध्या, सोप्या आणि थोडक्यात! या पुस्तकात दिलेल्या सूचनांचा, युक्त्यांचा अभ्यास करून तुम्ही जर काही कलाकौशल्ये आत्मसात केलीत तर तुमचे व्यक्तिमत्त्व नक्कीच प्रभावी ठरेल. आपल्यातील गुणांचा जास्तीत जास्त उपयोग आपल्याला करून घेता आला पाहिजे.

आपले व्यक्तिमत्त्व चतुरस्त्र बनवले पाहिजे. त्यामुळे जगण्याची गुणवत्ता वाढेल. आयुष्यात आपण अधिक काही संपादन करू शकू.

विकसित व्यक्तिमत्त्व असलेली माणसे कशी वागतात? त्यांच्यात असे काय विशेष असते? एक म्हणजे या माणसांच्या मनात जग आणि जीवन यांच्याबद्दल मूलभूत विश्वास असतो. ती कृतिशील असतात. प्रयत्नवादावर त्यांचा विश्वास असतो. ते नवीन अनुभव घेण्यास कचरत नाहीत. अर्थातच त्यांना काही गोष्टीत यश मिळते. ते यशस्वी होतात. काही बाबतीत त्यांना अपयशही येते पण म्हणून ते लगेच निराश होत नाहीत. त्यातून ते काहीतरी शिकत जातात. आहे ती वस्तुस्थिती स्वीकारण्याची त्यांची तयारी असते. त्यामुळे त्यांच्या स्वभावात निर्भयपणा येतो. आता मला सांगा, तुम्ही कसे आहात? तुम्हाला असेच यशस्वी, सफल व्हायचे आहे ना? तर मग या पुस्तकात दिलेल्या महत्त्वाच्या माहितीचा स्वतःसाठी नीट उपयोग करून घ्या.

तुमच्या एक लक्षात आले आहे का, की, आपल्यावर जेव्हा एखाद्या व्यक्तीचा प्रभाव पडतो, तेव्हा तिची कुठलीतरी एकुलती एकच गोष्ट आपल्याला आवडलेली असते असे नाही, तर तिच्या एकूण व्यक्तिमत्त्वाचाच आपल्यावर प्रभाव पडलेला असतो. समजा, एखादी व्यक्ती विद्वान आहे, हे आपल्याला माहीत आहे, पण ती बोलताना सारखी अडखळू लागली तर तिचा प्रभाव पडणार नाही. एखादी व्यक्ती वेळेच्या बाबतीत अगदी काटेकोर असेल पण तिचा स्वभाव सारख्या तक्रारी करण्याचा असेल तर त्या व्यक्तीच्या वक्तशीरपणाचे आपल्याला काय कौतुक वाटणार? म्हणजे आपण जेव्हा 'प्रभावी व्यक्तिमत्त्व' असे म्हणतो, तेव्हा तिच्या एकूणच व्यक्तिमत्त्वाचा आपल्यावर प्रभाव पडलेला असतो. याचाच उलट अर्थ असा की, एखाद्याच गोष्टीवर आपले अगदी चांगले प्रभुत्व असले तरी तेवढ्यामुळे आपले व्यक्तिमत्त्व प्रभावी होईलच असे नाही.

कधीकधी आपल्या असे लक्षात येते की, काही विशिष्ट गोष्टी आपल्याला सहजपणे जमतात. पण काही बाबतीत मात्र 'ओ' की 'ठो' कळत नाही. आताच्या स्पर्धेच्या काळात 'अमुक एक गोष्ट आपल्याला येते ना, मग बाकी गोष्टी न का जमेनात' असे म्हणून चालेल का? मग आपल्याला काय केले पाहिजे? तर आधी आपल्यातील सर्व गुणवैशिष्ट्यांचा शोध घेतला पाहिजे. प्रत्येक व्यक्ती ही काही गुणवैशिष्ट्यांचा वारसा घेऊन जन्माला येते. आपल्या व्यक्तिमत्त्वात काही पैलू विशेष ठळक प्रमाणात असतात. काही गोष्टी मध्यम प्रतीच्या असतात, तर काही पैलू अगदी बेताचे असतात.

आपल्या व्यक्तिमत्त्वाचे घटक आपण जाणून घेतले आणि त्यांचा विचारपूर्वक विकास घडवून आणला तर? म्हणजे असे की, तुम्ही चांगले कामसू असाल, कितीही कष्ट करण्याची तुमची तयारी आहे, आणि तुम्ही ते करताही; मात्र तुमचे काम तुमच्या बॉसच्या नजरेत भरत नाही आणि अकार्यक्षम असा शिक्का तुमच्यावर बसतो. याचा काहीजण अर्थ असा काढतात की, माझ्या बॉसपुढे मी चमचेगिरी करीत नाही ना, म्हणून ती माझ्यावर दात धरून आहे किंवा माझा बॉसच खडूस आहे. तुमचे तुमच्या नवऱ्यावर किंवा बायकोवर खूप प्रेम असते. तुमचे कुठेतरी बाहेर भेटायचे ठरले आहे. तुम्ही वेळेवर पोचू शकत नाही. वाट बघून जोडीदार कंटाळतो, चिडतो, दुखावतो. बरं, हे एकदा घडत नाही. दरवेळी तुम्ही त्यांना असा त्रास दिलात तर? मग उशीरा आलात म्हणून कितीही वेळा 'सॉरी, सॉरी' म्हणालात तरी त्याचा काय उपयोग? या एका गोष्टीमुळेसुद्धा ती व्यक्ती तुमच्यापासून दुरावू शकते. मग दुसऱ्या एखाद्या मजेत असलेल्या जोडप्याला बघितलेत की, तुम्हाला वाटते, ह्यांचे बरे मजेत चालते सगळे, आमचे मेले नशीबच असे. खरे तर तुमचेही नशीब चांगलेच असते. पण दैव देते आणि कर्म नेते असे तुमचे होते. भोवतीच्या यशस्वी माणसांचे तुम्ही नीट निरीक्षण केलेत तर तुमच्या लक्षात येईल की, त्यांच्याजवळ ज्या गोष्टी आहेत, त्या काही दैवयोगाने किंवा सहज जाता जाता त्यांना मिळालेल्या नाहीत. बहुतेक वेळा आपल्याला त्यांचे झळाळणारे यश दिसत असते, मात्र त्यामागे त्यांची केवढी मेहनत असते, सकारात्मक दृष्टिकोन असतो हे आपण बऱ्याचदा विसरून जातो.

काय म्हणता? प्रयत्न करण्याची तुमचीही तयारी आहे ? ठीक... मग तुम्ही असं करा, आपल्याकडे ज्या दैवजात गोष्टी आहेत, त्या आधी राखायला, वाढवायला शिका. आपल्यामध्ये असे काही गुणधर्म असतात की, त्यामुळे काही गोष्टींवर आपले उत्तम प्रभुत्व असते, आपल्याला त्या सहज साध्य होऊ शकतात.

आपल्यातले काही गुण असे आहेत की, त्यांना आपल्याला पैलू पाडावे लागतीत, त्यांच्यावर मेहनत घ्यावी लागेल. आणि मग त्यातून आपले व्यक्तिमत्त्व उठून दिसेल.

काही गोष्टींबाबत मात्र प्रयत्न करूनही आपण फार काही साध्य करू शकत नाही. शेवटी हा मनुष्यस्वभाव आहे, प्रत्येकाचा पिंड वेगळा आहे. तेव्हा त्याबाबत तक्रार नको. त्याची फक्त जाणीव ठेवा.

सगळ्यात महत्त्वाचे म्हणजे, या पुस्तकातील सर्व विषयांचे नुसते वाचन किंवा अभ्यास करून उपयोग नाही. प्रत्यक्ष कृतीत आणणे, सराव करणे महत्त्वाचे...

आणि ते सगळे करायचे आहे तुम्हीच ! घोड्याला पाण्यापर्यंत नेता येते, पाणी प्यायचे आहे त्यानेच ! आपले व्यक्तिमत्व समृद्ध व्हावे अशी ज्यांची मनापासून इच्छा आहे, त्यांना मराठी काय करायचे ते कळावे, हा उद्देश डोळ्यासमोर ठेवून मी प्रत्येक विषयाची मांडणी केली आहे. सर्व मुद्दे काळजीपूर्वक वाचा, त्याप्रमाणं कृती करा... आणि स्वत:च पडताळून पाहा, आपण काय करू शकतो ते !

व्यक्तिमत्त्व-विकास होण्यासाठी कोणत्या गोष्टी आपण अंगी बाणवल्या पाहिजेत? सध्याच्या स्पर्धात्मक समाजजीवनात आपली मनःशांती टिकवून यशस्वी होण्यासाठी कोणती कौशल्ये आत्मसात करणे आवश्यक आहे? कोणत्या गोष्टींवर भर दिल्याने आपले व्यक्तिमत्त्व अष्टपैलू होणार आहे? व्यक्तिमत्त्वाचे हे विविध पैलू पुढीलप्रमाणे आहेत : (१) आत्मविश्वास (२) विधायक दृष्टिकोन (३) वक्तृत्व आणि स्मार्टनेस (४) कार्यक्षमता (५) संभाषण कौशल्य (६) वेळेचे नियोजन (७) ताणतणावांचे नियमन (८) निर्णयक्षमता आणि नेतृत्व

या कलांमध्ये जर तुम्ही पारंगत झालात तर तुमचे व्यक्तिमत्त्व समृद्ध होऊन यशस्वी जीवनाचा आनंद तुम्हाला चाखता येईल. आपण यशस्वी व्हावे, असे कुणाला वाटत नाही? त्यासाठी प्रयत्न करण्याचीही तुमची तयारी असते. पण म्हणजे नेमके काय करायचे? हे तुम्हाला कुणीतरी सांगायला हवे. मी या पुस्तकात नुसता उपदेश किंवा तत्त्वज्ञान सांगितलेले नाही. रोजचे जीवन जगताना आपण कोणती कृती करायला हवी, आपले प्रयत्न कोणते असायला हवेत, कशा प्रकारे गोष्टी हाताळायला हव्यात हे स्पष्ट आणि मोजक्या शब्दात मी सांगितले आहे. फापटपसारा मुद्दाम टाळला आहे. खूपदा असे दिसते की, अमुक एक गोष्ट कशामुळे होते, (उदाहरणार्थ, मानसिक ताणतणाव) त्याचे दुष्परिणाम काय आहेत याची तपशीलवार वर्णने वाचून आपण कंटाळून जातो. पण यातून बाहेर कसे पडायचे, आपल्याला हव्या त्या गोष्टी साध्य करण्यासाठी प्लॅन ऑफ ॲक्शन काय असायला हवा हे काही आपल्याला कळत नाही. तेव्हा रोगाची लक्षणे आणि कारणे यात फार न गुंतता उपचारपद्धती कोणती वापरावी, तुमच्याजवळ असलेल्या क्षमतेला पैलू कसे पाडावेत, ते घासूनपुसून तेजस्वी कसे करावेत याचे मार्गदर्शन प्रत्येक विषय घेऊन अगदी स्पष्टपणे आणि मुद्देसूदपणे मी तुम्हाला या पुस्तकात सांगितले आहे. तुम्ही फक्त ते नीट लक्षात घ्या आणि त्याचे पालन करा.

आता आपण पहिला विषय घेऊ.

☺☹

आत्मविश्वास

सत्य–असत्याशी मन केले ग्वाही

असे पहा, काहीजणांची क्षमता पुष्कळ चांगली असते, काम करायला लागले की उत्तम करतील, झपाट्याने करतील, फक्त सुरुवात करायचाच अवकाश! हा जो 'अवकाश' असतो तोच या लोकांचा घात करतो. 'पुढे जाऊ की परतू मागे?' अशा गुंत्यात ही मंडळी मागेच राहतात. कधी सरसावून सुरुवातच करीत नाहीत. असे का होते? तर तिथे त्यांचा प्रेरणास्त्रोत कमी पडतो.

इतरांनी एखादी गोष्ट चांगल्या प्रकारे पार पाडली, त्याबद्दल त्यांचे कौतुक झाले की, अनेकदा तुम्हाला असे वाटते की, खरे तर हे आपणसुद्धा करू शकलो असतो. मग का नाही करून दाखवले? अडचण काय होती? तर तुमच्याजवळ तेवढा आत्मविश्वास नव्हता. अमुक एक गोष्ट आपण करू शकतो याची तुम्हाला खात्री वाटत नव्हती. म्हणूनच स्वतःची क्षमता तुम्ही ओळखली पाहिजे. ही क्षमता आपल्या अंगी आहे असा विश्वास तुम्हाला वाटला पाहिजे. म्हणजेच तुमचा आत्मविश्वास तुम्ही जागृत करायला हवा, वाढवायला हवा. त्यासाठी आवश्यक तो प्रेरणास्त्रोत निर्माण करायला हवा.

अनेकदा आपण बघतो की, क्रिकेट खेळताना आपला संघ जिंकता जिंकता हार पत्करतो. तिथे हीच प्रेरणाशक्ती कमी पडते. आपली मनःशक्ती प्रबळ हवी. इच्छाशक्तीने मनोबल वाढवता येते. एखाद्या स्पर्धेत उतरायचे आहे, विशिष्ट पथ्य पाळायचे आहे, व्यायाम असो, अभ्यास असो... कोणत्याही गोष्टीत यश संपादन करायचे असेल तर मनोबल प्रखर हवे. आता तुम्ही म्हणाल की, इच्छाशक्ती हवी, प्रेरणास्त्रोत हवा, मनोबल हवे... सगळे खरे, पण हे सगळे निर्माण करायचे कोठून? आम्हालाही वाटते, आपली मनःशक्ती खूप वाढवावी. पण ते साध्य कसे करायचे ते कळत नाही म्हणून तर... अगदी बरोबर! मी आता तुम्ही त्यासाठी काय करायचे याचा ॲक्शन प्लॅनच देणार आहे. त्यातले किती करून दाखवायचे ते तुमचे तुम्ही पाहा.

सुरुवातीला आत्मविश्वास या विषयातील पाच मूळ तत्त्वे लक्षात घ्या. ती अशी :

१. स्वतःच्या मर्यादा व बलस्थाने ओळखा –

ज्यात तुम्हाला गती आहे ती गोष्ट जोपासण्याचा, वाढवण्याचा प्रयत्न करा. अमुक एक गोष्ट मी निश्चितपणे उत्तम प्रकारे करू शकते, अशी खात्री तुम्ही कोणत्यातरी बाबतीत नक्कीच देऊ शकता. तोच आत्मविश्वास. तो वाढवा.

तुम्हाला व्याख्यान देणे जमत नसेल पण मुलांशी तुम्ही फार चांगला संवाद साधू शकत असाल. तुम्हाला एखादा पत्ता पटकन शोधून काढणे अवघड जात असेल पण एखादे मशिन बिघडलेले असेल तर त्यातला दोष बरोबर शोधून काढत असाल. तुम्हाला ते मशिन दुरुस्त करता येत असेल. ज्यात तुम्हाला गती आहे, त्यात तुम्ही आत्मविश्वासाने पुढे व्हा. त्यातल्या जबाबदाऱ्या अंगावर घ्या.

२. प्राथमिक ज्ञान तरी हवेच –

अर्थात जी गोष्ट येते त्यातच रममाण व्हायचे आणि ज्या गोष्टी करताना मन कचरते तिकडे मात्र फिरकायचेच नाही, असे मात्र करू नका. त्याही जमवण्याचा प्रयत्न करीत रहा.

म्हणजे तुम्हाला गाडीचे तंत्रज्ञान अवगत नसेल, पण आपण चालवत असलेली गाडी वाटेतच बंद पडली तर ती पेट्रोल नसल्यामुळे किंवा स्पार्क प्लग साफ नसल्यामुळे बंद पडली असेल तर तेवढे तुम्हाला कळले पाहिजे. स्कूटर बंद पडली की तिथल्या तिथे लॉक करून रिक्षातून घरी नाही यायचे! आले लक्षात? याचा फायदा असा होतो की, अमुक झाले तर मी काय करू असा मनात धसका राहत नाही.

३. जोखीम घ्या, करून बघा –

कित्येकदा 'मला नाही जमत, माझ्यात त्याबद्दलचा आत्मविश्वास नाही', असे इतरांना सांगत बसण्याची काहीजणांना खोड असते. अशाने तुमच्यावर नवीन जबाबदारी टाकायला दुसरे कचरतील. असे डळमळीत बोलण्याने इतरांचा विश्वास तुम्ही गमावता. कधीतरी पुढे पाऊल टाकायलाच हवे ना? जोखीम घेतलीत तर यश मिळेल. पण तुम्हीच कच खाल्लीत तर तुमच्याबद्दल लोकांना भरंवसा वाटणार नाही.

प्रयत्न करीन, जमेल असे तुम्ही स्वतःलाही सांगा आणि इतरांनाही म्हणा. तसे वागून दाखवा. शेवटी हे जग कामाच्या माणसांना जवळ करणारे आहे. तुमचा काही उपयोग होऊ शकतो असे इतरांना वाटले तर ते तुम्हाला जवळ करतील. आणि इतरांच्या उपयोगी पडू शकलात किंवा एखादे काम यशस्वीपणे करून दाखवलेत तर तुमचा आत्मविश्वास नक्कीच वाढेल.

४. आत्मनिर्भर व्हा –

आपली काही जीवनमूल्ये असावीत, काही तत्त्वे बाळगलेली असावीत. सुसंस्कृतपणाचा कधीही त्याग करू नये. त्याने आपल्याला आत्मनिर्भरता येते. 'मन सुद्ध तुझं, तुला रं गड्या भीती कशाची' या उक्तीचा प्रत्यय घ्यायला शिका. आपण चोख असल्यावर कशाला कुणाला घाबरायचे? मी कुचकामी आहे, नकोशी आहे, माझा काही उपयोग नाही अशा विचारांची कीड एकदा मनात पसरू लागली की ती आपला आत्मविश्वास अक्षरशः खाऊन टाकते. म्हणून स्वतःविषयी आदर बाळगा. स्वतःला कधीही कमी लेखू नका.

समजा तुम्हाला कॉलेजच्या गॅदरिंगमध्ये एखादा कार्यक्रम बसवायचाय. ज्यांना हे जमत नाही, ते म्हणणार, 'ह्यांना नुसतं नाचायला पाहिजे...!' म्हणेनात...! आपल्याला समूहगीत म्हणायला येते, इतरांना शिकवता येते. खुशाल अशी मुले निवडावीत आणि त्यांना घेऊन कार्यक्रम यशस्वी करावा.

५. अनुभव हाच गुरू –

अमुक एक गोष्ट मला कधीच करता येणार नाही हे मनातून काढून टाका. मोठी जबाबदारी अंगावर घेताना आपल्या क्षमतेचा जरूर विचार करा. पण पुष्कळशा गोष्टी त्यामध्ये रस घेतला, त्यात लक्ष घातले, तर जमू शकतात हे विसरू नका. आपली इच्छाशक्ती प्रबळ हवी. मनात सभोवतालच्या जगाविषयी कुतूहल हवे. नवे अनुभव घेण्यास कचरू नका.

अनोळखी गोष्टींबद्दल काही-जणांच्या मनात सतत एक साशंकता असते, भीती असते. ती काढून टाका. अनुभव घेऊनच पाहा. तरच ती भीती जाईल. जे समोर येईल त्याच्याशी दोन हात करण्याची

तयारी ठेवा. पाण्यात पडले की पोहायला येते म्हणतात. पण पाण्यात शिरायचे टाळतच राहिलात तर तुम्हाला कधीच आत्मविश्वास येणार नाही. तेव्हा यश मिळो न मिळो, अनुभव घेऊन पाहा. त्याचा दुसरा काही उपयोग होवो किंवा न होवो, आत्मविश्वास नक्की येतो.

आत्मविश्वास वाढवण्यासाठी आणखी काही गोष्टी करण्याची आवश्यकता आहे. त्या कोणत्या?

आलस्य अवघाच दवडावा –

आळस किती प्रकारचा असतो माहितेय? शारीरिक आळस एक वेळ परवडला, इतका मानसिक आळस आपला घात करतो. बौद्धिक आळसही आपण फार करतो. काहीजण त्यांच्या विचाराची सुरुवातच मुळी, 'जाऊ दे ना, कशाला डोक्याला ताप...' अशी करतात. का जाऊ द्यायचं? आपल्या डोक्याला ताप होईल म्हणून ते डोकं किती जपायचं? गंजून जाईपर्यंत? विचार करा...काही लोक अत्यंत प्रतिकूल परिस्थितीतसुद्धा यशाची नवीनवी शिखरे पादाक्रांत करीत असताना आपण मात्र हात जोडून का बसायचे? आपण फक्त इतरांना दोष देण्यात आणि 'आपलं नशीबच असं...' म्हणत आयुष्य घालवायचे का? आळस हा आपला शत्रू आहे हे ओळखा. आणि आळसावर मात करा. स्वामी रामदासांचे म्हणणे ध्यानी ठेवा. ते म्हणतात, 'आलस्य अवघाच दवडावा, यत्न उदंडचि करावा' आळस घालवून टाका. भरपूर प्रयत्न करा.

आत्मसंतुष्टता किंवा अल्पसंतुष्टता हा माणसाच्या विकासातला मोठा अडथळा आहे. तुम्हाला एका साधूची गोष्ट माहितेय? त्याला अंतर्ज्ञानाने कळते की, आपण पुढच्या जन्मी डुक्कर होणार आहोत. तो त्याच्या शिष्याला सांगतो की, मी अमुक जागी अमुक वेळेला असेन; पण डुक्कर म्हणून मला जगायचे नाहीय, तर तू मला मारून टाक. शिष्य त्या वेळेला तिथे जातो तर पूर्वजन्मीचा साधू तिथे चिखलात लोळत असतो. शिष्य त्याला मारणार इतक्यात तो घाईघाईने म्हणतो, ''मला मारू नको. मी आनंदात आहे.''

एकदा आळसाची, निष्क्रियतेची सवय लागली की तेच आयुष्य बरे वाटू लागते. पण या घाणीत अडकू नका. प्रगती आणि विकास हाच माणसाचा ध्यास असला पाहिजे.

क्षमता वापरून बघा –

आपले मनही बेटे आळशी असते. त्याचे लाड करावे तेवढे थोडे! तेव्हा त्या मनालाही थोडे खडबडून जागे करा. अमुक एक गोष्ट आपण करू शकतो, हे आधी मनाला पटवून द्या. आता हे पटण्यासाठी आपण ते करून बघितले पाहिजे, ते जमते आहे, याची आपल्याला खात्री पटली पाहिजे.

उदाहरणार्थ, रोज दोन किलोमीटर तुम्हाला चालायचे आहे. तर त्यासाठी नियोजन लागेल. वेळ ठरवावी लागेल. प्रत्यक्ष चालून बघावे लागेल. तसे चालल्यावर पहिल्या दिवशी पाय थोडे दुखले तर तिकडे दुर्लक्ष करावे लागेल. पुढे सातत्याने काही दिवस चालावे लागेल. हे सगळे करण्याचा कंटाळा असेल तर तुम्ही काय करता? काहीच करत नाही. तुम्हाला न चालण्याची सवय होऊन जाते. मग कधी जास्त चालत जायची वेळ आली तर तुम्हाला वाटते, आपण नाहीच चालू शकणार. मग तुम्ही त्यासाठी सबबी शोधता. ट्रॅफिक फार असतो, वेळ मिळत नाही इत्यादी. पण जी व्यक्ती 'एवढे अंतर चालून बघू तरी...' असे म्हणून चालायला लागेल, तिला काही दिवसांनंतर वाटेल, हॅ! दोन किलोमीटर म्हणजे काय चालणे आहे? यापेक्षा आणखीसुद्धा मी चालत जाईन. हळूहळू तुम्ही आरामात चारपाच किलोमीटर चालू शकता असे तुमच्या लक्षात येईल.

हीच प्रक्रिया अशा अनेक बाबतीत होऊ शकते. तेव्हा तुम्ही तुमची क्षमता आधी पडताळून पाहा. ती कळली की, तुम्हाला उत्साह वाटेल. ती क्षमता वापरण्याचा आत्मविश्वास तुम्हाला येतो.

आपल्या मनावर आपला ताबा हवा –

सुरुवातीला ताठर असलेले शरीर व्यायामाने लवचीक होते. मनाचेही तसेच आहे. ते वळवायला शिका. काहीजण म्हणतात, 'माझ्या स्वभावातच नाही ते!' असे काही नसते. आताच्या अनेक मानसशास्त्रज्ञांनी सिद्ध करून दाखवले आहे की, स्वभाव बदलू शकतो. मात्र तशी तुमची इच्छा पाहिजे. स्वभावाला औषध नाही हे खरे नाही. स्वभावाला औषध आहे. मनालाही वळवता येते. दुसऱ्याचे मन वळवण्यासाठी आपण किती प्रयत्न करतो?

समजा, आपल्या प्रिय व्यक्तीने आपल्याबरोबर सहलीला यावे अशी आपली इच्छा आहे. आपण तिचे मन वळवण्यासाठी किती धडपडतो! सहलीला आल्यावर तिचे कोणते फायदे होणार आहेत ते तिला ठळकपणे सांगतो. तिने काही अडचणी

सांगितल्या तर त्या सोडवता येण्यासारख्या आहेत असे म्हणतो. मग स्वतःच्या बाबतीत मात्र तसे का करीत नाही? एखादी गोष्ट करणे आवश्यक आहे हे कळूनसुद्धा ती करण्याचे आपण टाळत राहतो. असे का? कारण ती करायची नाही असे आपण मुळी आधीच ठरवून ठेवलेले असते आणि त्यात आपल्याला बदल नको असतो. आपले नुकसान करणारी अशी ताठरता काय कामाची? एखाद्या गोष्टीला मन बिचकत असेल तर त्या मनाला आंजारागोंजारा. मनासमोर काही उद्दिष्ट ठेवा. त्या दिशेने गेल्यास होणाऱ्या लाभाचे मनाला आमिष दाखवा.

उदाहरणार्थ, तुम्हाला एखादा शिक्षणक्रम पुरा करायचाय. पण 'मला काही ते जमायचे नाही' असे म्हणून आधीच तुम्ही हातपाय गाळून बसलात तर अभ्यास करून परीक्षेला बसण्याचा आत्मविश्वास तुम्हाला कधीच येणार नाही. मग नकोच ते झंझट असे म्हणून त्याच्या वाटेलाच तुम्ही जाणार नाही. पण तो शिक्षणक्रम पूर्ण केल्यामुळे तुमची शैक्षणिक गुणवत्ता वाढेल, तुम्हाला प्रमोशन मिळू शकेल. कदाचित तो शिक्षणक्रम किचकट असेल, अवघड असेल. पण म्हणून धीर सोडू नका. तो शिक्षणक्रम पुरा केला तर आपला मान वाढेल, आपण स्वावलंबी होऊ अशी लालूच स्वतःला दाखवत राहा. मन वळवायला शिका. तुमचे त्याला ऐकायला लावा. जे योग्य आहे, ते करावे लागेल असे त्याला बजावून सांगा. त्याने तुमच्यावर सत्ता गाजवता कामा नये. तुमचे उद्दिष्ट गाठण्यासाठी तुम्ही त्याला कामाला लावा. तुम्ही ते करूनच दाखवा. तुमचा आत्मविश्वास नक्की वाढेल.

स्वतःवर प्रेम करा –

आपण म्हणजे विशेष कुणी नाही, आपल्यात काही दम नाही, आपल्या हातून काही होणार नाही इत्यादी सर्व दूषणे डोक्यातून काढून टाका. आपण नक्की चांगले आहोत. आपल्याजवळ काही ना काहीतरी अर्थपूर्ण असे असलेच पाहिजे असे समजून स्वतःवर प्रेम करा. स्वतःच्या कामाचा अभिमान बाळगा. मी जे करीन ते चांगलेच करीन अशी जिद्द बाळगा. आपण दुसऱ्या कुणापेक्षा कुठेही कमी नाही, त्याला जमते तर मलाही जमेल, अशी खात्री ठेवा. स्वतःवर विश्वास ठेवा. असं काय जगावेगळं असणारंय, जे दुसऱ्याला जमते नि आपल्याला जमत नाही? असा विचार करा. स्वतःच स्वतःला धीर द्या, प्रोत्साहन द्या. दुसरे कुणीतरी आपल्याला आधार देईल, आपल्याकडे लक्ष देईल अशी वाट बघत बसू नका. 'मीही काही कमी नाही' असाच विचार करा.

आपले भारतीय तत्त्वज्ञान स्वतःचा, आत्म्याचा आदर करायला शिकवते. आपला परमेश्वर दुसरीकडे कुठेतरी आहे असे आपण मानत नाही. भारतीय संस्कृतीमध्ये असे म्हटले जाते की, 'पिंडी ते ब्रम्हांडी, म्हणजे आपल्या स्वतःमध्ये आहे, तीच पंचमहाभूते ब्रम्हांडामध्ये आहेत. ब्रम्हांडाचेच आपण सूक्ष्मरूप आहोत. 'अहं ब्रम्हास्मि' हे सूत्र लक्षात ठेवा. ब्रम्हामधला किंचित अंश आपल्यामध्ये आहे आणि तोच आत्मा, तोच प्राण, तोच मी. मग मी कमकुवत कसा असेन? मी प्रयत्न केले तर मला यश का नाही मिळणार? स्वतःविषयी खात्री बाळगा. आत्मसन्मान बाळगा. आत्मविश्वासाने उभे राहा.

माझीया जातीचे –

जिथे तुमच्या गुणांची कदर होते, तुमच्या विकासाला वाव मिळतो अशा ठिकाणी मुद्दाम जा. तुम्ही कोणत्या वातावरणात खुलता, कोणत्या गोष्टीत तुम्हाला विशेष रस वाटतो हे ओळखा आणि असे गट, मंडळे शोधून काढा. तिथे जात राहा. 'माझिया जातीचे मज भेटो कोणी' ही आस तुकारामांपासून सर्वांनाच असते. तुमच्यासारखे अनेकजण समाजात असतात. तुम्हीच काही कोणी वेगळे नाही. पण त्यासाठी आधी आपल्याला काय आवडते ते शोधून काढा. पुष्कळांना मुळात त्याचाच पत्ता नसतो. आपण कोणत्या गोष्टींमध्ये रमतो, कोणत्या प्रकारच्या वातावरणात आपण रिलॅक्स होतो, हे समजून घ्या. मग अशा विषयात रस असलेल्या व्यक्ती शोधा. त्यांच्याशी संबंध वाढवा, अशांना जोडून ठेवा.

समजा, तुम्हाला योगासनांमध्ये रस असेल तर जिथे असे योगासनाचे वर्ग असतील तिथे जाऊन पाहा. जे अशा वर्गांना नियमितपणे जातात त्यांच्याशी ओळख करून घ्या. तिथल्या स्पर्धांमध्ये भाग घ्या, योगातल्या परीक्षा द्या. त्यात शाबासकी मिळवा. काहीजणांना वाचनाची खूप आवड असते. सतत काहीतरी वाचत असतात. वेगवेगळ्या विषयावरचे, नवेजुने... पण म्हणून काही सतत पुस्तकातच डोकं घालून बसायला नको. वाचनाची आवड असणारे पुष्कळजण असतात. शहरांमध्ये तर असे पुष्कळ ग्रुप्स असतात. ते एकत्र येतात, वाचलेले एकमेकांना सांगतात, त्यातले काय आवडले, काय नाही कळले यावर चर्चा करतात. तुम्हाला जर त्या विषयाची आवड असेल तर अशा शेअरिंगमध्ये तुम्हाला नक्की रस वाटेल. असे ग्रुप नसतील तर समान ओळखीची मित्रमंडळी तुम्ही स्वतः जमवा. आपणही काही गोष्टी आत्मविश्वासाने करू शकतो, त्यावर बोलू शकतो असा प्रत्यय तुम्हाला येऊ लागेल. मग हळूहळू या ग्रुपबाहेरही डोकावून बघण्याचा उत्साह तुम्हाला वाटेल.

निंदकांकडे दुर्लक्ष करा –

कोणी उपेक्षा केली, टिंगलटवाळी केली तर लगेच आपण त्याच लायकीचे आहोत असे समजू नका. तुम्हाला एक गोष्ट माहितेय? एक ऋषी वनामध्ये डोळे मिटून तपश्चर्या करीत असतात. त्याच वनात राजा आपल्या लवाजम्यासह शिकारीसाठी आलेला असतो. वनामध्ये राजाची व इतरांची चुकामूक होते. त्या ऋषींपाशी काही शिपाई येतात आणि त्याला विचारतात, ''काय रे गोसाव्या, इथून तुला कुणी जाताना दिसले का?'' ऋषी म्हणतात, ''नाही रे, मला तसे कुणी दिसले नाही.'' थोड्या वेळाने प्रधानही त्याच रस्त्याने येतो. तोही त्यांना विचारतो, ''साधुबुआ, इथून तुम्हाला कुणी गेलेले कळले का?'' ऋषी उत्तरतात, ''होय, आत्ताच तुमचा शिपाई इथून गेला.'' प्रधान तिथून गडबडीने निघून जातो. थोड्या वेळाने तिथे राजा येतो आणि त्यांना विचारतो, ''साधुमहाराज, आपल्या साधनेत व्यत्यय आणल्याबद्दल क्षमा करा, पण या रस्त्याने कुणी माणसे गेल्याचे आपणास समजले का? '' ऋषी सांगतात, ''होय राजन, आधी इथून काही शिपाई गेले, मग प्रधानही गेला.'' डोळे मिटलेले असताना ऋषीमहाराजांना हे सगळे कसे कळले याचे राजाला नवल वाटते. आणि त्यांना तो तसे विचारतो. तेव्हा ते म्हणतात, ''जो तो आपल्या संस्कृतीप्रमाणे वागतो बोलतो. तुमच्या बोलण्याच्या पद्धतीवरून तुम्ही कोण बोलता आहात ते डोळे मिटूनसुद्धा माझ्या लक्षात आले. ''

थोडक्यात, दुसऱ्या कोणी तुम्हाला नगण्य ठरवले, महत्त्व दिले नाही म्हणून तुमची पात्रता कमी होत नाही. 'महत्त्वाचे असणे चांगलेच पण चांगले असणे अधिक महत्त्वाचे' हे लक्षात ठेवा. तेव्हा बाकीचे आपल्याला महत्त्व देतायत की नाही, यावर आपली पात्रता ठरवू नका. इतरांच्या वागण्याबोलण्यावरून आपला आत्मविश्वास खच्ची होऊ देऊ नका. आपला आत्मसन्मान जपा. स्वतःच्या मनाचा कौल खरा माना. स्वतःच्या मनाला जे पटेल, त्याच्याशी तुम्ही प्रामाणिक राहा. भल्याभल्यांना या समाजाने वाळीत टाकले आहे, त्यांचा उपहास केला आहे. तेव्हा अशा निंदकांकडे दुर्लक्ष करा. 'सत्य–असत्याशी मन केले ग्वाही, मानियले नाही बहुमता' असे तुमचे धोरण असायला हवे. स्वतःवर विश्वास ठेवा.

सराव करा –

अनुभवाने, सरावाने बऱ्याचशा गोष्टीत आपल्याला आत्मविश्वास येतो. जोपर्यंत बायकांच्या हाती पैसा येत नव्हता, तोपर्यंत पैशांचे व्यवहार त्यांना अगम्य वाटत होते.

आता त्या कमावू लागल्यावर आत्मविश्वासाने पैशाची उत्कृष्ट गुंतवणूक त्या करू लागल्या. इतकेच नव्हे तर अलीकडेच आंतरराष्ट्रीय उद्योगांचा आढावा घेतला, तेव्हा असे लक्षात आले की, स्त्रियांची मालकी असलेले उद्योग अधिक प्रमाणात फायद्यात आहेत. तेव्हा मिळालेल्या संधीचा उपयोग करून घ्या. खेळ असो, स्वयंपाक असो, चारचौघात बोलणे असो, सरावानेच जमते.

समजा, तुम्हाला व्यासपीठावर बोलण्याचा आत्मविश्वास नाही. तुमची इच्छा असेल तर तुम्ही ते साध्य करू शकता. त्यासाठी तुमच्या आवडीचा एखादा विषय निवडा. त्याचा अभ्यास करा, मुद्दे काढा. आधी स्वतःशी बोलून पाहा. मग आरशासमोर उभे राहून बोला. आपल्या कुटुंबात, मित्रमैत्रिणींच्या ग्रुपमध्ये बोलून बघा. सतत, पुनःपुन्हा वेगवेगळ्या गटांपुढे बोला. हळूहळू त्यातला अवघडपणा नाहीसा होईल. तुम्ही सहजपणे बोलू शकता असे तुमच्या लक्षात येईल. तुमच्या बोलण्यात सफाई येईल. आणि मग तुम्हालाच वाटेल, फार संख्या नसलेल्या एखाद्या श्रोतृवृंदापुढे बोलून तरी बघू या. ते जमू लागले की, तुमचे भाषण दिवसेंदिवस खुलत जाईल. त्यातली गंमत तुम्हाला कळेल. मग कुठलेही व्यासपीठ तुम्हाला भीतीदायक वाटणार नाही. उलट ते हवेसे वाटेल. मात्र हे साध्य करण्यासाठी सराव करायला हवा आणि त्यासाठी चिकाटी हवी. 'धीर धरा रे, धीरापोटी फळे गोमटी' हे माहीत आहे ना?

गांधीजींची तीन माकडे –

कोणत्याही गोष्टीचा गवगवा करण्याची काहीजणांना खोड असते. म्हणजे समजा एखाद्या हॉटेलमध्ये मीटींग चाललेली आहे. एकीकडे वेटर्स सूप, खाण्याचे पदार्थ टेबलवर आणून ठेवतायत. कंपनीचे चीफ फायनान्शिअल ऑफिसर कंपनीच्या आर्थिक धोरणाविषयी काही महत्त्वाचे मुद्दे ऑफिसमधील इतर अधिकाऱ्यांना सांगतायत. आणि अचानक सूपचा बाऊल टेबलावर ठेवताना धक्का लागून सूप सांडले. वेटर अर्थातच शरमिंदा झाला. सगळेजण त्यांच्याच टेबलाकडे बघू लागले. ''अरेरे, काय हे!'', ''बाप रे, केवढा राडा झाला बघितलास का?'' सगळीकडून वेगवेगळे उद्‌गार ऐकू येऊ लागले. अशा वेळी तुम्ही काय कराल? या गोष्टीचा आणखी गवगवा कराल?

पण कंपनीचे हे अधिकारी हुशार होते. कंपनीचे आर्थिक धोरण महत्त्वाचे की सूप महत्त्वाचे? जमलेले अधिकारी महत्त्वाचे की वेटर महत्त्वाचा? त्यांनी या घटनेला काडीइतकेही महत्त्व दिले नाही. ते फक्त थोडेसे मागे रेलून बसले आणि चर्चा पुढे

चालू राहिली. दरम्यान वेटरने टेबल साफ करून नवीन टेबलक्लॉथ अंथरलासुद्धा! फायनान्स-ऑफिसर तर जरासुद्धा विचलित न होता आपले मुद्दे अस्खलितपणे मांडत राहिले.

आत्मविश्वास असलेल्या व्यक्ती क्षुल्लक गोष्टींवर कसलीही प्रतिक्रिया देत नाहीत. त्यांच्या सहकाऱ्यांकडून होणाऱ्या तात्कालिक गफलतींकडे ते दुर्लक्ष करतात. काही सांडले, लवंडले, पडले, काही घोटाळा गोंधळ झाला तरी ते त्याची मुळीच दखल घेत नाहीत. गांधीजींच्या तीन माकडांप्रमाणे ते अशा गोष्टींकडे डोळेझाक करतात, कानाआड करतात आणि मौन पाळतात.

माझी एक मैत्रीण आहे. तिच्यादेखत मला चुकून जरी शिंक आली तरी ती म्हणते, ''काय गं, शिंकतेस का? सर्दी झालीय का तुला?'' चालताना थोडी अडखळले तर लगेच म्हणते, ''घसरशील हं, नीट चाल.'' कधीतरी जांभई दिली तर ती म्हणते, ''कशाला दमते एवढी? थकवा आलाय का? झोपतेस का?'' असे प्रश्न विचारून भंडावून सोडणाऱ्यांना सांगावेसे वाटते, स्वतःचं बघा आधी, आमचं राहू द्या. आणि हे खरेच आहे. इतरांच्या बारीकसारीक गोष्टींनी तुम्ही कशाला अस्वस्थ होता? आरामात राहा. ''चालतंय, विशेष काही नाही,'' असे म्हणून तुमचे जे काही चालले असेल ते पुढे चालू ठेवा. अशाच गोष्टींमधून दुसऱ्याला विश्वास देता येतो आणि दुसऱ्याला विश्वासात घेणारी माणसेच आत्मविश्वास मिळवू शकतात.

इतरांना बोलते करा –

प्रत्येक वेळी स्वतःकडे लक्ष वेधून घेणे म्हणजेच आत्मविश्वासाचे वागणे असते असे नाही. उलट स्वतः बाजूला राहून इतरांना महत्त्व देणाऱ्यांजवळ अधिक आत्मविश्वास असतो. जे इतरांना प्रोत्साहन देतात अशा व्यक्ती सगळ्यांनाच प्रिय असतात. आणि आपला आत्मसन्मान सुखावण्यासाठी आपण इतरांना प्रिय आहोत याजाणिवेसारखे दुसरे औषध नाही.

एकदा एका प्रवासी कंपनीबरोबर आम्ही सहलीला गेलो होतो. रात्रीचा प्रवास होता. बरेचजण झोपेत होते. अचानक गाडी थांबली. गाडीच्या उजेडात दिसले की, कोणीतरी जखमी होऊन रस्त्यात पडले आहे. बहुधा कुठली तरी गाडी त्या माणसाला उडवून पसार झाली असावी. माझ्या पुढच्याच सीटवरचा उद्धव चटकन ख ाली उतरला. त्याने त्या जखमी माणसाला कसेबसे बसमधे आणले. पुढे जाऊन त्याला एका रस्त्यावरच्या दवाखान्यात ॲडमिट केले आणि गाडी पुढे चालू लागली. या वेळी बरेचजण इतके गाढ झोपेत होते की या सगळ्या घटनेचा त्यांना पत्ताच लागला नाही.

दुसऱ्या दिवशी सकाळी आम्ही नाश्त्याला जमलो. मी उद्धवपाशी गेले आणि त्याला म्हणाले, "अरे उद्धव, काल तूच पाहिलंस ना रे त्या जखमी माणसाला? ह्यांना सांग ना काय झालं ते... बहुतेक सगळेजण झोपेतच होते त्या वेळी." उद्धवही हा अनुभव कुणाला तरी सांगण्यास उत्सुक होता. तो सांगू लागल्यावर बाकीच्या लोकांनीही त्याला विचारायला सुरुवात केली. आणि हळूहळू सगळ्याच प्रवाशांमध्ये संवाद सुरू झाला.

काही ना काही कारणाने आपण एकत्र जमतो. भिडस्त लोक स्वतःविषयी फारसे बोलत नाहीत. अशावेळी आपणच प्रत्येकाचे वैशिष्ट्य ओळखून त्यांना बोलण्यास प्रवृत्त करावे. समजा, तुमच्या मुलीकडे तिच्या काही मैत्रिणी आल्या आहेत. तुमच्या माहितीतल्या एखाद्या मुलीला तुम्ही म्हणा, "छाया अगं, परवा तुझी आई फोनवर म्हणत होती की, तू ट्रेकला गेला होतीस तेव्हा तुझा भाऊ रस्ता चुकला आणि मग तू त्याला बरोबर शोधून आणलंस. कसा होता तो अनुभव? सांग ना सगळ्यांना." कधी म्हणा, "कसा झाला तुमच्या सोसायटीतला गणपती उत्सव? तू त्या कार्यक्रमात फार छान गाणे म्हटलेस म्हणे. सांग ना यांना." किती खूश होईल तो मुलगा! कदाचित बाकीचे त्याला गाणे म्हणण्याचा आग्रहही करतील. आणि अशा तऱ्हेने अगदी स्पष्टपणे

नाही तरी हळूहळू ही गोष्ट सगळ्यांच्या लक्षात येईल की, तुम्ही ग्रुपमधे असलात की, गप्पा रंगतात, वेळ कसा जातो कळत नाही, मजा येते. असे जर झाले, तर तुम्हाला कोणीतरी कधीतरी टाळेल का? तुम्ही सगळ्यांनाच हवेसे व्हाल. आणि मग स्वतःलाही हवेसे व्हाल, स्वतःवर खूश रहाल.

बोला, अमृत बोला –

आत्मविश्वास नसणाऱ्यांचे एक लक्षण म्हणजे ते सतत दुसऱ्यांकडून सहानुभूती मिळवण्याचा प्रयत्न करतात. बरेचजण आपल्या आवडत्या व्यक्तीच्या सहवासात येतात, तेव्हा त्यांच्याशी आपली दाट मैत्री व्हावी म्हणून आपली काही रहस्ये मोकळी करतात. एका अभ्यासात असे दिसून आले आहे की, आपण ज्यांना मानतो, त्यांच्यातले एखादे दुःख किंवा वैगुण्य आपल्याला कळले तर त्यामुळे ते आपल्याला अधिक जवळचे वाटू लागतात. आपल्या साहेबाला त्याचा साहेब खडूसपणे वागवतो असे कळले की, आपल्याला त्याच्याबद्दल सहानुभूती वाटू लागते. पती, पत्नी और वो चित्रपटातला संजीवकुमार नाही का, आपली पत्नी आजारी असल्याचे सांगून मैत्रिणींची सहानुभूती मिळवायचा!

पण लक्षात ठेवा, तुमच्या आयुष्यातील कोणतीही कमतरता नुकती ओळख झालेल्यांना सांगण्याची घाई करू नका. कारण ती गोष्ट ते कशा तऱ्हेने घेतील आपण काहीच सांगू शकत नाही. तुमच्या घरात कुरबुरी चालल्यात, पहिली चांगली चाललेली नोकरी सोडून दुसरी घेतलेली नोकरी अपेक्षाभंग करणारी आहे किंवा तुम्हाला डायबेटिसचा त्रास आहे असले काही तुमच्या मित्र किंवा मैत्रिणीला यथावकाश ओळख वाढल्यानंतर सांगायला हरकत नाही. पण संबंधांच्या सुरुवातीलाच अशा नकारात्मक गोष्टी सांगितल्यात तर, 'आणखी पुढे काय काय ऐकावे लागणार आहे? सुरुवातीलाच जर ही मला इतके काय काय सांगत असेल तर मला माहीत नसलेले अजून किती असेल? हिचे घरातही पटत नाही, नोकरीत धरसोड, परत तब्येतीच्या पण तक्रारी... काही खरे नाही, असली मैत्रीण नसलेली बरी.' अशीच त्यांची प्रतिक्रिया होईल. तेव्हा सहानुभूती मिळवण्याच्या नादात एखादी चांगली मैत्रीण किंवा मित्र तुम्ही सुरुवातीलाच गमावून बसाल. म्हणून बोलाल ते चांगलेच बोला. कोणत्याही संबंधामध्ये सुरुवातीच्या काळात तरी नकारात्मक गोष्ट तोंडातून मुळीच काढायची नाही. उलट आपल्याकडे अशा काही चांगल्या गोष्टी आहेत की, त्यांचा त्यांना फायदाच होईल, असे त्यांना जाणवून द्या.

कंपूशाहीला शह द्या –

कुठेही गेलात तर लोक आपल्याकडे बघतायत का, आपली दखल घेतायत का, याला फार महत्त्व देऊ नका. समजा, झाले तुमच्याकडे दुर्लक्ष तर तेवढेच धरून लगेच मूड घालवून बसू नका. ज्या निमित्तानं तुम्ही तिथे गेला असाल त्यात लक्ष घाला. कोणी आधीपासून ग्रुप करून उभे असेल तर मुद्दाम त्यात जाऊन घुसण्याची गरज नाही. सहज कोणी ओळखीचे दिसले, आपल्याला ज्यात रस आहे, अशी एखादी गोष्ट दिसली तर त्याची दखल घ्या. अशा वेळी आपणहून बोला. आधी दुसरा बोलला तरच मी बोलेन हेसुद्धा एक प्रकारे आत्मविश्वास नसल्याचे लक्षण आहे. कारण आपण बोललो आणि त्याला योग्य तो प्रतिसाद मिळाला नाही तर? अशी भीती तुमच्या मनात असते. त्यापेक्षा दुसऱ्यावरच सगळे सोपवायचे, तो बोलला तर आपण बोलायचे, नाही तर नाही बोलायचे असे तुम्ही ठरवता. याचा अर्थ तुमच्या वागण्याबोलण्याची सूत्रे तुम्ही दुसऱ्याच्या हाती सोपवता. त्यापेक्षा ही निवड तुमच्या हाती ठेवा. ज्यांच्याशी बोलावेसे वाटते, त्यांच्याशी पुढे होऊन बोला. कदाचित ती व्यक्तीही तुमच्याकडून सुरुवात होण्याची वाट पाहात असेल. त्यातून नाही प्रतिसाद मिळाला, सोडून द्या.

तुम्ही स्वतःही कंपू करून राहण्याची सवय लावून घेऊ नका आणि इतरांच्या कंपूत कसेही करून घुसण्याचा आग्रह धरू नका. आपल्याभोवती सतत पुढेमागे माणसे असली पाहिजेत असे जे समजतात त्यांना एकटे राहण्याचा आत्मविश्वास नसतो. तेव्हा कंपू करून राहणे टाळाच. ठराविक मित्रमैत्रिणीत रमण्यापेक्षा नवीन मित्रमैत्रिणी जोडत रहा.

जबाबदारी घ्या –

तुम्ही म्हणाल, इथे आत्मविश्वासच नाही तर जबाबदारी घ्यायला काय सांगता? अगदी खरे आहे. पण तुम्हाला माहितेय? हे दुष्टचक्र आहे. आत्मविश्वास नाही म्हणून तुम्ही जबाबदारी घेत नाही आणि जबाबदारी घेत नाही म्हणून तुम्हाला आत्मविश्वास वाटत नाही. हे चक्र जर भेदायचे असेल तर पुढाकार घेऊन जबाबदारी घेतलीच पाहिजे.

आपण योगासनांचेच उदाहरण घेऊ. अनेक वर्षे योगासनाच्या क्लासला जाणाऱ्या माझ्या मैत्रिणीला मी एकदा म्हटले, ''माझ्याकडे जागा आहे, आपण काहीजणी एकत्र येऊन रोज योगासने करीत जाऊ. तू इतक्या वर्षांपासून योगासने करते आहेस, सुरूवातीला तू आम्हाला शिकव.''

गंमत अशी की, मैत्रिणींकडून योगासने करून घेणे आपल्याला जमेल असे तिला अजिबात वाटेना. असे का झाले? कारण तिने शिक्षक शिकवतील तेवढे करायचे, त्यांच्या सूचनांचे पालन करायचे एवढेच लक्षात ठेवले होते. त्या कसे शिकवतात, कोणत्या प्रकारची योगासने शिकवतात, कशा क्रमाने घेतात, सूचना कशा देतात याचे जर तिने निरीक्षण केले असते तर तिला ही गोष्ट इतकी अवघड वाटली नसती. तेव्हा नुसते सांगकाम्या होऊ नका. पुढे होऊन जबाबदारी घ्यायला शिका.

म्हणजे काय करायला पाहिजे? क्लासला जाता तेव्हा अशी कल्पना करा की, आपणच क्लास घेतो आहोत. आपण कसे बोलू? कसे सगळ्यांच्याकडून करून घेऊ? कधीकधी असे होते की, ऐन वेळी शिक्षक येत नाहीत, किंवा त्यांना येण्यास उशीर होतो, अशा वेळी आपल्यापैकीच कुणीतरी सगळ्यांकडून योगासने करून घेते. वास्तविक तुम्हालाही त्याबाबत सगळे माहीत असते पण पुढे होऊन ती जबाबदारी अंगावर घेण्याचा आत्मविश्वास तुमच्या अंगी नसतो. म्हणून तुम्ही मागे राहता. तुमची त्या विषयाची तितकी तयारी असेल तर तुम्ही नक्की ते काम अंगावर घ्याल. असे वेळोवेळी पुढे होऊन तुम्ही कामे अंगावर घेतलीत, ती पार पाडलीत की मग पुढेपुढे आपल्याला आत्मविश्वास आहे की नाही हे पाहण्याचे तुमच्या लक्षातसुद्धा राहणार नाही.

देहबोलीतून आत्मविश्वास प्रगट करा –

उभे राहताना नेहमी ताठ उभे राहा. एकाच पायावर भार देऊन, खांदे झुकवून उभे राहू नका. दोन्ही खांदे मागे खेचा. छाती किंचित पुढे काढा. हनुवटी थोडी वर उचला. पाठीचा कणा ताठ ठेवा. हात अगदी लोंबतही ठेवू नका किंवा त्यांचा सारखा चाळाही करू नका. तुम्ही जेव्हा एकटे असता, तेव्हा मोकळ्या हातांचे काय करता? आठवत नाही ना? कारण तुम्हाला त्याची जाणीवही नसते. इतरांशी वागतानाही तोच मोकळेपणा ठेवा. पोक काढून किंवा पोट पुढे काढून गबाळ्यासारखे उभे राहू नका. सहज पण रुबाबात उभे राहा. आरशासमोर उभे राहून आपली ढब (पोस्चर) नीट न्याहाळून पाहा. आपल्या शरीराच्या हालचालीतून, देहबोलीतून आपला आत्मविश्वास प्रगट व्हायला हवा. तुमच्या कृतीतून, बोलण्यातून सहज मोकळेपणा जाणवू द्या.

काहीजण दुसरी व्यक्ती बोलत असली की, तिसरीकडेच पाहत राहतात. आणि स्वतःला बोलायचे असेल तेव्हाही समोरच्याची नजर चुकवतात. असे करू

नका. दुसऱ्याशी बोलताना डोळ्याला डोळा भिडवून बोला. उगाच इकडेतिकडे पाहात तोंडातल्या तोंडात पुटपुटू नका. बोलताना स्पष्ट बोला. सतत टाळ्या मागणे, उगाचच सलगी दाखवणे, पटकन खांद्यावर हात ठेवणे, केसांवरून, चेहऱ्यावरून पुनःपुन्हा हात फिरवणे, पदर किंवा ओढणी सावरणे, अशा गोष्टी टाळा. काहीजण खुर्चीवर बसल्याबसल्या सतत पाय हलवीत राहतात. शरीराची स्थिरता ही आपल्या मनाची स्थिरता दर्शवते. समोरच्या माणसाकडे नीट लक्ष द्या. त्याच्या बोलण्यावर प्रतिक्रिया व्यक्त करा.

चेहरा तिरसट किंवा अतिनम्र असण्याची गरज नाही. प्रसन्न राहा, प्रसन्न दिसा. नीटनेटके, शोभतीलसे कपडे असावेत. आपले बाह्यरूप प्रथम दिसते हे खरे आहे, पण त्याला अवास्तव महत्त्व देऊ नका. माझे कपडे साधे आहेत, माझे केस पांढरे आहेत, असल्या क्षुल्लक गोष्टींसाठी आत्मविश्वास गमावत राहिलात तर काही खरे नाही. त्याचबरोबर लोकांनी माझे विचार ऐकावेत, माझ्या दिसण्याकडे लक्ष देऊ नये असे म्हणण्यातही अर्थ नसतो. कारण लोकांना जे जे दिसते त्या सगळ्याचाच त्यांच्या मनावर परिणाम होत असतो. लक्षात ठेवा, तुमचे दिसणे, तुमचे वागणेबोलणे, तुमची कृती सगळ्याच गोष्टींचे मूल्यमापन होत असते. ते चांगले ठेवा. त्याविषयी जागरूक राहा.

एकला चलो रे... –

काहीजणांना कुठेही जाताना सतत कोणीतरी बरोबर लागते. त्याची गरज नसते. उलट त्यामुळे आपण बाकी लोकांना आपल्याजवळ येण्यापासून थोपवतो. सकाळी फिरायला जाताना बरेचजण केवळ बरोबर कुणी नाही म्हणून जातच नाहीत. एकदा एकट्याने जाऊन तर पाहा! निसर्गाकडे अधिक रसिकतेने तुम्ही पाहाल. सतत बडबड करण्यापेक्षा किंवा ऐकण्यापेक्षा पक्ष्यांचे कूजन ऐकता येईल. एकाला दोघे असण्याचे जसे काही फायदे आहेत तसे कधीकधी एकटे असण्याचेही फायदे होतात.

सतत आपल्याबरोबर कुणीतरी हवे ही एकदा मनाला, बुद्धीला सवय लागली तर आपल्याला एकट्याने काही करायची वेळ आली की गांगरायला होते. कोणत्याही गोष्टीला दुसऱ्या व्यक्तीचा दुजोरा मिळाल्याशिवाय पुढे जायला धीर होत नाही. मनात निर्णय झालेला असतो पण तो अंमलात आणण्यासाठी मात्र आपण दुसऱ्याच्या तोंडाकडे बघतो. कशाला? कधीकधी केवळ दुसऱ्याचा पाठिंबा नव्हता म्हणून आपण चांगल्या संधी घालवून बसतो.

समजा, तुम्हाला ट्रेकिंगची आवड आहे. तुमच्या मैत्रिणीलाही आवड असेल पण दोघींना एकाच वेळी सवड सापडणे अवघडच नाही का? मग प्रत्येक वेळी आपण एखाद्या ट्रेकविषयी माहिती मिळवतो, जायचे मनात असते पण मग त्या मैत्रिणीला नेमके ते दिवस सोयीचे नसतात. तुमची संधी हुकते. त्यापेक्षा एखाद्या वेळी विचारून बघा. बरोबर आली तर उत्तमच; न आली तरी बिघडत नाही. तुम्हाला आवडतेय ना? तुम्ही जा, आनंद घ्या. तिथे कदाचित कोणी ओळखीचे भेटेल, नव्या ओळखी होतील. नवे मित्र जोडा. एकंदरीत, 'याल तर तुमच्यासह, न याल तर तुमच्याशिवाय'... असा खाक्या ठेवावा. एकदा ही सवय लागली की, आपले दुसऱ्यावरचे अवलंबित्व कमी होते.

अतितत्परता नको –

काहीजण आपले प्रत्येक वागणेबोलणे दुसऱ्यावर अवलंबून ठेवतात. आपल्याशी संबंध असो नसो; त्यावर प्रतिक्रिया देतात. समोरून येणाऱ्या प्रत्येक माणसाला तुम्ही ओळख दिली पाहिजे, बघून हसले पाहिजे अशी काही तुमच्यावर सक्ती नाही. अगदी साधे उदाहरण म्हणजे, जिना चढताउतरताना कधीकधी समोरूनही एखादी व्यक्ती येतजात असते. दोघे व्यवस्थित जाऊयेऊ शकतील एवढी त्या पायऱ्यांची रुंदी नक्कीच असते. पण काहीजण समोरून कुणी येत आहे असे दिसताच अंग चोरून त्याच पायरीवर उभे राहतात. मग दुसरी व्यक्ती तिथपर्यंत येते त्यांना ओलांडून पुढे जाते. मग हे पुन्हा पायऱ्या चढायला लागणार. याची गरज नसते. एखाद्या पायरीवर तुम्ही एका वेळी समोरासमोर किंवा शेजारी येऊ शकाल. तेवढ्यापुरते थोडे बाजूला झाले म्हणजे संपला प्रश्न! पण काहीकाही लोकांना नको त्या ठिकाणी विनय दाखववावासा वाटतो. अर्थात जेव्हा कुणी आदरणीय व्यक्ती समोरून येत असेल, तुमचे गुरूजन असतील तर त्यांना जरूर वाट करून द्या. पण नेहमी असे वागणे गरजेचे नाही.

काहीजणांना दुसरी व्यक्ती बोलली रे बोलली की, होकारार्थी मान हलवत राहण्याची, तोंडाने हं, हो ना, असे म्हणत राहण्याची सवय असते. माझी एक पुतणी असे करते. मी इकडे बोलायला सुरुवात केली की, तिची तिकडे मान हलायला सुरुवात! आराधना सिनेमातले ते गाजलेले गाणे तुम्हाला आठवते? नायक जेव्हा 'तुमको मुझसे प्यार है?' असे विचारतो, तेव्हा प्रत्येक वेळी ती आठवणीने 'ना, ना' म्हणत असते. अखेरीस 'आज सोमवार है?' अशा काही फुटकळ प्रश्नांना तिच्याकडून

होकारार्थी उत्तर तो घेतो आणि मग अचानक 'तुमको मुझसे प्यार है?' असे विचारतो, तेव्हा ती चटकन हो म्हणते.

मीही एकदा पुतणीची अशीच गंमत केली. आमच्या शेजारच्यांचे वागणे किती चुकीचे आहे असे मी तिला सांगू लागले. तिचा 'हो, हो ना!' चा मंत्र आणि मान डोलावणे सुरू झाले. दोनचार वाक्ये झाल्यावर मी एकदम पलटी घेतली आणि म्हणाले, ''खरे तर त्यांचे वागणे मला फार आवडते.'' तिने सवयीने ''हो ना,'' म्हटले. मग मी त्याच सुरात म्हटले, ''त्यांचे वागणे बरोबरच असते.'' ''हो ना!'' जोरदार मान डोलावून तिची प्रतिक्रिया! अशा वेळी वाटते, ही आपले नीट ऐकते तरी आहे का? आपण बोलत असताना हिचे आपले सगळे लक्ष मुंडी हलवण्यात आणि 'हो' ला 'हो' करण्यात! म्हणून दुसऱ्याशी बोलताना, ऐकताना अतितत्परता दाखवू नका. सहमतीचा अतिरेक करू नका. तोही आत्मविश्वास नसल्याचाच भाग आहे. आवश्यक तितकाच प्रतिसाद द्या. त्यांचे पूर्ण बोलणे ऐकून घेतल्यानंतरच तुमचे मत व्यक्त करा. मतभेद व्यक्त करायला मुळीच घाबरू नका.

औपचारिक बोलायला शिका –

काहीजणांना एकदम समोर परिचित माणूस भेटला की गोंधळल्यासारखे होते. अगदी गावातली किंवा आपल्या सोसायटीतली व्यक्ती जातायेता भेटली तरी अचानक काय बोलावे ते काहीजणांना सुचत नाही. मग कसनुसे हसण्यावर भागवले जाते. काहीतरी बोलायचे तर असते नाहीतर आपण शिष्ट ठरू अशी भीती असते. पण विशेष महत्त्वाचे नसलेले आणि औपचारिक असे काय बोलावे ते चटकन सुचत नाही.

असे बोलणे सुचण्यासाठी निरीक्षण हवे, दुसऱ्या व्यक्तीविषयी काहीतरी विचार करून ठेवायला हवा, त्यांच्याविषयीची नोंद मनात कुठेतरी व्हायला हवी. नाहीतर होते काय, आपण कुणाच्या समोर गेलो की, साधे बोलणेसुद्धा आपल्याला नीट सुचत नाही असे तुम्हाला वाटते. आणि तुम्ही स्वतःच्या क्षमतेविषयी साशंक होता. म्हणून थोडे बहिर्मुख व्हा. आजूबाजूच्या वातावरणाची, माणसांची दखल घ्या. अशा वेळी सोसायटीच्या एखाद्या कामात त्यांनी पुढाकार घेतला असेल तर त्याविषयी बोला. त्यांच्या घरातल्या कुणाची चौकशी करा. (चांभारचौकशी नव्हे!)

एक लक्षात घ्या की, कोणत्याही गोष्टीत आपल्याला आत्मविश्वास केव्हा वाटतो, तर ती गोष्ट आपल्याला खात्रीशीरपणे जमेल असे वाटते तेव्हा! आणि म्हणूनच ती गोष्ट नीट जमावी म्हणून आपण प्रयत्नशील असले पाहिजे.

समजा, तुम्ही एखादे व्याख्यान ऐकायला गेलात तर ते ज्या विषयावर असेल, त्यावर आधीच माहिती घेऊन ठेवा. तुमच्या काही शंका असतील तर त्या काढून तिथे जा. त्याची उत्तरे तुम्हाला त्यांच्या व्याख्यानातून मिळतायत का ते पाहा. नाही मिळाली तर आत्मविश्वासाने तुम्हाला प्रश्न विचारता येईल. कारण घरी तुम्ही त्याची तयारी करून गेला असाल.

आपण एखाद्या ठिकाणी जाणार असलो तर तिथे काय परिस्थिती असेल, याचा साधारण अंदाज आधीच घ्यावा. तिथे आणखी कोण येणार आहे हे माहीत असेल तर त्यांच्याविषयीचा एखादा मुद्दा आठवून ठेवावा. कदाचित त्यांच्याबाबत तुम्ही काही वाचले असेल, ते त्यांना त्या वेळी सांगा. थोडक्यात आधी थोडा विचार करून ठेवल्यास अनोळखी ठिकाणीदेखील तुम्ही औपचारिक बोलणे आत्मविश्वासाने करू शकाल.

थांबला तो संपला –

आत्मसंतुष्ट राहू नका. वाचन करा, इतरांचे विचार ऐका, स्वतःची मते बनवा, ती मांडायला शिका. ज्यांनी जीवनात काही विशेष संपादन केले आहे अशा व्यक्तींना डोळ्यासमोर आणा. पायथ्याशी नेहमीच गर्दी असते. शिखरावर नेहमीच जागा शिल्लक असते. तिथे पोचण्याचा प्रयत्न करा. अन्यथा आपले आयुष्य म्हणजे डबके होऊन जाईल. मग तेच सुरक्षित वाटू लागेल. थांबला तो संपला हे लक्षात ठेवा. कुछ करके दिखाएंगे ही वृत्ती मनाशी आवर्जून जोपासली पाहिजे. त्यासाठी जास्तीत जास्त नवीन गोष्टी शिकून घ्या. बँकेत कॅशिअरची पोस्ट जरूर स्वीकारा. शेकडो वेळा पैसे मोजून दिलेत की, पैशाचा कोणताही व्यवहार असो; तुम्हाला फिकीर नाही.

ज्या ज्या गोष्टीत आपल्याला आत्मविश्वास नाही असे वाटते, त्याला सरळ जाऊन भिडा. आत्मविश्वास मिळवण्याचा हा सर्वोत्तम मार्ग आहे. कॉंप्युटरची भीती मनात असेल तर तो शिकून घ्या. सहलींना जा. ज्यात रस आहे अशा प्रकारच्या जबाबदाऱ्या अंगावर घ्या. ज्यात पुढाकार घेऊ इच्छिता, ते काम नीट समजावून घ्या. जे लोक काम करीत आहेत, त्यातले मर्म लक्षात घ्या. मग स्वतः करून बघा. सतत प्रवाही राहा.

जे आहे, त्याविषयी आत्मविश्वास बाळगा –

एकांतात झुरत बसून आत्मविश्वास येत नाही. आत्मविश्वास नसतो म्हणजे काय? तर बहुतेकदा लोक काय म्हणतील? त्यांना आवडेल का? आपण हास्यास्पद

ठरू का? अशा सगळ्या काळज्या आपण करत बसतो. या भयातून मुक्त होण्याचा सोपा उपाय म्हणजे, एकदाचा सोक्षमोक्ष लावणे. लोकांची भीती वाटते का? मग त्याच लोकांशी संवाद साधा. माणसांना सन्मुख व्हा. त्यांच्यामध्ये प्रत्यक्ष मिसळल्याखेरीज त्यांच्याविषयीचा हा संकोच, भिडस्तपणा कमी होणार नाही. इतरांशी बोलणेचालणे झाले म्हणजे तुमच्या लक्षात येईल की, आपण उगाचच एवढा विचार करत बसलो होतो. यांच्यात आपल्यापेक्षा फार भव्यदिव्य असे तर काहीच नाही. आपल्याला किमान बुद्धी आहे, विचारशक्ती आहे हे लक्षात ठेवा.

एक गोष्ट लक्षात घ्या की, सर्व गोष्टींमध्ये कोणालाच आत्मविश्वास नसतो. आपल्याला ज्या व्यक्ती अगदी आत्मविश्वासाने वागताना दिसतात त्यांनासुद्धा काही विशिष्ट बाबतीतच आत्मविश्वास असतो. उदाहरणार्थ, एखादीला पैशाचे व्यवहार उत्तम जमत असतील तर ती व्यक्ती बँकेत सराइतासारखी वागताना दिसेल. आर्थिक व्यवहार आत्मविश्वासाने करील. पण याच व्यक्तीला भाषण करायला सांगा; तिचे पाय लटपटायला लागतील. एखाद्या व्यक्तीला चित्रकलेतले उत्तम ज्ञान असेल पण तिला इंग्लिशमधून अस्खलित बोलता येणार नाही. तेव्हा आपल्याला काही गोष्टींमध्ये गती असेल काहीत नसेल. पण म्हणून काय झालं? त्यासाठी आख्खा आत्मविश्वास गमवायचा? जे आहे, त्याविषयी आत्मविश्वास बाळगा. मी अमुक एक गोष्ट चांगल्या प्रकारे करू शकते असे नुसते म्हणून उपयोग नाही. ती करून दाखवा. त्यासाठी संधी शोधा. त्यातून तुमचा आत्मविश्वास द्विगुणित होत जाईल.

तर असे आहेत आत्मविश्वास जागवण्याचे काही मार्ग! काहीजण येणाऱ्या पहिल्याच अपयशाने खचून जातात. आत्मविश्वास गमावून बसतात. सगळ्या गोष्टी अगदी पहिल्या फटक्याला जमल्याच पाहिजेत असा हट्ट कशाला? हळूहळू जमतील. तेव्हा धीर सोडू नका. वर सांगितलेल्या सर्व गोष्टींवर नीट विचार करा. त्या हळूहळू आत्मसात करण्याचा प्रयत्न करा. आपल्यापैकी जे सायकल चालवायला शिकले, त्यांच्यापैकी एकदाही आपटले नाही असे कोण आहे? पण तरीही 'बचेंगे तो और लडेंगे' असे म्हणून आपण सायकल शिकलोच ना! प्रयत्नात कसूर होता कामा नये. पुढच्या वेळी पाहा. यश नक्की येईल. 'तुझे आहे तुजपाशी!' फक्त त्याला उपयोगात आणा. स्वतःचा आत्मसन्मान वाढवा आणि आत्मविश्वासाने जीवनाला सामोरे जा.

स्वतःला ओळखा

- आयुष्यात साध्य करण्याचे महत्त्वाचे उद्दिष्ट निश्चित केले आहे का?
- त्यासाठी लागणारा वेळ व काही निश्चित योजना यांची आखणी केली आहे का?
- कोणत्या गोष्टीवर तुमचे प्रभुत्व आहे, हे तुम्हाला माहीत आहे का?
- इतरांशी तुम्ही सहजतेने वागू शकता का?
- इतर लोकांना तुमच्याविषयी विश्वास वाटतो का?
- एखाद्या विषयावरचे तुमचे विचार स्पष्टपणे इतरांपुढे मांडायला शिका. स्मार्ट बना.

☺☹

वक्तृत्व आणि स्मार्टनेस

वक्ता दशसहस्त्रेषु

दहा हजारात एखादाच उत्तम वक्ता असतो हे खरे असले तरी दहा हजारातील एखाद्याच व्यक्तीने बोलण्याचे काम करावे हे तर काही शक्य नाही. आपली इच्छा असो नसो; आपले म्हणणे वेळोवेळी इतरांपुढे मांडावे लागते. त्यांना पटवावे लागते. कधी कुटुंबियांना आपले म्हणणे पटवून द्यावे लागते. कधी मीटींगमध्ये आपल्या डिपार्टमेंटची बाजू पटवून द्यावी लागते. एखाद्या सामाजिक, आर्थिक प्रश्नाविषयी आपली काही मते असतात, इतरांना ती सांगावीत असे आपल्याला फार वाटते, पण आपले कोण ऐकणार असे म्हणून आपण गप्प बसतो. काहीही असो; पण लोकांनी आपले बोलणे कानात प्राण आणून ऐकावे असे प्रत्येकालाच वाटते.

बऱ्याचजणांचे असे असते की, आपापल्या मित्रमैत्रिणीत, कुटुंबात बसून हे लोक फार मुद्देसूद, व्यवस्थित चर्चा करतात, पण त्यांना हेच विचार चार लोकांसमोर मांडण्यास व्यासपीठावर बोलावले की मात्र हे पळ काढतात. खरे तर भाषण म्हणजे वेगळे काय असते? एखाद्या विषयाचे सलगपणे व सुसंगतपणे केलेले प्रतिपादन म्हणजे भाषण.

उत्तम व्याख्यान देणे ही एक कला आहे. ती तुम्ही एकदा नीट शिकून घेतलीत तर तुम्ही हा हा म्हणता आपल्या बोलण्याने श्रोत्यांना मंत्रमुग्ध करू शकाल. मात्र कोणतीही कला प्राप्त करून घ्यायची म्हटले की, त्यासाठी साधना आली. गांभीर्यपूर्वक केलेले प्रयत्न आले. रामदासांनी म्हटले आहे, 'अभ्यासे प्रकट व्हावे, नाही तर झाकोनी असावे' तेव्हा आपले भाषण उत्तम कसे होईल याचा अभ्यास करा. उत्तम वक्ता व्हायचे अशी तुमची खरोखरच महत्त्वाकांक्षा असेल तर तुम्ही आतापासूनच तयारीला लागा. त्यासाठी काय करावे लागेल? कोणकोणत्या गोष्टी आपल्याला लक्षात ठेवायच्या आहेत? क्रमाक्रमाने पाहू यात.

अंतरी निर्मळ वाचेचे रसाळ –

केवळ बोलण्याची हौस भागवायची म्हणून कधीही बोलू नये. ज्याविषयी बोलायचे आहे, त्याविषयी आपल्या मनात जिव्हाळा हवा. केवळ कुणाच्या आग्रहाखातर बोलायला तयार होऊ नका. तसेच एखाद्या विषयाची सध्या चलती आहे म्हणूनही त्यावर बोलायचे

ठरवू नका. 'अंतरीचे धावे स्वभावे बाहेरी' अशा उत्स्फूर्तपणे तुमचे विचार व्यक्त व्हायला हवेत. तुमच्याकडे खरोखरच त्या विषयावर काही सांगण्यासारखे आहे, असे तुम्हाला प्रामाणिकपणे वाटले पाहिजे. त्या विषयाचे महत्त्व तुम्हाला वाटले पाहिजे. अमुक या विषयावर आपण बोललेच पाहिजे असे तुम्हाला आतून वाटले पाहिजे. असे असते तेव्हा तुमचे भाषण उत्तमच होईल यात शंका नाही.

रुक्ष आणि रटाळ भाषण कोणालाच आवडत नाही. वाचा रसाळ हवी. ऐकताना श्रोत्यांनी रंगून जायला हवे. वक्ता आणि श्रोते हे इतके एकरूप होऊन जायला हवेत की, वक्ता बोलताना क्षणभर थांबला तर त्याचे वाक्य श्रोत्याने पूर्ण करायला हवे. विवेकानंद हे भारताचे सर्वोत्कृष्ट वक्ते होते. ते व्यासपीठावर उभे राहिले की श्रोते मंत्रमुग्ध होऊन ते काय बोलतात ते जीवाचा कान करून ऐकत असत. त्यांच्या भाषणाचे वर्णन करताना, मिशिगनचे निवृत्त गव्हर्नर बॅगले यांच्या पत्नीनी लिहिले आहे, '... विवेकानंदांचा तो आरंभीचा उमटलेला आवाज अतिशय गंभीर, सुरेल संगीतासारखा! सारे सभागृह एकदम शांत होऊन गेले. ती शांतता स्पष्ट जाणवत होती. जणू समोर असलेला सारा समूह एकाच लयीत श्वास घेत होता.' इतके तादात्म्य, एकरसता श्रोते आणि वक्ता यांच्यामध्ये साधायला हवी.

जय्यत तयारी –

आपला वेळ आणि बऱ्याचदा पैसाही खर्च करून लोक तुमचे भाषण ऐकण्यासाठी येतात. त्यांची निराशा होता कामा नये. म्हणून प्रत्यक्ष भाषण अर्ध्या तासाचे असले तरी त्यासाठी आधीपासून तयारीसाठी वेळ द्या. काहीतरी थातुरमातुर बोलून वेळ मारून न्यायची असे करू नका. संबंधित विषयावरचे वाचन करून तुमचे मुद्दे तयार करा. त्याबाबतची अद्ययावत माहिती काढून ठेवा. त्या विषयातील एखाद्या तज्ज्ञाला किंवा एखाद्या तटस्थ जाणकार व्यक्तीला भाषणाचा मसुदा दाखवून त्यात काही सुधारणा असल्यास त्या अवश्य करून घ्या. जसा वेळ मिळेल तसे त्या विषयावरचे चिंतन चालू ठेवा. काही नवीन मुद्दे सुचतील. ते नोंदवून ठेवा. आणि मग तुमच्या दृष्टीने आदर्श असे भाषण तयार करा.

व्यासंग, चिंतन, अनुभव आणि निरीक्षण यांच्या मंथनातून वर आलेले नवनीत म्हणजे तुमचे भाषण असेल. डॉ. बाबासाहेब आंबेडकर एके ठिकाणी म्हणतात, 'माझी वक्तृत्वकला वाढवण्यासाठी मी पराकाष्ठेचे श्रम केले आहेत. बारा-बारा वेळा मी माझे भाषण लिहून काढले आहे. आता यापेक्षा या विषयावर कोणालाही अधिक काही सांगता येणार नाही अशी जेव्हा माझी खात्री होई तेव्हाच मी भाषण करीत असे.' भाषण देण्यापूर्वी अशी आपली जय्यत तयारी पाहिजे.

सुरुवात आकर्षक करा –

विवेकानंदांनी शिकागोला केलेले भाषण खूप गाजले. भाषणाच्या सुरुवातीलाच त्यांनी माझ्या बंधूंनो आणि भगिनींनो असे म्हणून श्रोत्यांना आपलेसे केले होते. तिकडील श्रोत्यांना, 'सभ्य स्त्री–पुरुषहो!'(लेडीज अँड जन्टलमेन) किंवा 'मित्रहो!' (फ्रेन्ड्स) असेच संबोधन ऐकण्याची सवय होती. हा विश्वबंधुत्वाचा भाव पाश्चात्यांनी तेव्हा पहिल्यांदाच ऐकला. या भाषणाचे वर्णन करताना तिथल्या एक लेखिका म्हणतात, '... फक्त सहा शब्द आणि जणू सर्वांच्या शरीरातून विजेचा प्रवाह जावा तसे सारे सभागृह थरारून गेले. कानठळ्या बसाव्यात असा टाळ्यांचा प्रचंड कडकडाट झाला आणि तो पुरी दोन मिनिटे चालू होता.' त्यानंतरही त्यांच्या भाषणाला वाक्यावाक्याला टाळ्या पडत होत्या. मात्र आपल्यासारख्या वक्त्यांनी एवढे लक्षात घ्यावे की, पहिल्या फटक्यात एकदा तुम्ही श्रोत्यांना जिंकून घेतलेत की, पुढचे काम सोपे होते.

भाषणाची सुरुवात फार लांबवून नमनालाच घडाभर तेल घालवू नका. कारण तुम्ही नंतर कितीही महत्त्वाचे मुद्दे सांगणार असलात तरी एकदा तुमच्या भाषणातून श्रोत्यांचे लक्ष उडाले की, त्यांना गुंतवून ठेवणे अवघड होते. म्हणून सुरवातीलाच एखादा चुटका, मजेशीर वाक्य टाकून श्रोत्यांना आकर्षित करून घ्यावे. काहीजण आपल्याच भाषणाच्या विचारात इतके गुंग असतात की, बाकी वक्ते काय बोलतायत तिकडे त्यांचे लक्षच नसते. असे न करता आधीच्या वक्त्यांची भाषणे, निवेदन नीट ऐकावे. त्यातला एखादा धागा उचलून त्यावर तुमची एखादी मिस्कील कॉमेंट करूनही तुम्हाला भाषणाची सुरुवात करता येईल.

भरतवाक्य –

भाषणाची सुरुवात जशी महत्त्वाची आहे, तितकीच... किंबहुना जास्तच भाषणाचा शेवट महत्त्वाचा आहे. कारण आपले भाषण संपते, तेव्हा त्याचा शेवटचा ठसा श्रोत्यांच्या मनावर कायमचा उमटलेला राहतो. उत्तम भाषण ते, जे संपल्यावरही ऐकणाऱ्याच्या मनात रेंगाळत राहते. म्हणून भाषणाचा शेवट कोणत्या मुद्याने करायचा, यावर आधीच विचार करून ठेवावा. कोणत्या भरतवाक्याने भाषण संपवायचे हे विचारपूर्वक ठरवावे. भाषण संपल्यावर श्रोते टाळ्या वाजवतात. या टाळ्या अधिक जोशपूर्ण हव्या असतील तर आपल्या भाषणाचा शेवट आकर्षक व परिणामकारक व्हायला हवा.

विद्याधर पुंडलीक या प्रसिद्ध लेखकाने स्वा. सावरकरांच्या तेजस्वी वक्तृत्वाचे अतिशय प्रभावी शब्दात वर्णन केले आहे. ते म्हणतात, "... अशा प्रभुत्वाने सारे श्रोते काबीज केल्यावर त्यांच्या व्याख्यानाचा शेवट व्हायचा. काय ते त्यांच्या व्याख्यानाचे

शेवट ! सरसर पेटत जाणारा अग्निबाण अखेरीस फुटून त्यातून प्रकाशाचा लोळ निखळून पडावा अशी दीप्ती त्यात असे!' आपल्या भाषणाचा शेवट म्हणजे संपूर्ण भाषणाचे पर्यवसान आहे हे विसरू नये. भाषणाचे सूत्र अखेरपर्यंत नेता आले पाहिजे. ते मधेच कुठेतरी सुट्टू देऊ नये. कुठेतरी गडगडत जाऊन मधेच थांबल्यासारखे भाषण संपवू नये. भाषणाचा शेवट नेहमीच गोळीबंद, जोरकस व्हायला हवा.

देश तसा वेष –

तुम्ही कोणत्या विषयावर बोलणार आहात, तुमच्यासमोरचा श्रोतृवर्ग कोणत्या प्रकारचा आहे, त्यानुसार तुमचे कपडे, बोलणे, वागणे हवे. तुम्ही मराठी भाषेचा अभिमान धरा असे सांगणारे भाषण इंग्रजीत केले तर चालेल का? गोबर गॅस वापरण्याची पद्धत समजावून सांगण्यासाठी गेलात आणि परीटघडीचे पांढरेशुभ्र कपडे, कोटटाय घालून गेलात तर ऐकणाऱ्यांना तुम्ही आपल्यातले वाटणार नाही.

तुम्हाला एक किस्सा माहीत आहे? नव्यानेच कृषी पदवीधर झालेला एक तरुण खेडेगावात जातो. शेतामध्ये एकजण घेवड्याची निगराणी करीत असतो. हा तिथे जाऊन म्हणतो, ''अरे, या पद्धतीने गवारीला पाणी देऊन कसे चालेल?'' म्हणजे मुळात पीक घेवड्याचे आहे की गवारीचे आहे, हेच तो तरुण ओळखू शकत नाही. तेव्हा नुसते पुस्तकी पांडित्य नेहमीच उपयोगी पडत नाही. त्या विषयातले खरेखुरे ज्ञान तुम्हाला हवे.

शब्दशक्ती जाणा –

तलवारीपेक्षाही लेखणी अधिक प्रभावी असते असे म्हणतात. शस्त्राने केलेले घाव कालांतराने बुजतात पण शब्दांनी केलेले घाव अधिक खोलवर असतात. 'शब्द हे शस्त्र आहे, ते जपून वापरा' हे आपण शाळेत शिकलेलो आहोत. काहीजण केवळ आपल्या शब्दांच्या साह्याने मोठमोठ्या जमावांना हसायला लावतात, रडवतात. शब्दांनी जमाव चेकाळतो. प्रभावी वक्ते देशासाठी लढण्यास शब्दांनी उद्युक्त करतात. मृतवत झालेल्यांनाही शब्दांनी संजीवनी मिळू शकते. असे काय असते या वक्त्यांमध्ये? गायकांचा आवाज आपल्यापेक्षा मधुर असतो. ॲथलिट्सचे शरीर जास्त लवचिक असते. पण उत्तम वक्त्यांमध्ये आपल्यापेक्षा वेगळे काय असते? आपल्यात आणि त्यांच्यात फरक इतकाच असतो की, जे काही त्यांच्याजवळ आहे, त्याचा ते संपूर्ण उपयोग करतात. ते त्यांचे हात वापरतात, शरीर वापरतात, चेहऱ्यावर वेधक हावभाव दाखवतात. आपण कोणत्या प्रकारच्या श्रोत्यांसमोर बोलतो आहोत हे ते लक्षात घेतात. आपल्या आवाजात

अनेक चढउतार करतात, चेहऱ्यावर वेगवेगळे भाव दर्शवतात. बोलण्याचा वेग कमीजास्त करतात. इतकेच काय, मधेच स्तब्ध राहून त्या शांततेचादेखील ते उपयोग करून घेतात.

भाषण देताना ऐकणाऱ्यांना कशात रस आहे ते पाहा. त्यांची जीवनशैली कोणती आहे ती लक्षात घ्या. मग त्यांच्याशी बोलताना त्याला पूरक अशा प्रतिमांचा वापर करा. तुमचे मुद्दे अधिक ठाशीव करण्यासाठी ते मुद्दे ऐकणाऱ्याच्या परिचयातील प्रतिमांशी कसे जुळतील त्याचा शोध घ्या. स्वतःच्याच ठरलेल्या जगातली भाषा वापरू नका. बागायतदारांसमोर बोलता आहात का? मग 'धीर धरा रे, धीरापोटी, असती फळे रसाळ गोमटी' असे त्यांना सांगा. शेतकऱ्यांसमोर बोलत असाल तर बैल गेल्यावर झोपा करण्यात काही अर्थ नसतो या शब्दात त्याला योग्य वेळेचे महत्त्व सांगा. तुम्ही स्त्रियांच्या ग्रुपसमोर बोलता आहात का? एखादी गोष्ट सिद्ध करण्यासाठी हातच्या काकणाला आरसा कशाला? असे त्यांना विचारा.

प्रभावी शब्द वापरा –

कधीकधी विशिष्ट वाक्प्रचार, म्हणी यांचा प्रभाव जास्त पडतो. उदाहरणार्थ, राजकारणी असे पुष्कळ वेळा बोलतात. 'आता पुन्हा नवीन टॅक्स नाही, माझा शब्द आहे हा!' या शब्दात बोलण्याऐवजी ते जर असे म्हणाले असते, 'मी काही आता नवीन टॅक्सेस वाढवणार नाही' तर लोकांनी त्यांच्या आश्वासनाची इतकी गंभीर नोंद घेतली नसती.

''महाशय, या आरोपीचे हात रक्तरंजित झाले आहेत,'' असे न्यायाधीशाला जेव्हा वकील म्हणतो, तेव्हा आरोपीने कुणाचे तरी रक्त सांडले आहे हे न्यायाधीशांच्या पक्केच लक्षात येते. त्याऐवजी आरोपीने त्याला जखमी केले आहे असे म्हटल्यास त्याचा इतका परिणाम न्यायाधीशावर होणार नाही.

म्हणून सपक, भोंगळ शब्द किंवा तशी वाक्यरचना टाळा. समोर अनेक प्रकारचे लोक बसलेले असतात. सगळ्यांना एकाच वेळी आकर्षून घेण्यासाठी तुमचे बोलणेही तसेच आकर्षक असायला हवे. चटकन अपील होणारी भाषा हवी. बाळासाहेब ठाकरे आपल्या अशा प्रकारच्या बोलण्यासाठी प्रसिद्ध आहेत. त्यांच्या एखाद्या वाक्यानेसुद्धा सारी सभा रोमांचित होते.

मुद्देसूद बोला –

भाषणात मुद्देसूदपणा हवाच. कोणत्याही व्याख्यानात वक्त्याकडून काय अपेक्षित असते? संबंधित विषयाची जी बाजू बऱ्याचशा श्रोत्यांना अज्ञात असते, ती त्याने प्रकाशात आणली पाहिजे. काही गोष्टी सर्वांना माहीत असतात, तरीसुद्धा त्या तज्ज्ञ व्यक्तीच्या तोंडून त्यांना ऐकायला आवडतात. म्हणून त्या सांगतानाही त्यातले सौंदर्य, आशय तुम्हाला अधिक खुलवून सांगता आला पाहिले पाहिजे.

पुष्कळजण समोर श्रोतृवृंद बसला आहे तर घ्या हात धुवून अशा अविर्भावात सुचेल तसे बोलत जातात.कोणी उपदेश करीत बसते, कोणी जुन्या आठवणी काढत बसते. भाषणाचा विषय राहतो बाजूला आणि काहीजण त्या निमित्ताने त्यांना सलणाऱ्या विषयावरच बोलत राहतात. अवांतर बोलू नका. मोघम बोलण्यापेक्षा नेमकेपणाने बोला. लोकांना तेच आवडते. तुमच्या भाषणाचा विषय काय आहे? त्याला धरूनच तुम्हाला मुद्दे मांडावे लागतील.

नेमके कोणत्या विषयावर बोलणे अपेक्षित आहे हे आयोजकांना विचारून नीट स्पष्ट करून घ्या. उगाच त्या विषयाच्या निमित्ताने आपले बाकीच्या गोष्टींविषयीचे विचार सांगण्याची हौस भागवण्याची ही जागा नाही. पाल्हाळ लावू नका. आपल्याला प्रवचनासाठी बोलावलेले नाही. विशिष्ट विषयावर आपले मत सांगण्यासाठी आपण उभे आहोत याचे भान ठेवा.

आवाक्यातला विषय घ्या –

तुमच्याकडे पुष्कळ विषयांच्या माहितीची रेलचेल असेल. ती सगळीच्या सगळी भेंडोळी लोकांपुढे सोडत जाऊ नका. एकदम खूप मोठा विषय घेण्यापेक्षा त्यातील एखाद्याच मुद्याचे नेमके विवरण करा. म्हणजे एकंदर भारतातील स्थिती या विषयावर बोलायला लागलात तर भारतातल्या स्थितीइतकेच तुमचे भाषण गोंधळाचे होऊन जाईल. त्यापेक्षा पुण्यातील रस्ते, बेळगावचा सीमाप्रश्न, मुंबईतील रासायनिक कारखाने असे विशिष्ट विषय निवडून त्यावर जास्तीत जास्त सखोल भाष्य करा. त्या प्रश्नाचे मूळ शोधून त्यावर बोला.

आपल्याजवळचे सगळे ज्ञान समोरच्यांपुढे ओतण्याचा अट्टाहास केलात तर तुम्हाला आपण खूप विद्वत्तापूर्ण बोललो याचे समाधान मिळेल पण ऐकणारा असमाधानीच राहील. कारण खूप गोष्टी त्याच्या डोक्यात एकाच वेळी कोंबायला

गेलात तर त्याला कोणताच मुद्दा स्पष्टपणे समजणार नाही. म्हणून आपले भाषण ऐकणारे श्रोते कसे आहेत, हे लक्षात घेऊन त्यानुसार विषयाची मांडणी करा.

निःसंदिग्धपणा ठेवा –

बोलायला सुरुवात करताना त्या विषयाचे स्पष्ट नाव सांगावे. त्यातल्या कोणत्या मुद्यावर तुम्ही विशेष भर देणार आहात ते स्पष्ट करावे. विषयप्रवेश करताना आतापर्यंतच्या स्थितीचा थोडक्यात आढावा घ्यावा. मग सद्यस्थितीचे नेमके वर्णन करावे. कळीचा प्रश्न कोणता आहे ते थेटपणे सांगावे. आणि मग आपल्या भाषणातून त्यावर आपल्याला सुचणारी उत्तरे सांगावीत. परिस्थितीचे नुसते भयावह वर्णन करून सोडून देऊ नये.

वाहतूक समस्येविषयी बोलायचे असेल तर संबंधित कार्यालये, वाहतुकीचे नियम यांचा नेमका तपशील द्या. एखादा शिक्षणक्रम उपयोगी असल्याचे सांगताना संबंधित संस्थेचे नाव, पत्ता सांगता यायला हवा. देत असलेली माहिती अधिकृत, अचूक असावी.

सोपे बोला –

ज्या विषयाबद्दल बोलायचे आहे, त्याबद्दल तुम्ही स्वतः खूप माहिती गोळा करा. शास्त्रशुद्ध पद्धतीने तो विषय समजावून घ्या. असे म्हटले जाते की, 'बहुत करावे पाठांतर, कंठी धरावे ग्रंथांतर' पण बोलताना पुस्तकी भाषा न वापरता बोलीभाषेतच बोला. विषय मांडताना उगाचच तांत्रिक भाषा वापरून भाषण क्लिष्ट करू नका. आपण बोलतो ते नीटपणे ऐकणाऱ्यापर्यंत पोचणे, आपल्याला जे म्हणायचे आहे तेच त्याला समजणे ही आपली जबाबदारी आहे. ती नीट पार पाडा.

तुमचे विचार अगदी ज्ञानी माणसासारखे असावेत. ते मांडताना मात्र अतिशय सामान्य माणसालासुद्धा कळतील अशा सोप्या भाषेत ते सांगा. भाषण संपल्यावर ऐकणाऱ्याला काहीतरी ठोस विचार समजल्याचे समाधान मिळायला हवे. त्या त्या विषयातले जे तज्ज्ञ असतात, त्यांना त्यातली सांकेतिक भाषा, पारिभाषिक शब्द माहीत असतात. पण तुम्ही त्या तांत्रिक भाषेत सर्वसामान्य श्रोत्यांपुढे बोलू लागलात तर ते गोंधळून जातील. भाषण ऐकण्यास कंटाळतील. तेव्हा त्यांच्या परिचयातले शब्द वापरून विषय समजावून देता आला पाहिजे.

व्यासपीठावरील वावर –

आपले विचार ठामपणे पण शांतपणे मांडावेत. त्यासाठी तावातावाने तार स्वरात बोलायची गरज नाही. आवेशाने व्यासपीठावर फेऱ्या मारणे, हातवारे आणि अविर्भाव

यांचा अतिरेक करणे हे टाळावे. या बाबतीत महाराष्ट्रातले विचारवंत प्रा.स.ह.देशपांडे यांची भाषणे ऐकण्यासारखी असतात. आपले गंभीर विषयावरचे महत्त्वाचे विचार ते इतक्या शांतपणे, ठामपणे, पुराव्यासह, सोदाहरण सांगत असतात की, श्रोत्यांना ते पटवून घेण्याखेरीज गत्यंतरच राहात नाही.

काही लोकांना बोलत असताना थोड्या थोड्या वेळाने टाळ्यांसाठी प्रेक्षकांकडे बघण्याची सवय असते. असे कधीच करू नका. न मागता टाळ्या मिळायला हव्यात.

बोलताना प्रत्येक अक्षर स्पष्ट उच्चारावे. वाक्य संपल्यावर क्षणभर थांबावे. फार सावकाश बोलल्यास भाषण कंटाळवाणे होते. जास्त गडबडीने बोललात तर तुम्ही नेमके काय बोलता आहात ते समजेनासे होते. आपण फार महत्त्वपूर्ण बोलतो आहोत असे दाखवण्यासाठी काहीजण एकदम खालच्या पट्टीत खर्जातला आवाज काढतात. ते कृत्रिम वाटते. आपण नेहमी संवाद करतो, त्यापेक्षा थोड्या मोठ्या आवाजात बोलले म्हणजे पुरे.

आपण नेहमी घालतो तसे... ज्यात आपल्याला कंफर्टेबल वाटते, असे कपडे घालावेत. माझे विचार इतके भारी आहेत की, कपड्यांना काही महत्त्व नाही, अशी ऐट करण्यापेक्षा चांगले दिसतील असे कपडे असावेत. तोंडात सुपारी, गुटका असले काही ठेवू नये. भाषणापूर्वी घशाची काळजी घ्यावी. भाषणाआधी खूप जेवण केल्यास धाप लागू शकते. म्हणून हलका आहार घ्यावा.

रंजकता आवश्यक –

आपले भाषण रंजक झाले पाहिजे. विषय कितीही अवघड असू द्या. भाषण रुक्ष किंवा कंटाळवाणे होता कामा नये. त्यासाठी मधूनमधून त्यात लहानमोठे विनोद घालावेत. एखादा सुरेख किस्सा सांगा. आपली शैली आकर्षक असली पाहिजे. शक्यतो मुद्दा पटवताना उदाहरणे द्या. म्हणजे तुमचे म्हणणे चटकन समजते. विषयास अनुरूप अशी उद्धृते, एखादा शेर, साररूप सुभाषित यांची पखरण जरूर करा.

उदाहरणार्थ, डोळे मिटून परंपरांचे अनुकरण करणे कसे हास्यास्पद ठरते ते सांगताना एका भक्ताची गोष्ट तुम्हाला सांगता येईल. हा भक्त देवळाच्या नदीकाठी आंघोळीला जातो तेव्हा त्याला दिसते की एकजण वाळूची पिंड करून आंघोळीला गेला. तोही तशीच पिंड करून जातो. परत येऊन पाहतो तर सगळीकडे पिंडीच पिंडी. शोध घेतल्यावर त्याला कळते की, आपल्याप्रमाणेच सगळ्यांनी ही इथली प्रथा असावी असे समजून पिंडी केल्यात. तो पहिल्या माणसाला गाठतो तेव्हा त्याला

कळते की, आपल्याजवळची पैशाची थैली काही वेळासाठी एका भक्ताने पुरून ठेवली होती. ती पुन्हा सापडणार कशी म्हणून त्यावर खुणेसाठी पिंड करून ठेवली. सगळेचजण आंधळेपणाने ही प्रथा अनुसरतात आणि एका अर्थाने त्या पहिल्या मांणसाची पंचाईत करून ठेवतात. नुसते उपदेशात्मक भाषण करण्यापेक्षा अशा चुटक्यांचा अधिक परिणाम होतो.

सुटसुटीत वाक्ये, अर्थवाही शब्द –

काहीजण बोलता बोलता इतके वाहवत जातात की, त्यांचे वाक्यच पूर्ण होत नाही. लांबलचक एकाला एक जोडून बोलतच राहतात. ऐकणारे लोक आपले त्यात बुडून जातात आणि ह्यांना नेमके काय म्हणायचे आहे तो अर्थ हाती लागण्यासाठी हातपाय मारत बसतात.

प्रत्येक वाक्य नीट पूर्ण करा. लहान लहान वाक्ये बोला. उगाच शाब्दिक कोट्या करण्याचा मोह टाळा. एक मुद्दा संपल्यावर दुसरा बोलायला घ्या. आवश्यक तेच आणि तेवढेच शब्द बोला. पण, म्हणून, म्हणजे, तर अशा शब्दांनी वाक्याला वाक्य जोडून त्याचा भलामोठा परिच्छेद करू नका. त्याऐवजी अर्थवाही शब्द वापरून सुटसुटीत वाक्ये बोला. तिसरा मुद्दा, याचा अर्थ असा की, उदाहरणार्थ, अखेरीस असे शब्द वापरून आपले भाषण प्रभावी करा.

चार्ट, आकृत्या –

बोलताना आपल्या म्हणण्याला पूरक अशी काही अभ्यासकांची मते असल्यास त्यांचा संदर्भ द्यावा. तसेच फळा असल्यास आकृती काढून, चार्ट दाखवून आपले मुद्दे पटवावेत. उदाहरणार्थ, वेळेचे नियोजन या विषयावर बोलण्यासाठी प्रथम वेळेचे महत्त्व श्रोत्यांच्या मनावर ठसवावे लागेल. त्यासाठी या प्रकारचा चार्ट काढून ज्याला कुणाला आयुष्यात काही संपादन करायचे असेल त्यांना वेळ काढणे आणि त्यासाठी वेळेचे नियोजन करणे आवश्यकच आहे हे आपण दाखवून देऊ शकतो.

↑ वेळ काढणे
(वेळेचे नियोजन)
रोजचे प्रयत्न

↑ (वाचनचिंतन / व्यायाम आहार)
आत्ताचे ध्येय

↑ (ज्ञानसंपादन किंवा आरोग्यसंपादन)
व्यक्तिमत्त्वाचा विकास साधणे

वेळ पाळा –

महत्त्वाचे म्हणजे दिलेल्या वेळातच आपले भाषण संपले पाहिजे. त्यासाठी भरपूर सराव करावा. सरळ घड्याळ लावून आपले बोलणे तेवढ्या वेळेत होते आहे ना, ते मोठ्यांदा बोलून पाहावे. एकदा एक वक्ता बोलायचे थांबेचना. काही वेळाने हातातले घड्याळ पाहात तो म्हणाला, ''सॉरी, घड्याळाकडे माझं लक्षच गेलं नाही.'' श्रोत्यांमधला एकजण म्हणाला, ''अहो, पण कॅलेंडर आहे ना समोर, तिकडे तरी लक्ष द्या.'' थोडक्यात, श्रोत्यांच्या सहनशक्तीचा अंत पाहू नका. आपण इतके परिश्रमपूर्वक तळमळीने मांडत असलेले विचार श्रोत्यांनी मनःपूर्वक ऐकावेत असे वाटत असेल तर ते ऐकण्याच्या मन:स्थितीत आहेत तोपर्यंतच त्यांना सांगा.

म्हणी, सुभाषिते, संतवचने –

आपल्या वाङ्मयामध्ये म्हणींचा, वाक्प्रचारांचा फार मोठा खजिना आहे. समर्पक संतवचने आहेत. संस्कृतमध्ये सुभाषिते आहेत. आपल्याला जे म्हणायचेय ते मार्मिक शब्दात या विद्वान लोकांनी आधीच म्हणून ठेवले आहे. जीवनाचे तत्त्वज्ञानच ते अशा वेळी मांडून जातात. ते माहीत करून घ्या. त्याचा वापर करा. रामदासांनी तर वळणदार अक्षरापासून उत्तम राजाच्या लक्षणांपर्यंत अनेक बाबतीत मोजक्या शब्दात मार्गदर्शन केले आहे.

एका आरोग्यविषयक शिबिरामध्ये तिथल्या डॉक्टरांनी आम्हाला रामदासांनी मूर्खांची लक्षणेमध्ये सांगितलेला 'जो स्वतःच्या आरोग्याची काळजी घेत नाही तो एक मूर्ख' अशा अर्थाचा श्लोक सांगितला होता. एखाद्या सभेमध्ये तुम्ही बोलण्याआधी एखाद्या पट्टीच्या वक्त्याचे भाषण झाले असेल तर तुम्ही भाषणास सुरुवात करताना

ज्ञानेश्वरांची 'राजहंसाचें चालणें भूतळीं जालिया शाहाणें । आणिकें काय कोणें चालावेंचि ना ।।' ही ओवी म्हणून राजहंसाचे चालणे पुष्कळ डौलदार असते; पण म्हणून इतरांनी चालूच नये का, असा त्याचा अर्थ सांगावा व त्यांच्या भाषणाशी माझी बरोबरी होणार नाही पण मीही चार शब्द बोलू इच्छिते अशा भावना तुम्ही व्यक्त करू शकता. त्यातून तुमचा विनय व बहुश्रुतता दोन्हीही लक्षात येईल.

रंगीत तालीम –

इडली, ऑर्किड आणि मी लिहिणारे यशस्वी उद्योजक विठ्ठल कामत यांना जेव्हा त्यांच्या व्यवसायातला सर्वोच्च पुरस्कार मिळाला, त्याच्या आदल्या रात्री त्यांनी त्या सभागृहात प्रवेश मिळवला. तिथे जाऊन त्यांनी ते व्यासपीठ पाहून घेतले. त्यावर चढून कसे जाता येईल, बक्षीस कसे घ्यायचे हे सगळे त्यांनी प्रत्यक्ष करून पाहिले. त्याची रिहर्सल केली. तुम्हाला इतके शक्य नसले तरी, सभास्थानी दहा मिनिटे आधी पोचून व्यासपीठ, आपली जागा, इतर मंडळींची जागा, श्रोतृवर्गाचे निरीक्षण या गोष्टी तुम्हाला जरूर करता येतील. त्यामुळे तुमच्या कामगिरीवर नक्की चांगला परिणाम होईल. आपले श्रोते प्रौढ आहेत की तरुण, कोणत्या आर्थिक स्तरातले आहेत, श्रोत्यांची संख्या किती असेल इत्यादी गोष्टी आधीच माहीत असतील तर ऐन वेळची 'काय होईल, कसं होईल' ही धाकधुक कमी होईल. हीच गोष्ट रामदास स्वामींनी पुढील शब्दात सांगितली आहे, 'सावधपणे सर्व जाणावे, वर्तमान आधीच घ्यावे.'

स्वामी विवेकानंदांचे शिकागोला केलेले भाषण किती गाजले ते आपल्याला माहीत आहे. पण तुम्हाला हे माहितेय का? शिकागोला सर्व धर्मांचे प्रतिनिधित्व करण्यासाठी जे प्रतिनिधी बोलणार होते, त्यांच्याकडे देशाकडून मिळालेले तसे ओळखपत्र असणे आवश्यक होते. स्वामी विवेकानंद हिंदुधर्माचे प्रतिनिधी म्हणून शिकागोला गेले खरे, मात्र तसे ओळखपत्र त्यांच्याजवळ नव्हते. पण ते निराश झाले नाहीत. ही धर्मपरिषद सुरू होण्यास पाच आठवड्यांचा अवधी होता. या वेळाचे त्यांनी अक्षरशः सोने केले. या अवधीत त्यानी अमेरिकेत ठिकठिकाणी व्याख्याने दि ली. त्याने प्रभावित होऊन त्यांना या परिषदेत बोलण्याची संधी देण्याचे आयोजकांनी ठरवले. पुढे हेच भाषण जगभरात गाजले. भाषणापूर्वीचा वेळ किती कारणी लावता येतो, याचे हे उत्कृष्ट उदाहरण आहे.

श्रोत्यांना खिळवून ठेवा –

व्यासपिठावर बोलत असताना श्रोत्यांकडे लक्ष ठेवा. त्यांच्या डोळ्याला डोळे भिडवून बोला. मात्र असा एकच श्रोता निवडू नका. सर्वांच्या प्रतिक्रिया जाणून घ्या. मधूनमधून श्रोत्यांना प्रश्न विचारा. एका मुद्यातून दुसऱ्या मुद्याकडे वळताना थोडा पॉज घ्या. नुसते भाषण ठोकायचे नाही. श्रोत्यांशी संवाद साधत बोलायचे आहे, हे लक्षात घ्या.

एकदा एका मुलाखतीत प्रसिद्ध अभिनेते विक्रम गोखले यांना विचारले गेले की, संवाद म्हणताना तुम्ही एवढा दीर्घ पॉझ का घेता? ते उत्तरले की, समोरच्याच्या बोलण्याला प्रतिसाद म्हणून मी बोलणार असतो. त्याचे बोलणे संपतासंपताच मी बोलू लागलो तर त्याचा अर्थ असा होतो की, तो काहीही बोलला तरी मी काय बोलायचेय हे मी आधीच ठरवलेय. तो मग संवाद उरत नाही. तुम्ही जेव्हा भाषण करीत असता, तेव्हा तुम्हीही श्रोत्यांशी संवादच करीत असता. वक्ता तो वक्ताचि नव्हे। श्रोतेविण ।। असे ज्ञानेश्वरांनी म्हटले आहे. श्रोतेच नसतील तर वक्त्याला कोण विचारतो? म्हणून श्रोत्यांचे महत्त्व जाणा. नुसते पाठ केल्यासारखे धाडधाड भाषण ठोकू नका.

कोणी जांभई देतेय का, आपसात कोणी बोलतेय का... थोडक्यात आपण श्रोते असताना समोरचे भाषण कधी आटपतेय असे आपल्याला वाटते तेव्हा आपण कायकाय करतो ते आठवा आणि तसे करताना कुणी दिसतेय का यावर लक्ष ठेवा. श्रोत्यांच्या प्रतिक्रियांची दखल घ्या. रुक्षपणे, चेहऱ्यावरची माशीदेखील न हलवता बोलू नका. आपले भाषण हा एक प्रकारे नाट्याभिनयच असतो. आवश्यक तिथे

हावभाव करा, सहज होणारे हातवारे करा, विषय खुलवून सांगा, आवाजात चढउतार ठेवा; थोडक्यात, काहीही करा पण श्रोत्यांना खिळवून ठेवा.

विरोधी मुद्यांचाही विचार करून ठेवा -

काही वेळा भाषणानंतर चर्चा, प्रश्नोत्तरांचा कार्यक्रम ठेवलेला असतो. अशा वक्त्याची जास्त तयारी असावी लागते. त्यासाठी संबंधित विषयाची सर्वांगीण व सखोल माहिती असायला हवी. संभाव्य मुद्दे किंवा प्रश्न काय असू शकतील याचा आधीच विचार करून ठेवावा.

मध्यंतरी छाप-काटा नावाचे एक सदर प्रकाशित होत होते. त्यामध्ये तरुण पिढी आणि आधीची पिढी , कंडक्टर आणि प्रवासी, कामगार आणि कंपनीमालक अशा दोन विरुद्ध भूमिकांची बाजू त्यांच्या शब्दात मांडली जात असे. आपणही तसाच सराव करावा. मतभेदाचे मुद्दे काढून त्याची उत्तरे काढून ठेवावीत. म्हणजे ऐन वेळी गोंधळून जावे लागणार नाही. त्यातूनही एखादा विरोधी मुद्दा रास्तपणे समोर आला तर ते मतही खुलेपणाने स्वीकारावे. आपलेच मत पुढे रेटत राहण्याचा आग्रह धरू नये.

देहबोली -

आपली देहबोली प्रसन्न, सिन्सिअर अशी असावी. लोकांना आपल्याविषयी विश्वास वाटला पाहिजे. आपल्या लकबी एरवी आपल्या लक्षात येत नाहीत. पण व्यासपीठावर उभे राहतो तेव्हा अनेकांचे डोळे आपल्याकडे लागलेले असतात. अशा वेळी दोन हातांच्या मुठी एकमेकात चोळत राहणे, मानेवरून किंवा डोक्यावरून हात फिरवणे, कपड्यांशी चाळा करणे, पुढेमागे डोलल्यासारखे करणे अशासारख्या गोष्टी टाळाव्यात. अशी काही लकब आपल्याला आहे का हे मित्रमंडळीत बोलून बघितलेत तर ते तुम्हाला सांगतीलच; शिवाय आरशासमोर उभे राहून बोललात तरी तुम्हाला ते कळेल.

एखादी व्यक्ती कदाचित तुमच्या म्हणण्याला जास्त प्रतिसाद देत असेल पण म्हणून सारखे तिच्याकडेच बघून बोलायचे, तिलाच आपले म्हणणे पटवून सांगायचे असे करू नका. सर्व श्रोत्यांकडे आलटून पालटून पाहावे. तसेच व्यासपीठावर अन्य लोक बसलेले असतात, त्यांच्याकडे वळून बोलण्याची कुणाकुणाला सवय असते. अशाने माईकपासून दूर गेल्याने समोरच्यांना नीट ऐकू येत नाही. आणि समोर एवढा

मोठा श्रोतृवृंद बसलेला असताना त्यांच्याकडे पाठ करून व्यासपीठावरील एखाद्याच व्यक्तीला आपले म्हणणे पटवून देते बसणे उचित दिसत नाही.

हजरजबाबीपणा –

वक्त्याजवळ हजरजबाबीपणा हवाच. तुम्ही कितीही तयारी करून गेलात तरी शेवटी श्रोते हा घटक ऐन वेळीच समोर येतो. त्यांच्या प्रतिक्रिया कशा उमटतील सांगता येत नाही. अशा वेळी गडबडून न जाता वेळ निभावून नेता आली पाहिजे. त्यासाठी प्रसंगावधान हवे. आत्मविश्वासाने परिस्थिती हाताळता आली पाहिजे.

एकदा आचार्य अत्रे बोलायला उभे राहिले आणि श्रोत्यांना उद्देशून म्हणाले, ''सभ्य स्त्रीपुरुष हो!'' श्रोत्यांमधून अचानक आवाज आला, ''ओ!'' यावर वक्त्याने काय प्रतिक्रिया व्यक्त करायची? पण अत्रे मुळीच न डगमगता म्हणाले, ''मी सभ्य स्त्रीपुरुषांना म्हणतोय, तुम्हाला नाही.'' अर्थातच एका वात्रट श्रोत्याची अशी फजिती केल्यावर त्यांचे पुढचे 'हशे आणि टाळ्या' त्यांनी नेहमीप्रमाणे वसूल करून घेतले हे सांगायला नकोच.

पथ्ये –

बऱ्याच लोकांचे काही शब्द फार लाडके असतात. एखाद्या विशिष्ट शब्दाची पुनरावृत्ती आपल्या भाषणात होत नाही ना, इकडे लक्ष द्या. विलक्षण, अप्रतिम, प्रचंड असे शब्द जपून वापरावेत. त्यामुळे आपले भाषण समतोल राहात नाही. आपल्या ज्ञानाला मर्यादा असतात याची जाणीव ठेवावी. उगाच काहीतरी भरमसाठ विधाने करू नयेत. वादग्रस्त, न्यायालयीन बाबतीत जपून बोलावे. अश्लीलता, पांचट कोट्या यांचा वापर टाळावा. व्यंगावरून चेष्टा करू नये. सरदारजीचा माठपणा, स्त्रियांचा बावळटपणा, मारवाड्यांचा चिक्कूपणा या गोष्टींवरून मल्लीनाथी करण्यामध्ये त्या लोकांची चेष्टा होत नसून आपला असंस्कृतपणा दिसून येतो हे ध्यानात ठेवा. भाषणामध्ये मुख्य महत्त्व तुमच्या विषयमांडणीस असते. ते तुम्ही जितक्या कौशल्याने कराल तेवढे तुमचे भाषण यशस्वी ठरेल. त्यासाठी असल्या कुबड्यांचा आधार घेण्याची गरज नाही.

भाषण करताना माईक हे साधन अत्यंत महत्त्वाचे असते हे विसरू नये. तुमचे भाषण श्रोत्यांपर्यंत पोचवण्याचे फार महत्त्वाचे कार्य ते करीत असते. तेव्हा माईकचे भान ठेवावे. नाहीतर तुमचे भाषण कितीही चांगले असले, पण ते जर श्रोत्यांना ऐकूच आले नाही तर त्याचा काय उपयोग? म्हणून माईकजवळ तोंड ठेवावे. हातात माईक घेऊन बोललेले चांगले. कारण बोलताना कितीही ठरवले, तरी आपली मान

आजूबाजूला फिरत असते. मग माईक समोर नसताना बोललेले शब्द हवेतच विरून जातात. म्हणून आपले तोंड फिरेल तसा माईकही फिरवावा.

तोचतोचपणा टाळा –

एक विद्वान त्याच त्याच विषयावर बोलून कंटाळलेले असतात. पण आमंत्रणे तर येत असतात. एक दिवस त्यांचा ड्रायव्हर त्यांना म्हणतो, ‘‘तुम्ही गाडीतच बसून राहा. मी तुमच्या नावाने भाषण देऊन येतो.’’ कारण त्याचे आता भाषण पाठ झालेले असते. भाषण संपल्यावर श्रोत्यांपैकी एकजण त्याला प्रश्न विचारतो. तेव्हा मात्र त्याची भंबेरी उडते. पण तो आत्मविश्वासाने म्हणतो, ‘‘हात्तिच्या, इतक्या सोप्या प्रश्नाचं उत्तर तर आमचा ड्रायव्हरसुद्धा देऊ शकेल.’’ आणि मग तो त्या खऱ्या तज्ज्ञांना पाचारण करतो आणि या संकटातून सुटका करून घेतो.

एखाद्या विषयावरचे आपले भाषण चांगले होते हे लक्षात आले की, वक्ता त्याच त्याच पद्धतीने प्रत्येक वेळी भाषण करतो. तेच मुद्दे, तीच उदाहरणे, तीच शब्दयोजना! असे करू नका. विषयाचा मूळ गाभा तोच असला तरी काळानुरूप भाषेमध्ये बदल करा. आपण रोजच पोळीभाजी खातो. पण रोज त्याच चवीची तीच भाजी आपल्याला आवडत नाही. तेव्हा जो विचार सांगायचा आहे तो मनाशी पक्का असला तरी त्यात नवीन नवीन भर घालत राहा. उदाहरणे बदला, विनोद आताच्या परिस्थितीतले द्या. अगदी आताच मी इथे येताना रिक्षावाल्याशी कसे बोलणे झाले हेसुद्धा तुम्हाला एखाद्या उदाहरणात गुंफून सांगता येईल. तुमचे बोलणे रोजच्या जीवनाशी जेवढे भिडणारे असेल, तेवढे ते लोकांना भावेल, आवडेल.

प्रसंगोचित बोला –

एखाद्या विषयावर बोलण्यासाठी तुम्हाला मुद्दाम निमंत्रण दिलेले असल्यास निमंत्रण स्वीकारतानाच विचारपूर्वक स्वीकारा. आपल्याला त्या विषयात रुची आहे ना, आपण बोलू इच्छितो का, त्याबाबत आपला अभ्यास आहे ना यावर विचार करून मग तिथे जाण्याचे ठरवा.

क ाहीकाही लोकांना मोठ्या सन्मानाने बोलावले जाते. ते निमंत्रण स्वीकारतात आणि मग व्यासपीठावर उभे राहिल्यावर खुशाल, ‘‘मी या विषयावर बोलायला उभा राहिलोय खरा, पण माझा तितका अधिकार नाही, अभ्यास नाही...’’ असे बोलू लागतात. श्रोते मनात म्हणतात, ‘बस लेका मग खाली, आलासच कशाला बोलायला...’ काहीजण प्रसंगाला अनुचित असे बोलतात. म्हणजे एखाद्या

कपड्यांच्या शोरुमच्या उद्‌घाटनाला गेलात आणि तिथे, ''कपडे वगैरे सगळ्या बाह्य गोष्टी आहेत, त्याला महत्त्व नाही...'' असे बोलू लागलात तर चालेल का? तेव्हा आपले भाषण जबाबदारीने करा.

काहीजण विषय कोणताही असो, कितीही गंभीर असो; कोट्या केल्याशिवाय, ठरलेले विनोद केल्याशिवाय त्यांचे भाषण पुरेच होत नाही. असे मोह टाळा. प्रसंगानुरुप बोला.

वेगवेगळ्या प्रसंगीची भाषणे –

भाषणाचा जसा प्रकार असेल तसे तुम्हाला बोलावे लागेल. कोणाचा सत्कार असेल तर त्यांचा खरा मोठेपणा कशात आहे, हे जाणून घ्या. इतरांपेक्षा त्यांच्यातला वेगळेपणा श्रोत्यांच्या नजरेस आणून द्या. त्यांच्यावर नुसती विशेषणांची खैरात करू नका.

सूत्रसंचालन असेल तर तुमचे काम फक्त कार्यक्रमातील एका प्रसंगाकडून प्रेक्षकांना दुसऱ्या प्रसंगापर्यंत पोचवण्याचे आहे. आधीच्या वक्त्याचे बोलणे साररूपाने पुन्हा श्रोत्याला समजावून सांगणे, त्याविषयी अभिप्राय व्यक्त करणे, स्वतःचे काही बोलून घेणे असल्या गोष्टी टाळाव्यात. थोडक्यात पण परिणामकारक बोला.

एखाद्या निरोपसमारंभाच्या निमित्ताने बोलावयाचे असल्यास संबंधित व्यक्तीसंबंधीचे हृद्य प्रसंग, त्याची नेमकी वैशिष्ट्ये टिपणारे प्रसंग सांगा. ते ऐकून त्या व्यक्तीला वाटले पाहिजे की, खरंच बुवा, हिने आपल्यावर विचार केलाय.

पाहुण्यांची ओळख करून देण्याविषयी बोलताना नाव, शिक्षण यांत मुळीच चूक होता कामा नये. निबंध वाचून दाखवल्यासारखे जन्मतारखेपासून परिचय करून देऊ नये. शक्यतो वाचून दाखवणे टाळावे. पुरस्कार वगैरे असतील तर ते मात्र नीट टिपून घेऊन वाचावेत. पाहुण्यांचे उच्चशिक्षण नसेल तर त्याविषयी न बोलता ज्या विषयाबाबत पाहुणे बोलणार असतील, त्यावरील त्यांचा अधिकार आणि त्यांचे कर्तृत्व याविषयी सांगावे.

कधी पुस्तकप्रकाशनाचा समारंभ असेल, कधी एखाद्या मासिकाने दहा, पंचवीस वर्षे पूर्ण केल्याबद्दलचा समारंभ असेल. त्या वेळी ते पुस्तक, मासिक काळजीपूर्वक वाचावे. त्यातली वैशिष्ट्ये टिपणारे अभ्यासपूर्ण मुद्दे मांडावेत.

आभार मानण्याचे 'गोड काम' आपण वर्षानुवर्षे ऐकत आलो आहोत. तेव्हा आता आभाराच्या भाषणात 'गोड' या शब्दाला आसपाससुद्धा फिरकू देऊ नका. सरळसाध्या शब्दात कृतज्ञता व्यक्त करा. आभाराचे भाषण सुरू होते तेव्हा

श्रोत्यांची श्रवणशक्ती संपुष्टात आलेली असते हे लक्षात घेऊन आभाराची जंत्री वाढवण्यापेक्षा अगदी थोडक्यात पण मनापासून आभार माना.

आपल्या अंगच्या गुणांना आपण विकसित करतो, तेव्हा आपली स्वतःची प्रगती होत असते. जेव्हा आपला संबंध इतरांशी येतो, तेव्हा समाजाशी आपली काही बांधिलकी निर्माण होते. भाषण हा त्यातलाच प्रकार. आपल्यासमोर श्रोते बसलेले असतात आणि त्यांना आपले बोलणे इंटरेस्टिंग वाटले पाहिजे ही आपली जबाबदारी असते. तेव्हा अधिक सावधानतेने, हुशारीने ही कला आपल्याला साधता आली पाहिजे. त्यासाठी जागरूक राहा. वरील सर्व गोष्टी तुम्ही ध्यानात ठेवल्यात तर मग बघा, हा हा म्हणता तुम्ही श्रोत्यांना गुंगवून टाकाल.

स्मार्टनेस

जिंकता हृदय हे!

अनेक गोष्टी अवगत असणाऱ्या व्यक्तीला पूर्वीच्या काळी झाकले माणिक म्हणत आणि त्या लोकांचे कौतुकही होई. आजच्या काळात मात्र झाकलेले उघडून तिथे माणिक आहे किंवा काय आहे हे बघण्याइतका कोणाला वेळही नाही आणि त्यात रसही नाही. सहज जे दिसेल ते मानण्यावर अलीकडे भर असतो. अशा वेळी आपल्या अंगात जर अनेक कलागुण असतील तर आपण केवळ भिडस्तपणामुळे मागे का राहायचं? आपणही इतरांशी शेअरिंग करू या, विचारांची देवाणघेवाण करू या. उत्स्फूर्तपणे प्रतिक्रिया व्यक्त करू या. आपल्या आवडीच्या गोष्टींना साद घालू या आणि प्रतिसादही देऊ या. हे सगळे करावेसे तर खूप वाटते तुम्हाला, होय ना? साहजिक आहे... कारण त्यातूनच आपण आनंद निर्माण करीत असतो. एकमेकांच्या सहवासाचे समाधान मिळवीत असतो. पण तुमचा आपला नेहमीचाच प्रश्न... असे व्हावेसे पुष्कळ वाटते पण साध्य कसे करायचे? ते कसे साध्य करायचे हे मी आता स्पष्टपणे सांगते आहे. ते नीट समजावून घेऊन अंमलात आणण्याचे काम मात्र तुम्हालाच करावे लागेल. आणि मला वाटते, तुम्हाला ते नक्की जमेल... तेवढे स्मार्ट तुम्ही आहातच! मग करायची सुरुवात? काही टिप्स देते तुम्हाला. त्या नीट लक्षात घ्या.

साठवण आणि काढवण –

बुद्धी, स्मृती, वागणेबोलणे आणि बाह्य रूप यांचा उत्तम समन्वय म्हणजे स्मार्टनेस! अनेकदा आपण पुष्कळ काही वाचलेले असते, मनात अगदी रुतून बसलेले असते. त्या विषयाबाबत आपल्या मनात काही प्रतिक्रियाही तयार झालेल्या असतात. पण ते सारे योग्य ठिकाणी बोलण्याचे आपण विसरून जातो. नेमक्या वेळी नेमके बोलण्याचे कसब आपल्या अंगी नसते.

अशा वेळी दुसरी एखादी व्यक्ती बरोब्बर वेळ साधून ही गोष्ट बोलते आणि त्याचे कौतुक होते. अशा वेळी आपणही म्हणतो, ''मी अगदी हेच म्हणणार होते... '' त्यापेक्षा तुम्ही खरोखरच म्हणा ना... आणि इतरांना म्हणू द्या, ''कसं बोललीस!''

कितीतरी विनोद, किस्से आपल्याला माहीत असतात. पण योग्य वेळी ते पोतडीतून काढता आले पाहिजेत. त्यासाठी साठवण आणि काढवण दोन्ही जमले पाहिजे. माहिती साठवा आणि ती उचित वेळी बाहेर काढा. त्यासाठी सुरुवातीला अर्थातच परिश्रम घ्यावे लागतील. सराव करावा लागेल. मात्र कालांतराने हीच गोष्ट तुमच्याकडून अगदी सहजपणे होत जाईल.

प्रसंगोचित –

स्मार्ट माणूस भोवतालच्या वातावरणाची जाणीव ठेवतो. प्रसंगाचे तारतम्य हवे. एकदा एक सेवाभावी डॉक्टर आम्हाला आरोग्याविषयीची प्राथमिक माहिती देत होते. आठवड्यातून एकदा असे सहा महिने आम्ही त्यांच्याकडून अनेक गोष्टी शिकलो. आपली आपण नाडी कशी बघावी, सर्वसाधारण मेडिकल रिपोर्टमध्ये लिहिलेल्या शब्दांचे अर्थ काय असतात, कोणती पथ्ये पाळावीत, काय टाळावे इत्यादी.

शेवटच्या दिवशी आम्हाला या सत्रांचा किती उपयोग झाला हे आम्ही त्यांना सांगत असताना एकजण अचानक उठले आणि म्हणाले, ''सोयाबिनचं दूध कसं तयार करायचं याची माहिती तुम्ही द्यायला हवी होती.'' बिचाऱ्या डॉक्टरांचा चेहरा पाहण्यासारखा झाला. विषय काय, तुम्ही बोलता काय... ! आताची वेळ ही आहे की, डॉक्टरांनी आम्हाला जी महत्त्वाची माहिती दिली, त्याबद्दल कृतज्ञता व्यक्त करणे. ते सोडून भलतेच काहीतरी बोलणे याला काही शहाणपणा म्हणत नाहीत. तेव्हा लक्षात ठेवा, तुमचे म्हणणे कितीही बरोबर असले, तरी ते अस्थानी होता कामा नये. वेळेचा रागरंग ओळखा. त्या वेळेची गरज ओळखा. ती ओळखून त्यानुसार जो वागेल तो स्मार्ट!

उत्स्फूर्तता –

स्मार्ट व्यक्तीचे मुख्य लक्षण म्हणजे त्वरित प्रतिक्रिया! तुम्ही एखाद्या सभेला जाता, तेव्हा वक्ता एखादा अगदी आवडण्यासारखा मुद्दा सांगतो किंवा कौतुकास्पद बाब बोलतो. अशा वेळी त्या महत्त्वाच्या मुद्द्यावर त्याला दाद मिळते. पहिली टाळी पडते आणि मग बाकीच्यांही टाळ्या वाजू लागतात. आपल्यालाही ते आवडलेले असतेच; आपणही त्यांच्या टाळ्यांमध्ये सामील होतो. कधी एखाद्या कार्यक्रमात कुणीतरी वन्स मोअर म्हणते आणि मग वन्स मोअरचा गजरच चालू होतो. कारण

सगळ्यांच्या मनात तोच विचार असतो. पण अगदी पहिली टाळी कुणी वाजवलेली असते? पहिल्यांदा वन्स मोअर कोण म्हणते?... स्मार्ट माणूस!

एकदा भाषणासाठी जाताना मी माझ्या एका मैत्रिणीला घेऊन गेले होते. भाषण देण्यात तुम्ही कितीही तरबेज असलात तरी ते संपल्यावर 'कसं झालं?' याचे उत्तर आपल्याला हवेच असते. मी जागेवर येऊन मैत्रिणीकडे अपेक्षेने पाहिले. ती गंभीर चेहरा करून बसलेली. मी चिडीचूप! मनात म्हटले, 'पडलं बहुतेक आपलं भाषण.' कार्यक्रम संपल्यावर मैत्रीण म्हणाली, "आज तुझं भाषण इतकं उत्कृष्ट झालं की, त्याचं बक्षीस म्हणून मी आता तुला आइस्क्रिम खिलवणार आहे." अरेरे... याऐवजी भाषण संपताच माझ्या हातावर थोपटून 'सुरेख' एवढेच ती उत्स्फूर्तपणे बोलली असती तर? थोडक्यात, तुम्हाला स्मार्ट बनायचे असेल तर चटकन प्रतिक्रिया देण्यास शिका.

समरस व्हा –

अशी उत्स्फूर्त प्रतिक्रिया देता येण्यासाठी तिथल्या वातावरणात आपल्याला मनापासून एकरूप व्हावे लागते. इतरांच्या भावनांशी समरस व्हा. समजा तुमची कुणी परिचित कुठे मुलाखतीसाठी जाणार असेल आणि ती ज्या कंपनीत जाणार असेल, त्याविषयी तुम्हाला काही विशेष माहिती मिळाली तर लगेच तिला फोन करून कळवा. मुलाखतीच्या आधी फोन करून तिला शुभेच्छा द्या. नंतरही मुलाखत कशी झाली ते

विचारून घ्या. कोण कुठल्या मानसिक अवस्थेत असेल याचा अचूक अंदाज घेता आला पाहिजे. दुसऱ्याच्या मनोवस्थेला प्रतिसाद देण्याचे, त्याला साद घालण्याचे भान तुमच्यापाशी असायला हवे. एखादी व्यक्ती दुःखात असेल, अडचणीत असेल तर तिचे सांत्वन करण्यास विसरू नका. असे म्हणतात की, दुःखात सहानुभूती दाखवायला पुष्कळजण येतात; सुखात सहभागी होणारे कमी! मत्सर न करता आनंद वाटून घेणारे कमी असतात. तुम्ही जरूर दुसऱ्याच्या आनंदात सहभागी व्हा. तिच्या नाजुक क्षणांचे तुम्ही साक्षीदार झाल्यास ती व्यक्ती ते कधीही विसरणार नाही.

तुम्ही जिथे कुठे असाल तिथले तुम्हाला भान हवे. आजूबाजूचे निरीक्षण हवे. समजा एखाद्याच्या वाढदिवसाला गेलात, नुसती महागडी भेटवस्तू देऊन उपयोग नाही. चटकन एखादा फोटो काढा. तुमच्याकडची छानशी कॅसेट किंवा सीडी बरोबर नेऊन ती तिथे लावा. पुढे होऊन त्या व्यक्तीचे कौतुक करणारे चार शब्द बोला. तिने घातलेला पोषाख किती शोभून दिसतो ते तिला सांगा. तिथला केक, सजावट, संगीत यातले एखादे वैशिष्ट्य टिपून त्याचे कौतुक करा. तिथे जाऊन जर तुम्ही स्वतःच्या वाढदिवसाचा प्रसंग आठवीत लांब कुठेतरी कोपऱ्यात बसलात तर तुमच्याकडे कुणी ढुंकूनही पाहणार नाही. तुम्ही ज्या प्रसंगात असाल त्याच्याशी समरस व्हा.

बहुश्रुतता हवी –

सर्व गोष्टीतले ज्ञान सखोल नसले तरी चालेल. पण स्मार्ट माणसाला सर्वसाधारण महत्त्वाच्या सामाजिक गोष्टींबद्दलची माहिती हवी. आर्थिक उलाढालींची कल्पना असावी. राजकीय बदलांविषयी विचार केलेला असावा. सध्या गाजत असलेला चित्रपट, नाटक, एखादे पुस्तक या गोष्टी तुम्हाला ज्ञात असायला हव्यात. एखाद्या गोष्टीबाबत दुसरी व्यक्ती काही बोलली तर लगेच, मला यातले काही माहीत नाही, असे मोठ्या उत्साहाने काहीजण सांगतात. यातून तुमचा प्रामाणिकपणा दिसतो हे कबूल, पण त्यामुळे तुमचे स्थानही राहत नाही. अर्थात याचा अर्थ असा नाही की, प्रत्येक विषयावर आपण बोललेच पाहिजे! माहीत नसले तर उगाच ठोकूनही द्यायचे नाहीच. पण त्याऐवजी तुम्हाला असे करता येईल की, सर्वसाधारण महत्त्वाच्या गोष्टींवर नीटपणे आधीच विचार करायचा! विषय निघाला तर तुम्हाला त्यावर बोलता आले पाहिजे. असे केल्यामुळे तुमचा गोंधळ उडणार नाही. तुमचे जे म्हणणे असेल, ते

तुम्ही ठामपणे मांडू शकाल. काही प्रतिक्रिया व्यक्त करू शकाल. एखादी मार्मिक टिप्पणी करू शकाल.

हजरजबाबीपणा शिकून घ्या –

काही वेळा आपल्याला कुणीतरी टोमणा मारते, त्यावर एखादे सणसणीत उत्तर द्यावे अशी फार इच्छा असते. पण त्या वेळी आपण मूग गिळून गप्प बसतो आणि मग नंतर हळहळत बसतो. तात्काळ प्रतिक्रिया हे स्मार्टनेसचे मुख्य लक्षण आहे. हजरजबाबीपणा थोडाफार दैवजात असतो हे खरे आहे पण तो विकसितही करता येतो. एकंदरीतच स्मार्ट बनायचे असेल तर कोण काय बोलू शकेल, कोणता प्रसंग उद्‌भवू शकतो, याच अंदाज घेण्याची सवय लावून घ्या. यातूनच अगदी स्पष्टपणे नाही तरी सर्वसाधारण विचार आपल्या मनात झालेला असतो. मग कोणी या प्रकारचे बोलले तर पटकन त्यावर उत्तर सुचते.

स्मार्टनेसमध्ये भिडस्तपणाला थारा नाही. तसेच स्मार्टनेस म्हणजे उथळपणाही नव्हे. काहीजणांना प्रत्येक गोष्टीवर स्वतःची प्रतिक्रिया देण्याची हौस असते. हा आगाऊपणा टाळा. आपली हुशारी सगळ्यांना कळलीच पाहिजे असा हट्ट नको. सगळे सतत उधळत राहू नका. थोडे स्वतःजवळ ठेवा. आपली बुद्धी तर वापरायचीच. मात्र ती अधिक सतर्कपणे वापरता आली पाहिजे.

सहकार्याचा हात द्या –

आपण जेव्हा एकत्र जमतो तेव्हा प्रसंगाची गरज ओळखता आली पाहिजे. तेवढी प्रगल्भता आपण दाखवली पाहिजे. कधी व्यासपीठावर कार्यक्रम चाललेला असतो. एखाद्या वृद्ध व्यक्तीचा सत्कार असतो. ती व्यक्ती पायऱ्या चढताना चाचपडते. अशा वेळी चटकन पुढे होऊन त्यांना हात देण्याचे तुम्हाला सुचले पाहिजे.

आमच्या ऑफिसात एक आगाऊ गृहस्थ होते. त्यांना आम्ही म्हणायचो, मीटींगला आधी आणि कामाला कधीमधी. स्मार्टनेस म्हणजे नुसती चमकोगिरी नव्हे. कामातही पुढे व्हायला हवे.

समजा, सोसायटीची मीटींग आहे. एकदोघेजण स्वतःकडची सतरंजी आणतात. मेंबर्स वाढतात तशी जागा कमी पडू लागते. अशा वेळी सतरंजीवरची आपली जागा पक्की धरून ठेवण्यात हुशारी नसून चटकन घरून चटई किंवा सतरंजी आणून ती अंथरणे याला स्मार्टनेस म्हणतात.

विनोदबुद्धी –

स्मार्ट असण्यासाठी जसा हजरजबाबीपणा आवश्यक आहे तितकीच विनोदबुद्धीही गरजेची आहे. तुम्हाला माहितेय? बुद्धिमान लोकांच्या अंगी उपजत विनोदबुद्धी असते. ज्याचा सहवास आनंददायी आहे, ज्याच्याजवळ प्रसन्न वाटते अशांभोवती माणसे जमतात. अर्थात केलेला विनोद हा नेहमी निर्विष असावा. टिंगलटवाळी म्हणजे विनोद नव्हे. कोणाला तरी दुखावून त्याचे हसे करण्याला फार बुद्धी लागत नाही. वातावरण खेळकर होण्यासाठी हास्याचा प्रसन्न शिडकावा करता आला पाहिजे.

कुठेही गेलात तर मुखस्तंभासारखे बसून राहू नका. तिथे जे काही चालले आहे, त्यात सहभागी व्हा. प्रतिक्रिया व्यक्त करा, विचारांची देवघेव करा, इतरांशी संवाद करा. काहीजण इतके कोऱ्या चेहऱ्याने वावरतात की, त्यांना ओळख तरी दाखवावी की नाही, असा इतरांना प्रश्न पडतो. तुमचा चेहरा, देहबोली अशी असली पाहिजे की, इतरांना तुमच्याकडे बघून चटकन हसावेबोलावे असे वाटायला हवे. मिस्कील बोलण्यामुळे गंभीर वातावरणसुद्धा मोकळे होते आणि आपण इतरांना हवेसे वाटू लागतो.

काय बोलू, कसं बोलू? –

कधीकधी तोंडओळख असते पण बोलायला सुरुवात कशी करावी हे बऱ्याचजणांना कळत नाही. अशा वेळी आपण स्वतः त्या व्यक्तीचे कपडे, यापूर्वीची एखादी आठवण, तिच्या संदर्भातली एखादी घटना यांचा सहजपणे उल्लेख करून बोलावं. समोरच्या व्यक्तीनेच आधी बोलले पाहिजे हा हट्ट बालिशपणाचा असतो.

एखादीच्या केसात बऱ्याचदा फुले दिसतात. मग जेव्हा बोलायची वेळ येते, तेव्हा तुमच्याकडे फुलझाडे आहेत का? असे विचारता येते. कुणी लांबची ट्रिप करून आलेले असते. कशी झाली ट्रिप म्हणून संवाद सुरू करता येतो. फार खाजगी विषय न काढताही एखादी व्यक्ती दिसल्यावर एकदोन वाक्यांची देवाणघेवाण करता आली पाहिजे. त्यासाठी समोरच्या व्यक्तीचे काही ना काही वैशिष्ट्य त्या व्यक्तीला पाहताच आठवले पाहिजे. आणि बोलताही आले पाहिजे.

आणखी काही टिप्स –

तुमचे वागणेबोलणे तरतरीत हवे. तुमचे कपडे नीटनेटके हवेत. वावरण्यात चटपटीतपणा हवा. संथपणा, तंद्रीत राहणे, विसराळूपणा यांना स्मार्टनेसमध्ये थारा नाही.

आपल्या बोलण्यात कधीही टोमणा मारू नये. इतरांच्या खासगी गोष्टीत नाक खुपसू नये. अती चौकशा करू नयेत. अनाहूत सल्ले देऊ नयेत. फक्त आपलेच तोंड वाजवत बसू नये. दुसऱ्याचे नीटपणे ऐकावे. मुद्दाम विनोद करण्याचा अट्टहास नको. स्वतःची स्तुती टाळावी. शक्यतो स्वतःविषयी न बोलता त्यांची आस्थेने विचारपूस करावी. किंबहुना स्मार्ट माणसाचे हे मुख्य वैशिष्ट्य आहे की, तो स्वतःविषयी कमी बोलतो. इतरांच्या गुणवैशिष्ट्यांची दखल घ्यावी.

थोडक्यात शहाण्यासारखे वागावे आणि बोलावे. स्मृती तल्लख हवी. स्मार्ट व्हायचे असेल तर ढिसाळपणाला स्थान नाही. तत्परता हवी. जे काय करायचे ते चटकन करणे याला स्मार्टनेस म्हणतात. अशानेच तुम्ही इतरांची मने जिंकून घेऊ शकता. इतरांपेक्षा ज्याला आधी कळते आणि वळते तो स्मार्ट अशी व्याख्या करायला हरकत नाही. मात्र त्याचबरोबर हेही खरे की, नुसते आधी करण्याला महत्त्व नाही. कोणतेही काम तुम्ही कसे करता, किती झपाट्याने करता, त्यात कल्पकता दाखवता का अशा अनेक गोष्टींवर तुमची कार्यक्षमता ठरत असते.

स्वतःला ओळखा

- एखाद्या विशिष्ट विषयाबाबत लोकांना आपण सांगितले पाहिजे असे मनातून वाटते का?
- तुमची वृत्ती अभ्यासू आहे का? बहुश्रुत आहात का?
- भाषेवर प्रभुत्व मिळवण्याचा जाणीवपूर्वक प्रयत्न करता का?
- चार लोकांमध्ये रिलॅक्स असता का?
- काय करावे ते त्या त्या वेळी चटचट सुचते का?

☺☹

कार्यक्षमता

केल्याने होत आहे रे, आधी केलेचि पाहिजे

खरे तर आपल्या अंगी प्रचंड क्षमता असते. आपण मात्र त्याचा फार थोडा वापर करतो. जे त्याचा पुरेपूर उपयोग करून घेतात, ते झपाट्याने पुढे जातात. आपण बघतो की, आपल्याइतकीच दुसऱ्या एखाद्या व्यक्तीच्या अंगी बुद्धिमत्ता असते, कौशल्य असते. पण ती व्यक्ती अल्पावधीत यशस्वी ठरते. आणि आपण फक्त त्याबद्दल नवल करत राहतो किंवा मग त्यांच्या यशस्वी होण्याची दुसरीच काही कारणे शोधत बसतो. खरे उत्तर हेच असते की, त्याने किंवा तिने आपल्या अंगी असलेल्या गुणांचा जास्तीत जास्त योग्य उपयोग करून घेतलेला असतो.

तुम्ही एकदा असा विचार करून पाहा की, तुमच्या शक्तीचा उपयोग काम करण्यासाठी किती होतो? माझ्या एका मैत्रिणीला व्यायामाचे फार वेड आहे. देवाने आपल्याला शरीर दिले आहे; ही देवाची देणगी समजून आपण तिचे जतन केले पाहिजे असे तिचे मत! तिचे हे म्हणणे अगदी खरे आहे. पण त्यापुढे काय? व्यायाम करून शरीर बळकट करायचे, स्टॅमिना वाढवायचा... त्यातून पुढे काही आपल्या हातून कार्य घडावे की नाही? खूप व्यायाम करायचा, मग खूप भूक लागते. मग भरपेट खायचे आणि मग मस्त ताणून द्यायची याला कार्यक्षमता म्हणत नाहीत. एखादे काम करण्याइतकी क्षमता आपल्या अंगी असणे निराळे आणि ते करून दाखवणे निराळे. जेव्हा फक्त क्षमता असते तेव्हा त्या व्यक्तीला सक्षम म्हणता येईल. पण ही क्षमता ओळखून तिला कामाला लावणे म्हणजे कार्यक्षमता. तेव्हा हे लक्षात घ्या की, आपण कार्यक्षम आहोत असे नुसते म्हणण्याला काही अर्थ नाही. तुमच्याजवळ असलेल्या ऊर्जेतून तुम्ही जे काम उभे कराल ती तुमची कार्यक्षमता!

तुम्ही म्हणाल, आम्ही करतच असतो की काम! तर ते बरोबर आहे. पण यापेक्षा कितीतरी अधिक प्रमाणात, चांगल्या गुणवत्तेचे, परिणामकारक (रिझल्ट ओरिएंटेड) काम आपल्याला करता आले पाहिजे. आपल्याजवळची शक्ती किंवा बुद्धिमत्ता यांमध्ये आपण फार मोठा बदल करू शकत नाही. मात्र त्याचबरोबर हेही खरे की, माझ्यात कोणताच बदल न करता मला अमुक एक गोष्ट मिळायला हवी असे

म्हणाल, तर ते खरे नव्हे. जिद्द, ईर्षा हवी. काही मोह टाळावे लागतील. आतापर्यंत करीत असलेल्या त्याच गोष्टी वेगळ्या पद्धतीने करून पाहाव्या लागतील. सुप्रसिद्ध लेखक शिव खेरा म्हणतात, ''यशस्वी माणसं वेगळ्या गोष्टी करतात असे नसून त्याच गोष्टी ते वेगळ्या पद्धतीने करतात.''

तेव्हा तुमच्या अंगी असलेली क्षमता अधिक कल्पकतेने कशी वापरता येईल हे आपण पाहू या. आपण जे काम करतो ते अधिक सजगतेने केल्यास (थोडक्यात, डोक्याचा वापर केल्यास) आपली कार्यक्षमता नक्की वाढू शकते. पण म्हणजे नेमके काय करायचे? फार अवघड आहे का ही गोष्ट? मुळीच नाही. मात्र कार्यक्षमता सुधारायची असेल तर त्यासाठी काही महत्त्वाच्या गोष्टी लक्षात घ्याव्या लागतील. मी खाली काही सूत्रे मुद्देसूदपणे दिली आहेत. ती नीट अभ्यासा.

क्षमता ओळखा – कार्यक्षमता वाढवायची असेल तर आधी आपल्या अंगी असलेल्या क्षमतेचा शोध घ्या. त्यासाठी स्वतःचे निरीक्षण करा. कोणतीही क्षमता ओळखण्याचा सगळ्यात उत्तम मार्ग म्हणजे ती गोष्ट करून बघणे. समजा, तुमच्यामध्ये लेखनाची क्षमता आहे किंवा नाही हे तुम्हाला पाहायचेय. ते पाहण्यासाठी तुम्हाला स्वतःला लिहूनच पाहावे लागेल. पण लिहायचे म्हणजे मनात येईल ते खरडणे नव्हे. त्यासाठी तुम्हाला विचार करावा लागेल. विषय ठरवावा लागेल. त्याचा अभ्यास करून काही मुद्दे काढावे लागतील. एकदा लिहून भागणार नाही. पुन्हापुन्हा लिहून ते अधिक सफाईदार, बिनचूक, रसपूर्ण होण्यासाठी प्रयत्न करावे लागतील. थॉमस एडिसनने म्हटलेय की, प्रतिभा म्हणजे एक टक्का स्फूर्ती आणि नव्व्याण्णव टक्के घाम.

कोणत्याही क्षेत्रात प्राविण्य मिळवायचे असेल तर मेहनतीला पर्याय नाही. तेव्हा तुम्ही बसल्या जागी मला अमुक करायचेय पण मला काही ते जमत नाही, माझ्या अंगी ती क्षमताच नाही असे म्हणत राहिलात तर ते काही खरे नाही. क्षमता ही विजेसारखी आहे. ती असतेच. जोपर्यंत तुम्ही तिचा उपयोग करीत नाही तोपर्यंत ती पडून राहते.तेव्हा आपल्या अंगी कोणती क्षमता आहे हे ताडून पाहायचे असेल तर ती गोष्ट तुम्ही स्वतः करून पाहिली पाहिजे.

त्यासाठी इतरांची क्षमता लक्षात घेऊन ती स्वतःशी पडताळून पहा. निकोप स्पर्धा आपल्या प्रगतीला पूरकच ठरते. दुसरे कोणी रोज एक तास व्यायाम करीत असेल. आपल्याला त्यात काय अडचण आहे? एक तास व्यायाम करून बघा. सवय नसेल तर पहिल्या दिवशी अंग दुखेल. मग लगेच तुम्ही माझ्या अंगी तेवढी क्षमताच

नाही असे म्हणून व्यायाम करायचे सोडून दिलेत तर तुम्ही कधीच व्यायाम करू शकणार नाही. हा व्यायाम तुम्ही सलग पंधरा दिवस करून बघा. हळूहळू तुमच्या स्नायूंना व्यायामाची सवय होईल. आणि मग तासभर व्यायाम केल्याशिवाय तुमचे समाधानच होणार नाही. त्याचे फायदे तुम्हाला मिळू लागल्यावर आपल्या आणखी क्षमता जोखून बघण्याचा तुम्हाला मोह होतो की नाही बघा! मात्र मुळात कोणतीही गोष्ट करण्याची तळमळ, इच्छा खरीखुरी हवी. तेव्हा आपली क्षमता किती आहे, हे कळण्यासाठी, आळस झटकून त्या त्या गोष्टी स्वतः करून पाहाव्या लागतील. तुम्हाला कळेल की, अनेक गोष्टी करण्याची तुमच्यामध्येही क्षमता आहे. करून तर पाहा!

कल ओळखा –

प्रत्येक माणसाच्या आवडीनिवडी असतात. आवड असली की सवड सापडते अशी एक म्हण आहे. आपल्या आवडीची गोष्ट असली की, आपण ती मनापासून करतो. कितीही कष्ट पडले तरी त्याचा त्रास वाटत नाही. मात्र आपण करीत असलेल्या कामात आपल्याला रस नसेल तर आपण लवकरच कंटाळून जातो. ध्येयाचा ध्यास लागला म्हणजे श्रमाचा त्रास वाटत नाही. फक्त हे ध्येय आपण मनापासून ठरवलेले असले पाहिजे.

आपल्या भारतात समाजाने एक व्यवस्था घालून दिलेली असते. त्या आदर्शांमध्ये फिट्ट बसण्यासाठी आवश्यक असलेले गुण आपल्या अंगी आहेत असे दाखवण्याची आपण नेहमी धडपड करीत असतो. कुटुंबातूनही मुलांकडून त्याच प्रकारची अपेक्षा केली जाते. काही वेळा पालकांना ज्या गोष्टी संधी न मिळाल्यामुळे करता आल्या नाहीत, त्या आपल्या मुलांनी कराव्यात अशी त्यांची अपेक्षा असते. तर काही वेळा त्यांना ज्या गोष्टी आदर्श वाटतात तेवढ्या मुलांनी केल्या म्हणजे झाले असे त्यांना वाटते. काही वर्षांपूर्वी स्त्रियांना शिक्षण देताना संसार सांभाळण्यासाठी आवश्यक असलेल्या गोष्टीच फक्त शिकवल्या जात. स्वयंपाक, बालसंगोपन, शिवणटिपण यांची आवड असो नसो, ते शिक्षण स्त्रीलाच दिले जात असे. नर्स, शिक्षक किंवा कारकून एवढ्याच प्रकारच्या नोकऱ्या स्त्रिया करीत असत. म्हणजे समाजाच्या दृष्टीने आदर्श स्त्रियांचे जे निकष होते तशी अपेक्षा त्यांच्याकडून केली गेली. असे जेव्हा होते, तेव्हा त्या अपेक्षा पुऱ्या करण्यासाठी तो समाजघटक धडपड करीत राहतो. मग स्वतःची आवडनिवड काही का असेना. आजही प्रतिष्ठा, पैसा मिळवून देणारे शिक्षण मुलांनी घ्यावे आणि त्याच प्रकारची नोकरी करावी असे आपल्याला वाटते.

या सगळ्या गोष्टींचे कळत नकळत दडपण आपल्या मनावर असते. त्यामुळे एक स्वतंत्र व्यक्ती म्हणून खरोखरी आपल्याला कोणत्या गोष्टीत रस आहे याचा आपण विचारच करीत नाही. पुष्कळदा आपल्या सुप्त गुणांचा आपल्यालाच पत्ता नसतो. आणि मग आपण भलत्याच कुठल्या तरी क्षेत्रात घुसतो आणि नीरसपणे तिथे वेळ काढत बसतो. अशा ठिकाणी आपल्या अंगच्या क्षमतेचा पुरेसा वापर होत नाही. हे टाळा. तुम्हाला कशात रुची आहे? तुम्हाला कशात गती आहे? ते आधी जाणून घ्या. या गोष्टी मनापासून करून पाहा. त्याविषयी माहिती संपादन करा. त्या प्रकारचे काम मिळवण्याचा प्रयत्न करा. दुसरा एखादा माणूस दुकान चालवून भरपूर पैसे मिळवीत असेल पण तुम्हाला त्यात गती आहे का? तुम्हाला कदाचित एखाद्या मोठ्या कामाचं व्यवस्थित व्यवस्थापन करणे चांगले जमत असेल. मग तुम्ही इव्हेन्ट मॅनेजमेंटमध्ये करिअर केलेत तर यशस्वी व्हाल. तेव्हा स्वतःचा कल जाणून घ्या आणि मग ते काम मिळवण्याचा प्रयत्न करा.

कामात रस घ्या –

आपला कल असेल त्याप्रमाणेच आपल्याला काम मिळाले तर फारच उत्तम. तरीही असे नेहमीच शक्य होत नाही. पण म्हणून लगेच कामात टाळाटाळ करू नका. आमच्या शेजारी एक चांगला हुशार मुलगा राहतो. सध्याच्या काळात त्याने निदान पदवीधर व्हावे असे त्याच्या घरच्यांना वाटते. त्याला अभ्यासाचा कंटाळा. मग त्याने युक्ती अशी केली की, जेमतेम दहावी शिकला आणि सांगू लागला, "मला बिझिनेस करायचाय. मी व्यवसायधंदा करीन. मी काही कुणाकडे नोकरी करणार नाही. चार दमड्यांसाठी उगाच कुणाच्या हाताखाली काम करणार नाही." आणि धंदाच करायचा तर मग त्याला कशाला हवे शिक्षण? म्हणून मग त्याने शिक्षणही सोडून दिले आणि काही कामधंदाही पाहीना.

तेव्हा मुळात आपला कल कशात आहे, हे जरी कळले तरी ते प्रत्यक्षात शक्य आहे का ते पाहा. आळसापायी आपण काही गोष्टींची आवडनिवड करीत नाही ना, ते तपासून पाहा. कोणतीही प्राप्त केलेली विद्या सहसा वाया जात नाही. विशेषतः भारतामध्ये मुळात रोजीरोटीचा प्रश्न सुटणे हेच महत्त्वाचे ठरते. त्यासाठी तुम्हाला जे मिळेल ते काम पत्करावे लागेल. पण हे काम करताना केवळ जुलुमाचा रामराम म्हणून करू नका; मनःपूर्वक करा. त्यातसुद्धा रस निर्माण करण्याचा प्रयत्न करा. ही गोष्ट मुळीच अशक्य नाही. तुम्ही ते काम किती आपलेसे करून घेता, यावर ते अवलंबून आहे. काम तर करायचेच आहे. मग ते आनंदाने का करू नये?

आदळआपट करीत केलेले काम आणि शीळ वाजवीत केलेले काम यातील कोणते काम उत्तम दर्जाचे होते हे तुम्ही अनुभव घेऊनच पाहा. नोकरी असो, व्यवसाय असो, घरकाम असो किंवा अभ्यास असो; आपल्याला त्यासोबत सातआठ तास घालवायचे आहेत. मग त्या वेळात चडफडत बसून आपली कार्यशक्ती वाया घालवण्यापेक्षा आनंद निर्माण करायला शिकलात तर? उदाहरणार्थ, पत्राचा ड्राफ्ट करायचे काम असेल तर एखादी छानशी फ्रेज तुम्ही त्यात वापरून पाहा. माझी एक कॉर्पोरेट ॲडव्हायझर असलेली मैत्रीण तिच्या मुलीच्या डब्यात पोळीभाजी देताना त्या पोळ्यांना फळांचे, पानांचे आकार कापून, तशा पोळ्या भाजून डब्यात द्यायची. काम कोणतेही असो, ते जीव ओतून केलेत तर त्यापेक्षा दुसरा आनंद नाही.

बुद्धीचा वापर करा –

कार्यक्षमता म्हणजे नुसते राबत बसणे नव्हे. काम करताना तुमचे डोके चालवा. आपल्या बॉसला नावे ठेवायला आपल्याला चांगले जमते. आपल्या बॉसपेक्षा आपण जास्त बुद्धिमान आहोत अशी बऱ्याचजणांची खात्रीच असते! पण खरी गोष्ट ही आहे की, बऱ्याचदा तुमची बुद्धी तुम्ही वापरतच नाही. जो बुद्धीचा वापर करतो तोच पुढे जातो. म्हणून तुम्हाला ज्या प्रकारचे काम करायचे आहे, त्यातले विशेष प्रशिक्षण घेत राहा. जास्तीचे कौशल्य शिकण्यासाठी पैसे खर्च करावे लागतील, वेळ द्यावा लागेल. ते करा. सध्याच्या ग्लोबल युगात सतत नवनवीन तंत्रज्ञान येत असते. कामाच्या नवीन थिअरीज येत असतात. त्या माहीत करून घ्या. तसे प्रयोग करा.

समजा, तुम्ही शिक्षक किंवा प्राध्यापक असाल तर तुम्हाला सतत वाचन करावे लागेल. जो विषय शिकवत असाल त्या विषयाची अत्याधुनिक माहिती इंटरनेटवरून घ्या. फक्त आपल्या विषयाचे ज्ञान अद्ययावत असले म्हणजे आपले काम उत्तम होते असे नाही. शिक्षकाला विद्यार्थ्यांच्या मानसिकतेची जाण हवी. आपले शिकवणे रोचक कसे होईल यासाठी त्याने प्रयत्न केले पाहिजेत. पु.ल. देशपांडे यांनी लिहिलेले चितळे मास्तर आठवतात ना? इंग्रजी शिकवताना ते चक्क वर्गात रांगून दाखवायचे आणि विचारायचे, ''आय ॲम?'' मुलं ओरडायची, ''क्रॉलिंग!'' खुर्चीवर बसून मान मागे टाकून डोळे मिटायचे आणि विचारायचे, ''आय ॲम ...?'' पोरं ओरडायची, ''स्लीपिंग!'' आणि त्या वेळी चितळे मास्तरांची टोपी हमखास मागे पडायची. पोरं खदखदून हसायची. 'तारे जमीं'पर मधले निकुंभसर पाहिले की, नुसते शिकवणे आणि विद्यार्थ्यांशी समरसून शिकवणे यातला फरक आपल्या लक्षात

येतो. थोडक्यात, पाट्या टाकल्यासारखे काम करून कार्यक्षमता वाढत नाही. त्यात तुमची सतत भर घालत राहा.

समजा तुम्ही विक्रेते असाल तर नुसती त्या मालाची, किंमतीची माहिती असून उपयोग नाही. त्याची खास वैशिष्ट्ये तुम्हाला सांगता आली पाहिजेत. त्याच प्रतीचा माल अधिक स्वस्त कोठून मिळेल ते तुम्ही शोधून काढा. आणखी महत्त्वाकांक्षी असाल तर तो माल बनवण्याचे टेक्निकच तुम्ही शिकून घ्याल.

विश्वासार्हता –

तुमच्या कामाची प्रतिष्ठा तुम्हीच जपली पाहिजे. तुम्ही ज्या पदावर आहात, त्यानुसार काही गोष्टी तुमच्यापर्यंत येतात, त्या तुम्हाला कळतात. पण तुमच्याजवळ व्यावसायिक निष्ठा असेल तर या गोष्टी तुम्ही सगळ्यांजवळ सांगत सुटणार नाही. डॉक्टर, वकील, नर्स यांनी आपल्याकडे कामानिमित्ताने येणाऱ्यांच्या खासगी माहितीचा कुठेही उच्चार करता कामा नये.

स्वामी विवेकानंदांनी आपल्या मठातील शिष्यांना पत्र पाठवताना एके ठिकाणी म्हटले आहे, 'मठासाठी जी जागा विकत घेत आहात त्याबाबतची सर्व बोलणी गुप्त ठेवा. नाहीतर व्यवहार हातामधून निसटतो.' आपल्या ऑफिसमधील काही महत्त्वाच्या घटनांबाबतसुद्धा आपण अशी गुप्तता पाळली पाहिजे. जबाबदारीने वागले पाहिजे.

ऑफिसमध्ये अनेकदा कुणाला मेमो द्यावा लागतो, कुणाला प्रमोशन मिळते, कुणाचा पगार कापला जातो. या गोष्टी त्यासंबंधीचे काम करणाऱ्या व्यक्तीला कळणे अपरिहार्य आहेत. पण तुमचा संबंध त्या कामापुरता आहे. चारचौघात याची वाच्यता होता कामा नये. प्रत्येक ऑफिसची काही ट्रेड सीक्रेट्स असतात; ती तुम्ही सांभाळली पाहिजेत. आपले पद, आपले काम, आपली काम करण्याची जागा यांचा गैरफायदा कधीही घेऊ नका. महत्त्वाच्या पदावर निवड करताना विश्वासार्हतेचा सगळ्यात जास्त विचार केला जातो.

जेवू आनंदे –

आपण आपली कामे करतो, त्यातली बरीचशी कामे खरेतर इतरांच्या सहकार्यावर अवलंबून असतात. म्हणून कार्यक्षमतेमध्ये इतरांकडून काम करून घेण्याच्या क्षमतेचाही विचार केला पाहिजे. कधीकधी आपण एखादे काम डोळ्यासमोर ठेवून त्या व्यक्तीला जेवणाचे आमंत्रण देतो. आणि जेवतानाच असे काही गंभीर विषय काढतो, अशा काही त्याच्याकडून अपेक्षा व्यक्त केल्या जातात की, त्या

कामांच्या जबाबदारीच्या कल्पनेने त्याच्या घशाखाली घास उतरणेही कठीण होऊन बसते. त्याला बिचाऱ्याला जेवणाचा नीट आस्वादही घेता येत नाही.

खरे तर भारतीय संस्कृतीत जेवणाला 'उदरभरण नोहे, जाणिजे यज्ञकर्म' असे म्हटलेले आहे. म्हणजे नुसते पोट भरण्यासाठी आपण जेवत नाही; तर ते एक पवित्र कर्म आहे. ते दुसऱ्यालाही शांतपणे करू द्या. मोठमोठ्या कंपन्यांमध्ये कामासाठी आलेल्या पाहुण्यांना हॉटेलमध्ये खाना देण्यासाठी नेतात हे खरे. पण तेव्हासुद्धा महत्त्वाच्या गोष्टींचे निर्णय ते तिथे घेत नाहीत. मग ते तो वेळ वायाच घालवत असतात का? नाही... ही कर्तबगार मंडळी एकमेकांचे बारकाईने निरीक्षण करीत असतात. परस्परांची कौशल्ये, ज्ञान, ताकद अजमावत असतात. एकमेकांविषयी मूकपणे काही निष्कर्ष काढीत असतात. या आकलनाचा उपयोग त्यांना आपसात व्यवहार करताना नक्कीच होणार असतो. मात्र जेवणाच्या वेळी, पार्टीत प्रत्यक्ष कामाचा महत्त्वाचा भाग कधीही करायचा नसतो हे नेहमी लक्षात ठेवा.

परिणामकारकता वाढवा –

कधी असे होते की, तुम्ही दिवसभर काम करता आणि तरीही तुम्हाला साहेबांची बोलणी खावी लागतात. का बरं? कारण तुम्ही केलेल्या कामाचा परिणाम दिसून येत नाही. हल्ली नुसत्या एफिशिअन्सीवर भागत नाही. इफेक्टिव एफिशिअन्सी हवी. तुम्ही कार्यक्षम असाल, तुम्ही सिन्सिअर असाल, तुम्ही टंगळमंगळ करीत नाही, व्यवस्थित काम करता आणि तरीही तुमच्या कामाचा प्रभावच पडत नाही. असे का होते? कुणी नावे ठेवू नये म्हणून स्वयंपाक केलात तर त्यात तिखटमीठ बरोबर असेल, पण चविष्टपणा, खमंगपणा अशा पदार्थाला येत नाही, होय ना? अशा वेळी तुम्ही वाढलेला पदार्थ खात आपल्या घरची माणसं दुसऱ्याच कुणाच्या तरी हातच्या पदार्थाचे कौतुक करीत असतात. आपल्याला कुणाचा बोल नको अशा वृत्तीतून जेव्हा आपण काम करतो, तेव्हा आपल्याला कुणी बोल लावत नाही हे खरे पण कुणाचे कौतुकाचे बोलही आपल्या कानी सहसा पडत नाहीत. तेव्हा अंगावर पडलेय म्हणून केवळ काम करण्यापेक्षा त्या कामाचे प्रयोजन लक्षात घेऊन ते अधिक परिणामकारक बनवण्याचा प्रयत्न करा.

समजा, तुमच्या संस्थेत वेगवेगळ्या शिक्षणक्रमासाठी ॲडमिशन्सचे काम चालू आहे. तुम्ही दिवसभर फॉर्म्स घेता, पैसे जमा करता. संध्याकाळी साहेब विचारतात, ''किती झाल्या ॲडमिशन्स?'' तुम्हाला नेमका आकडा सांगता येत नाही. पुढे ते विचारतात, ''कोणत्या कोर्सला जास्त मागणी आहे?'' तुम्ही म्हणता,

“बघते हं.” साहेब वैतागतात. तुम्हाला वाटतं, ‘मी एवढी दिवसभर राबले, ते गेलं कुठेच, आणि यांच्या एकदोन प्रश्नांची नीट उत्तरे दिली नाही तर लगेच यांचे बिनसले. आपल्या कामाची काही किंमतच नाही यांना!’ पण खरे तर तुम्हीच जर हे लक्षात घेतले की, संस्थेच्या वरिष्ठांना तुम्ही काम किती करता यापेक्षा ॲडमिशन्स किती झाल्या याची उत्सुकता जास्त असणार. आज फीच्या रुपाने संस्थेला किती पैसे मिळाले, आपण सुरू केलेल्या शिक्षणक्रमाला लोकांचा कसा प्रतिसाद आहे, याची माहिती मिळणे त्यांच्या दृष्टीने महत्त्वाचे आहे. तेव्हा आधीच तुम्ही एखाद्या पानावर रकाने आखून एक कोष्टक तयार केलेत आणि तुमचे साहेब येण्याच्या वेळी त्या कोष्टकाखाली तोपर्यंत प्रत्येक कोर्सला झालेल्या ॲडमिशन्स आणि जमा झालेली रक्कम अशी नोंद करून ते साहेबांकडे दिलेत तर? याला म्हणतात इफेक्टिव वर्क! ज्या कोर्सला जास्त ॲडमिशन्स झाल्या असतील तो कोर्स हायलाइट केलात तर? तुमचे बॉस का नाही खूश होणार? आपण कशासाठी काम करतो आहोत हे आधी लक्षात घ्या. पाट्या टाकल्यासारखी कामे करू नका. आपल्या कामातून निष्पन्न होणारा परिणाम तुम्हाला आधीच दिसायला हवा.

तातडीचे व महत्त्वाचे यातील फरक ओळखा –

आयुष्यात ज्याला प्राधान्यक्रम ओळखता येतो, तो यशस्वी होतो. कशाची गरज केव्हा आहे हे कळले पाहिजे. यालाच तारतम्य म्हणतात. आता तुम्ही म्हणाल जे महत्त्वाचे आहे, ते तातडीचे असतेच. किंवा तातडीने करण्याची गोष्ट महत्त्वाचीच असते. तर सर्वसाधारणपणे हे खरे आहे. पण जेव्हा कार्यक्षमतेमध्ये जाणीवपूर्वक सुधारणा करण्याचे आपण ठरवतो, तेव्हा अशा गोष्टींमधले फरक आपण अधिक काटेकोरपणे ओळखले पाहिजेत.

समजा, तुमचे साहेब एखाद्या दिवशी दुपारी टूरवर रवाना होणार आहेत. त्यांना योग्यवेळी स्टेशनवर सोडण्याची जबाबदारी तुमच्यावर आहे. म्हणजे तुम्ही स्टेशनवर जायचे नाहीय पण स्टेशनवर जाण्यासाठी ऑफिसची गाडी तयार ठेवणे, त्यासाठी ड्रायव्हरला सांगून ठेवणे ही व्यवस्था तुम्ही बघणार आहात. आणखी एक नेहमीचे कामही तुमच्याकडे आहे. ऑफिसमध्ये आलेले काही चेक बँकेत जमा करायचेत. तसेच उद्या कसलीशी मीटींग आहे. या मीटींगमध्ये तुम्ही बोलणार आहात. तुमचे बरेचसे मुद्दे तुम्ही काढून ठेवलेत. पण एकदा ते मुद्दे वाचून घेऊन त्यात काही राहिले नाही ना, हे आज दिवसभरात तुम्हाला बघून ठेवायचेय. आता यातले कुठले काम तुम्ही आधी कराल? तुमचे मुद्दे तुम्ही काढत बसलात आणि साहेबांच्या जाण्याविषयी

ड्रायव्हरला सूचना देण्यास उशीर झाला तर? दरम्यान तुम्हाला हवा तो ड्रायव्हर आणि गाडी दुसऱ्या कुठल्या कामासाठी गेली तर? साहेबांचा मेमो ठरलेला! पुन्हा तुम्ही म्हणणार... 'मी काही रिकामा होतो का? ऑफिसचंच काम करत होतो ना?' पण तसे नसते. साहेबांची सोय आधी पहा. मग तुमची. दोन दिवस आधी ड्रायव्हरला जाण्याविषयी सांगून ठेवा. पुन्हा ज्या दिवशी साहेबांना सोडायला स्टेशनवर जायचेय, त्यादिवशी सकाळी ड्रायव्हरला विचारून गाडी नेण्यायोग्य आहे ना, काही अडचण नाही ना याची खात्री करून घ्या. त्यांच्या टूरसाठी ते स्टेशनवर व्यवस्थित वेळेवर पोचतील असे पाहा. ते एकदा झाले की, तुम्ही मोकळे. बँकेत चेक जमा करण्याचे कामही महत्त्वाचेच आहे. तेव्हा तुम्ही आधी साहेबांना सुखाने निरोप द्या. मग बँकेत चेक पाठवून द्या. आणि मग निवांत तुमचे मुद्दे काढत बसा.

असेच आणखी एक उदाहरण. लवकरच होणाऱ्या एका मीटींगसाठी तुम्हाला काही पत्रांवर तुमच्या बॉसच्या सह्या घेऊन ती पत्रे वेळेवर रवाना करायचीत. तर ते केबिनमध्ये आहेत तोवरच ती पत्रे तयार करून त्यांच्या सह्या घेणे आणि ती पत्रे पाठवून देणे योग्य ठरेल. हे काम तातडीचे आहे आणि ते तातडीनेच केले पाहिजे. पण बॉस ऑफिसमध्ये असताना तुम्ही मीटींगला लागणाऱ्या इतर गोष्टींमध्ये गुंतून राहिलात आणि लंचनंतर ते कुठे बाहेर गेले की मग, आता काय करणार... सह्याच झाल्या नाहीत तर पत्रे पाठवणार कशी म्हणून तुम्ही डोक्याला हात लावून बसलात तर काय उपयोग! पत्रे तयार असूनही सही नसल्यामुळे ती पत्रे तुम्हाला पाठवता येणार नाहीत. बॉसला अर्थातच याचा राग येणार. मग त्यावेळी तुम्ही दुसरे करीत असलेले काम किती महत्त्वाचे होते, याचा कोणीही विचार करणार नाही. आले लक्षात? मीटींगची पत्रे वेळेवर पोचणे हे काम तातडीचे आणि मग मीटींगच्या संदर्भातली फोल्डर्स तयार करणे इत्यादी कामे महत्त्वाची पण नंतर करण्यासारखी... मीटींगची पत्रे रवाना झाल्यावरही करता येण्यासारखी.

तेव्हा काळवेळ पाहून कामांचा प्राधान्यक्रम ठरवा. आवडते तेच काम करायचे, एका कामात गुंतले की दुसरे विसरून जायचे अशा प्रकारे काम करणाऱ्याला कार्यक्षम कसे म्हणायचे? तो फार तर कष्टाळू आहे असे म्हणता येईल.

आली भेटीला, धरली वेठीला –

खेडेगावात एक म्हण आहे, आली भेटीला, धरली वेठीला. म्हणजे सहज भेटायला म्हणून सद्भावनेने एखादी व्यक्ती तुमच्याकडे येते आणि पुढचामागचा काही

विचार न करता तुम्ही आपले तिला वेठीला धरून तुमचे काम तिच्याकडून करून घेता.

काही वेळा असे होते की, ज्यांच्याकडे आपले काम असते, ते नेमके काही निमित्ताने समारंभात किंवा अन्यत्र अचानक भेटतात. नेहमी लक्षात ठेवा, अचानक घडलेल्या भेटीत कुणाच्याही गळ्यात आपली कामे बांधू नका. तुम्ही या भेटीत त्यांची भेटण्याची निश्चित वेळ, फोननंबर, ते नसल्यास त्यांना कुणाकडून नक्की निरोप कळू शकेल त्यांचे नाव असा तपशील जरूर घ्या. पण तुमचे मुख्य काम तिथे त्यांना सांगू नका. तुम्ही जर असे करू लागलात, तर होईल असे की, तुमचे फक्त त्या वेळचे काम त्यांच्याकडून करून मिळेल पण पुढे प्रत्येकवेळी तुम्ही दिसलात की ती व्यक्ती तुम्हाला टाळू लागेल. चारजणांना सांगेल, मी पळते बुवा इथून, हा भेटला की, डायरेक्ट एखादे कामच गळ्यात घालतो.

दुसऱ्यांकडून काम करून घ्यायचे, तेव्हा ते त्याच्या कलाने करून घ्यावे. त्याला ते ओझे वाटता कामा नये, कटकट वाटता कामा नये. तरच तुम्हाला त्यांच्याकडून नेहमी सहकार्याचा हात मिळेल.

सर्वाधिक महत्त्व कामाला –

स्वामी विवेकानंदांनी भारतीयांची मनस्थिती अचूक ओळखली होती. त्यांनी एके ठिकाणी म्हटले आहे, 'काम करण्याची कडक व काटेकोर पद्धती आपण अजून शिकलो नाही. काम म्हणजे काम. मग तेथे मैत्री किंवा भीड उपयोगाची नाही.' कार्यक्षमतेबाबतच्या एका अभ्यासात असे आढळून आले आहे की, ज्या ठिकाणी परस्परांमध्ये दोस्तीचे नाते असते, फार जवळचे नाते असते, तिथली कार्यक्षमता संकुचित राहते. कारण सगळेच 'चालतंय, आपलंच आहे...' या मूडमध्ये असतात. आपल्या माणसांच्या बाबतीत 'अतिपरिचयात अवज्ञा' असे होऊन माणसाच्या कर्तबगारीपेक्षा ज्येष्ठतेला महत्त्व मिळते.

एका पाश्चात्य नियकालिकात भारतीय उद्योगांविषयी एक अभ्यासपूर्ण लेख प्रसिद्ध झाला होता. त्यात असे म्हटले होते की, कुटुंबियांपैकीच कोणाची तरी स्वतःच्या उद्योगातील सर्वोच्च पदावर नेमणूक करण्याचा मोह भारतीयांनी सोडला तर त्यांच्याकडील उद्योगधंदे अधिक भरभराटीला येतील. चीन, जपान अशा काही देशांमध्ये जेव्हा परदेशातील पाहुणे महत्त्वाची बोलणी करण्यासाठी जातात, तेव्हा जेवायला जाताना पाहुण्यांसाठी शाही खान्याची उत्तम सोय केलेली असते. पण

त्यांच्याबरोबर चर्चा करणारे पदाधिकारी त्याच हॉटेलमधील सामान्य दालनात जेवण करतात. हे आपल्याला जमेल? उलट त्यांच्या चार पाहुण्यांबरोबर आपल्याकडचे वीस अधिकारी जेवणखाण करण्यात दंग होतात.

मीटींगमध्ये नेहमीच सॅलड, फळे, पोळीभाजी असा हलका आहार घेतला पाहिजे. नाहीतर नंतरच्या सेशनमध्ये फक्त डुलक्या काढल्या जातात. भरपूर स्वीट, आइस्क्रिम, भरपेट जेवण करायचे आणि एसीत बसून चर्चा करायची... झोप येईल नाहीतर काय होईल? म्हणून कामाच्या ठिकाणी कामकऱ्यासारखेच जेवले पाहिजे.

थोडक्यात, जेवणखाण, मानपान, नातेसंबंध या सर्व गोष्टी कामापुढे दुय्यम मानल्या पाहिजेत आणि कामाला टॉप प्रायॉरिटी दिली पाहिजे.

देखरेखही तितकीच महत्त्वाची –

सगळी कामं स्वतःच करायची असा काहीजणांचा हट्ट असतो. तो घातक ठरतो. तुम्हाला माहीत आहे का? स्वतः काम करण्यापेक्षा दुसऱ्याच्या क्षमता जाणून त्याच्याकडून काम करून घेणे अधिक कौशल्याचे असते. हे आव्हान स्वीकारा. काहीजणांना माझ्याशिवाय पान हलत नाही ही जाणीव फार सुखाची वाटते. कोणी काही खटपट करीत असले की, ते तुला नाही जमायचे असे म्हणून त्याला बाजूला सारून आपण स्वतः ते काम करणे बऱ्याचजणांना आवडते. पण असे करून तुम्ही स्वतःच्याच पायावर धोंडा पाडता आहात हे लक्षात घ्या. दुसऱ्यांना कामे शिकवता आली पाहिजेत. त्यावर तुमची देखरेख ठेवा.

एक शेतकरी म्हातारा झाला आणि त्याचे शेवटचे दिवस जवळ आले तेव्हा आपली मुलगी आपल्या पश्चात शेतीवाडी कशी काय सांभाळणार याची त्याला काळजी वाटू लागली. मालकाचे लक्ष नसेल तर शेतीवाडीची धूळधाण उडायला वेळ लागणार नाही हे त्याला कळत होते. पण आता वेळ निघून गेली होती. त्याने कधीच आपल्या मुलीला शेतीभातीची नीट माहिती करून दिली नव्हती. तेव्हा वडील मुलीला जवळ बोलावतात. तिला आपल्याजवळची एक अंगाऱ्याची पिशवी देतात आणि तिला सांगतात की, रोज सकाळसंध्याकाळ संपूर्ण शेताला फेरफटका मारून यातला चिमूटभर अंगारा प्रत्येक झाडाच्या बुंध्यापाशी टाकत जा. तुला कधीच काही कमी पडणार नाही. थोड्याच दिवसात शेतकरी मरतो. मुलगी अंगारा घेऊन शेतात फिरू लागते. फिरत असताना कधी तिच्या लक्षात येई की, काही झाडांना पाणी कमी पडतेय. कधी ती बांधबंदिस्ती नीट करून घ्यायची. अंगारा टाकण्याच्या निमित्ताने

शेतातील कानान्कोपरा तिच्या नजरेखाली राहू लागला. शेताची बारकाईने देखभाल होऊ लागली. मालकीण रोज दोनदा जातीने देखरेख करते म्हटल्यावर नोकरमाणसंही नीट काम करू लागली. आणि खरोखरच तिला कधीच काही कमी पडले नाही.

नुसत्या देखरेखीने केवढा फायदा होतो पाहिलंत? तेव्हा प्रत्येक काम स्वतःच करायचे यापेक्षा प्रत्येक काम झालेच पाहिजे हा आग्रह धरा. त्यासाठी काही कामे दुसऱ्यावर सोपवा.

दुसऱ्यावर काम सोपवण्याचे टप्पे लक्षात घ्या. पहिला टप्पा म्हणजे ते हे काम करून शकतील असा विश्वास ठेवा. सुरुवातीला स्पष्ट सूचना द्या. जे काम करायचे आहे, ते त्या व्यक्तीला नीटपणे कळले आहे याची खात्री करून घ्या. मग अधूनमधून कामाचा पाठपुरावा करा. त्याच्यामागे ससेमिरा लावू नका पण काम नीट जमतेय ना, वेळेत होईल ना ते पाहा. सुरुवातीला चुका होण्याची शक्यता गृहीत धरा. त्या कशा टाळता येतील ते समजावून सांगा. तरीही कामात गहाळपणा झाल्यास खासगीत जरूर रागवा. मात्र चार लोकात चांगल्या गोष्टींचे कौतुक करा. तुम्हाला अपेक्षित असलेले काम त्यांच्याकडून व्यवस्थित होतेय म्हटल्यावर तेवढ्यावरच थांबू नका. थोडी आणखी जबाबदारीची कामे सोपवून पाहा. तुमचा सहकारी स्वतंत्रपणे काम करण्यास सुरुवात करीपर्यंत सुरुवातीला तुमचा त्यासाठी थोडा जास्त वेळ जाईल. पण दुसऱ्यांनी करण्यासारखी कामे एकदा तुम्ही इतरांवर सोपवलीत की तुम्ही अधिक महत्त्वाच्या कामांवर आपले लक्ष केंद्रित करू शकाल. आणखी जबाबदाऱ्या अंगावर घेऊ शकाल. शिवाय विश्वास ठेवून तुम्ही जबाबदारी टाकलीत म्हणून, ती व्यक्ती खूश होईल ते निराळेच.

आज रोख, उद्या उधार

जे लोक आर्थिक बाबतीत काटेकोर राहतात, त्यांचेच व्यवसाय भरभराटीस येतात. धंदा नुकसानीत जाण्याचे कारण पुष्कळदा हे असते की, आपण पैशांचे व्यवहार तितक्या काटाकाळजीने करीत नाही. 'आज रोख, उद्या उधार' हे दोन्हींकडून ठेवा. म्हणजे देतानाही रोख द्या. आणि काही घेतानाही उधारी ठेवू नका. कोणत्याही कर्तबगार माणसाचे उदाहरण पाहा. त्याचे आर्थिक व्यवहार चोख असतात.

पुष्कळदा आपल्या व्यवसायासाठी बाहेरून कामे करून घ्यावी लागतात. त्यासाठी हवे तसे कौशल्य असलेली माणसे पारखून घ्या. विशेष गुणवत्तेचे काम करून हवे असेल तर पैशासाठी मागेपुढे पाहू नका. कधी ऑफिसमधल्याच

कर्मचाऱ्यांकडून पण जास्तीचे, थोडे वेगळे काम करून घ्यावे लागते. अशा वेळी त्या कामाची कदर करा व ऑफिसमधून त्यांना त्याचा आर्थिक लाभ मिळू द्या.

मैत्री आहे, आपलेच आहेत, म्हणून इतरांनी फुकट काम करून द्यावे अशी अपेक्षा करणे म्हणजे त्या व्यक्तीच्या कौशल्याचा, बुद्धिमत्तेचा अपमानच नाही का? उलट त्यांचा योग्य मान ठेवा. खडूस होऊ नका, दिलदार व्हा. काही वेळा प्रश्न पैशाचा नसतो; व्यक्तीची, कामाची कदर करण्याचा असतो. माणसाची खरी नियत पैशांच्या व्यवहारामधून कळते. ती नियत चांगली ठेवा. त्याने तुमचाच मान राहील. व्यवसाय वाढेल. तुमची विश्वासार्हता वाढेल.

मुख्य म्हणजे त्याने तुमच्या कार्यक्षमतेवर परिणाम होऊ शकतो. माणूस एखाद वेळेला असे फुकट किंवा नाममात्र मोबदल्यात काम करून देईल. पुढे ते तुम्हाला टाळतीलच. तुम्हाला जर दूरगामी परिणाम चांगले हवे असतील तर आर्थिक व्यवहार चोख ठेवण्यास शिका.

सूर जुळले, शब्दही जुळले –

आपले कोणतेही काम उत्तम व्हावे असे वाटत असेल तर समोरची व्यक्ती कोणत्या मूडमध्ये आहे ते जाणून घ्या. आणि त्या मूडशी स्वतःचे बोलणे जुळवून घ्या. त्यातून आपले काम साधून घ्या. तुम्ही पाहात असाल, काही दुकानांमध्ये आपण जातो, तेव्हा ते आपुलकीने आपली चौक़शी करतात, कोणासाठी काय घ्यायचे आहे याची आस्थेने माहिती घेतात. मग त्यासाठी अगदी योग्य असा माल त्यांच्याकडे कसा उपलब्ध आहे हे सांगून तो माल ते तुमच्यापुढे मोठ्या प्रेमाने सादर करतात. काही दुकानात मात्र आपण समोर उभे राहिलो की, 'काय बुवा ही कटकट आहे... ' अशा नजरेने पाहून ते त्यांच्या दुसऱ्याच कामात दंग होतात.

आपल्याकडे कामासाठी येणारी व्यक्ती कोणत्या मूडमध्ये आहे ते पाहून घ्यावे. गायक जेव्हा गात असतो तेव्हा त्याला अनुसरून पेटीमधून सूर निघतात. आपलेही वागणे तसेच हवे. दुसऱ्यांकडून काम करून घ्यायचे असेल तेव्हा त्याचा मूड कसा आहे, तो ओळखून त्यांचाच सूर आळवावा.

एकदा जानकी नावाच्या माझ्या मैत्रिणीचा वाढदिवस होता. तिचा नुकताच साखरपुडा झाला होता आणि तिला एक तिच्या मनासारखे मोठे कामही मिळाले होते. आम्ही मैत्रिणी अर्थातच त्यामुळे खूश होतो. आम्ही सगळ्याजणींनी मिळून

तिला पार्टी द्यायचे ठरवले. आमच्याच गावात 'सत्कार' नावाचे एक नवीन हॉटेल निघाले होते. मी तिथे पोचताच मोठ्या अभिमानाने पार्टी कशासाठी द्यायची आहे ते तिथल्या मॅनेजरला सांगितले आणि त्याच्या हॉटेलमधल्या शानदार हॉलची चौकशी केली. माझ्या फसफसत्या उत्साहावर विरजण घालीत तो मख्खपणे म्हणाला, 'हां, ती रूम ना? ती तिकडे आहे, मागे... जायचं तर जा, बघून या तुम्ही.' मी हिरमुसली झाले. तशीच तिथून निघाले. मनाशी ठरवले, 'मी अशाच ठिकाणी पार्टी ठरवीन, जिथली माणसे आमचा उत्साह द्विगुणित करतील!'

तो हॉटेलचा मॅनेजर त्याच्याकडे येणाऱ्या लोकांना जर अशा प्रकारे कटवत असेल तर त्याच्याकडून धंदा होणार कसा? त्याऐवजी तो माझ्या त्या वेळच्या आनंदात सहभागी झाला असता, माझ्या मैत्रिणीची त्याने आणखी चौकशी केली असती, तर मी खूश होऊन लगेचच त्याचा हॉल बुक केला असता. तेव्हा आपल्याकडे येणारी संधी आपल्या अलिप्त वागण्याबोलण्याने घालवून देऊ नका.

इतरांच्या कल्पकतेलाही वाव द्या –

तुम्ही कितीही बुद्धिमान असलात तरी एकच व्यक्ती आहात. तुमच्या एकटीच्या कार्यक्षमतेला मर्यादा आहेत. बऱ्याच कंपन्यांमध्ये सर्व कर्मचाऱ्यांना आपल्या कामाबाबत काही नवीन कल्पना सुचवण्यासाठी प्रोत्साहित केले जाते. दर महिन्याला प्रत्येक डिपार्टमेंटकडून अशा सूचना जमा करतात. एखादे काम कमी वेळात कसे करता येईल, काय केले म्हणजे ते अधिक चांगल्या प्रकारे होईल, एखाद्या कामामधली गुंतागुंत कमी कशी करता येईल, वस्तूच्या उत्पादनातील खर्च कसा कमी करता येईल अशा अनेक बाबतीतल्या या सूचना असतात. सर्वोत्कृष्ट अशा काही सूचना निवडून त्यांना बक्षीसही दिले जाते. कितीतरी सूचना अशा असतात की, त्यासाठी फार पैसे लागत नाहीत, नवीन माणूस नेमावा लागत नाही; फक्त दृष्टी नवीन लागते. ती ज्यांच्याजवळ आहे, त्यांना काही ना काही सुचत असते. त्यांच्या कल्पकतेचा, विचाराचा आपण उपयोग करून घ्यायला हवा.

'ज्याचं जळतं त्यालाच कळतं' अशी आपल्याकडे म्हण आहे. जी व्यक्ती प्रत्यक्ष ते काम करते, तिलाच त्यातले बारकावे अधिक कळतात, त्यातल्या सुधारणा सुचतात. त्या आपण जाणून घेऊन त्यावर विचार करायला हवा. आपण सुचवलेल्या कामाच्या पध्दतीचा विचार केला जातो, आपले म्हणणे विचारात घेतले जाते, असे लक्षात आले तर ती व्यक्ती अधिक उत्साहाने कामात लक्ष घालेल. आणि त्याची तर कार्यक्षमता वाढेलच पण त्यामुळे तुमची, तुमच्या डिपार्टमेंटची कार्यक्षमताही

वाढेल. हल्ली काही शाळांमध्येही विद्यार्थ्यांना अनेक प्रश्न विचारून त्यांच्या विचारांना चालना देतात. वर्गाची रचना कशी असावी, तुम्ही बसता ते बाक कसे असावे, त्यात कोणत्या सोयी असाव्यात अशा कितीतरी गोष्टींमध्ये विद्यार्थ्यांकडून नवीन गोष्टी शिकता येतात.

तुमचे सहकारी, तुमचे बॉस, तुमच्या हाताखालची माणसे यांनी काही नवीन गोष्टी सुचवल्या तर त्याचे स्वागत करा. त्याला पोषक असे ऑफिसमधले वातावरण ठेवा. त्यांचे म्हणणे नीट समजावून घ्या. एकदा कामाची घडी बसली की त्यात बदल करायला आपण सहसा तयार होत नाही. पण कार्यक्षमता वाढवायची असेल तर बदल हा हवाच. सुधारणाही हवी. आणि ती नवीन माणसांकडूनच आपल्याला कळू शकते. तेव्हा नव्यांकडे दुर्लक्ष करू नका. ते जी पद्धत सांगतायत, ज्या नवीन कल्पना सुचवतायत, त्या एकदा अजमावून पाहा. बॉसनं काही सुचवल्यावरही, 'यांना सांगायला काय होतंय..' असे म्हणून त्यांचे म्हणणे कानाआड करू नका. इतरांची मते विचारात घेऊन कामांच्या पद्धतीमध्ये बदल करा.

भक्कम साखळी –

घर असो वा कार्यालय; माझे काम अचूक झाल्याशी कारण... बाकीच्यांचे काही का होईना, असे म्हणून चालत नाही. कारण कोणाचेच काम पूर्णतः स्वतंत्रपणे चालत नाही. सगळी कामे एकमेकांवर अवलंबून असतात. मग ती घरातली कामे असोत किंवा ऑफिसमधली. एका कामाला दुसरे काम जोडलेले असते. या साखळीतल्या सगळ्या कड्या मजबूत असतील तर तुमची कार्यक्षमता वाढेल. या साखळीतली एक जरी कडी कमजोर झाली तर दिवसाच्या शेवटी तुमच्या हातात येणारे यश कमीच असेल. आपली कार्यक्षमता जास्तीत जास्त सरकत ठेवण्यासाठी कोणती कडी कमजोर होते आहे हे ओळखणे आणि ती वेळीच मजबूत करणे यासाठी जागरूक राहायला हवे. या थिअरीवर इलियाहू गोल्डरॅट यांनी 'द गोल' नावाचे एक आख्खे पुस्तक लिहिले आहे. आणि त्यातला नायक अशा प्रकारे अनेक प्रयोग करून कमजोर साखळी शोधून ती मजबूत करतो आणि स्वतःचा कारखाना नावारूपाला आणण्यात यशस्वी ठरतो.

सकाळी दूध वेळेवर आले नाही तर उशीरा चहा होऊन पुढच्या दिनक्रमाला विलंब होणार. असे वारंवार होऊ लागले तर तुम्हाला दूधवाल्याला तुमच्या वेळेनुसार येण्यात काय अडचणी आहेत ते पाहावे लागेल. त्या दूर होण्यासाठी मदत करावी लागेल. ते होण्यासारखे नसेल तर दुधाची दुसरी व्यवस्था पाहावी लागेल. नुसती

चिडचिड करून उपयोग नाही. कारण शेवटी दिवस वेळेवर सुरू होणे, पुढची कामे वेळेत होणे यावर तुमची कार्यक्षमता अवलंबून आहे.

समजा, ऑफिसमध्ये तुमच्या टेबलावर दरमहा दहा तारखेच्या आत महिन्याच्या कामाचा अहवाल येणे अपेक्षित आहे. एखाद्या खात्याला दरवेळी उशीर होत असेल तर त्याला नुसती जरब देऊन उपयोग नाही. त्याची अडचण जाणून ती सोडवलीत तर तुम्हाला त्याचाही अहवाल वेळेत मिळून तुमची पुढची कामे सुरळीत होतील. अमुक एका पद्धतीने काम करण्यात दुसऱ्याला काही अडचणी येत असतील तर 'ते तुझं तू बघ' असं म्हणून झटकून टाकू नका. कारण कोणतेही काम म्हणजे टीमवर्क असते. त्याने काम वेळेवर केले तर तुमचे काम वेळेवर होणार असते. म्हणून इतरांचे काम सुलभतेने कसे चालेल इकडेही लक्ष द्या.

अवघड, वेळखाऊ काम आधी हाती घ्या –

तुम्हाला आठवते? लहान असताना पानातला नावडता पदार्थ आई आपल्याला आधी संपवून टाकायला सांगायची. कामाचेही तसेच आहे. बऱ्याचदा असे होते की, एखादे काम अवघड आहे म्हणून आपण लांबणीवर टाकत जातो आणि नंतर असे लक्षात येते की ते आता आणखीच अवघड होऊन बसले आहे. म्हणून इतर कामांची

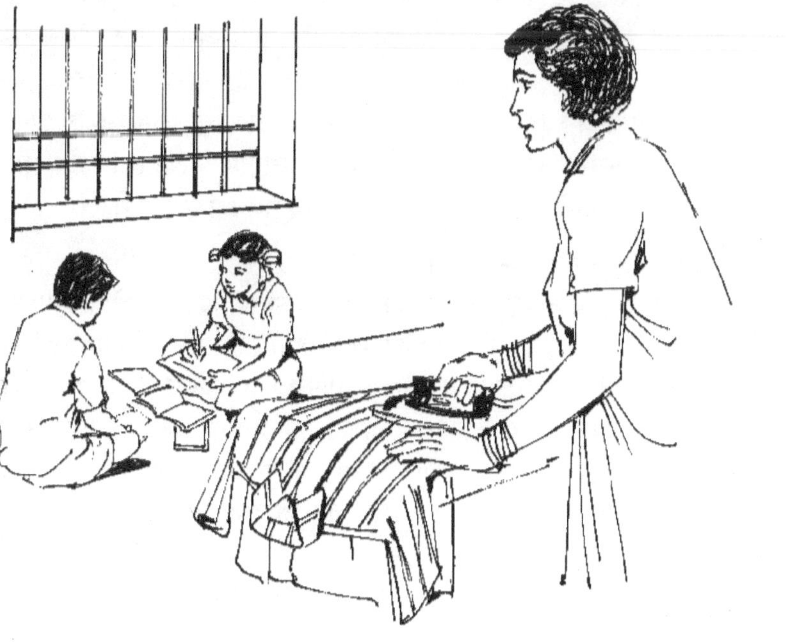

तातडी नसेल तर किचकट काम आधी करायला घ्या. एकदा ते उरकले की, तुमच्या डोक्यावरचे टेन्शन कमी होईल आणि मग बाकीची कामे व्यवस्थित होतील. कामाला लागताना सुरुवातीला आपण फ्रेश असतो, उत्साह असतो; तेव्हा अवघड, वेळखाऊ काम आधी करायला घ्या आणि ते उरकून घ्या. शक्यतो सकाळच्या वेळात, लंचपूर्वी मोठ्या कामाचा फडशा पाडा. नावडते काम आधी करा. आवडीचे नंतर करा. नावडत्या कामामुळे आलेला कंटाळा आवडत्या कामाने निघून जाईल. शिवाय कितीही कंटाळा आला तरी आवडते काम आपण टाळत नाही. त्यामुळे ते काम तर होणारच असते.

कामाची आखणी करताना आपला स्टॅमिना, मूड लक्षात घ्या. आजूबाजूचे वातावरण लक्षात घ्या. उदाहरणार्थ, दुपारच्या जेवणानंतर सुस्ती येते. म्हणून लंचनंतर मीटींग ठेवा. चार माणसांबरोबर बोलत काम होऊन जाईल. किंवा क्लार्कचे काम करीत असाल तर एकाग्रतेने करण्याचे काम सकाळी करून टाका. लंचनंतर फायलिंग, दुसरीकडे जाऊन माहिती आणणे अशी कामे ठेवा. गृहिणी असाल तर घरात मुले असताना त्यांच्याबरोबर बोलत इस्त्री करता येईल किंवा त्यांचा अभ्यास घेता येईल, घरात कोणी नसेल तेव्हा आपली शांतपणे करावयाची कामे करता येतील.

एकापाठोपाठ नुसती कामे करत राहण्यापेक्षा थोडी विचारपूर्वक कामे करा. नाहीतर ही मुलं असली की काही कामच होत नाही असे आया म्हणत राहतात आणि ऑफिसमध्येही नाना कारणांमुळे आपल्याला कामामध्ये डिस्टर्ब होत असतो. पण कोणत्या वेळी काय होऊ शकते याचा अंदाज आधीच घेऊन काहीही झाले तरी कामे तर करायचीच असे तुम्ही ठरवलेत आणि त्याप्रमाणे त्या त्या वेळेत ती कामे बसवलीत तर तुमची कार्यक्षमता नक्की वाढल्याचे तुमच्या लक्षात येईल.

आपल्या कामात पुढाकार घ्या –

नुसती कामे ओढत राहणाऱ्यांना प्रमोशन कधीही मिळत नाही हे नेहमी लक्षात ठेवा. 'इनिशिएटिव्ह घ्या' असे ऑफिसमध्ये नेहमी सांगितले जाते. तुम्हाला जर पुढे जायचे असेल तर जबाबदाऱ्या आपणहून अंगावर घ्या आणि त्या पार पाडा. समजा तुमच्याकडे ऑफिसमधल्या लोकांना वेळोवेळी लागणारे गाड्यांचे रिझर्वेशन करण्याचे काम आहे. अशावेळी नेहमी लागणाऱ्या प्रवासाची वेळापत्रके, त्यांचे दर हे तर हाताशी हवेच. त्याशिवाय तुमच्या बॉसचे रिझर्वेशन करताना त्याची झोप नीट होईल, पोचण्याच्या ठिकाणी दिवसाढवळ्या पोचेल, तो जे काम करण्यासाठी जाणार असेल, ते ऑफिस उघडे असेल अशी तुम्ही काळजी घेतलीत तर तुमच्या कामाचे कौतुक

होईल. चौदा जानेवारीला मद्रासमधील कामासाठी बॉस जाणार असेल तर त्या दिवशी तिकडे पोंगलनिमित्त सुटी असणार हे तुम्ही लक्षात घेतले पाहिजे. त्या वेळी बरीचशी कार्यालये बंद असतील हे लक्षात घेऊन तुम्ही त्यानुसार त्याच्या प्रवासाची आखणी केलीत तर बॉस का नाही खूश होणार? पण तुम्ही जर म्हणालात, माझे काम फक्त तिकिटे काढण्याचे आहे. मी तेवढेच करणार. तर तुमचा बॉस म्हणेल, मग तू जन्मभर तेवढ्याच पगारावर बस. इननिशिएटिव्ह घेणाऱ्याला मी प्रमोशन देईन.

समजा, तुम्ही स्टोअर्स डिपार्टमेंटमध्ये काम करीत आहात. वारंवार माल येत राहतो आणि तुमच्या जागेची अवस्था अगदी गोडाऊनसारखी होते. अशा वेळी तुम्ही जर जागा कमी पडते, माल ठेवायला जागा वाढवून द्या अशी सारखी भुणभुण बॉसकडे करू लागलात तर बॉस वैतागेल. त्याऐवजी आवश्यक तेवढेच पार्ट्स आणावेत, अमुक हे पार्ट्स बरेच दिवसांपासून वापरलेले नाहीत, अशा काही गोष्टी बॉसच्या नजरेस आणून दिल्यात किंवा एकावर एक वस्तू ठेवता येतील अशी शेल्फ बनवून घेतलीत तर बॉसला नक्कीच आनंद वाटेल. पार्ट्स आणण्याचे वाचल्यामुळे खर्चही वाचेल. थोडक्यात आपली जबाबदारी फक्त नेमून दिलेले काम करणे एवढीच आहे असे मानू नका. कार्यक्षमता दाखवण्यासाठी हातात सत्ताच पाहिजे असे काही नाही. जे कुठले काम असेल, त्यात पुढाकार घेऊन तुम्ही प्रश्न सोडवण्याचा प्रयत्न करता आहात असे जर वरिष्ठांच्या लक्षात आले तर ते नक्कीच खूश होतील.

एकाग्रचित्ताने काम करा –

'एकच तारा समोर आणिक पायतळी अंगार...' अशी कामावरची निष्ठा पाहिजे. आळस केलात, चालढकल केलीत तर तुमच्या अंगी क्षमता असूनही तुमची कार्यक्षमता वाढणार नाही. आपल्या कामाचे मोल कधीही क्षुल्लक समजू नका. तुमचे काम तुम्ही गांभीर्याने, समरसून करा.

अनेकदा केवळ गोंधळल्यामुळे कामात चुका होतात आणि अकार्यक्षमतेचा शिक्का बसतो. त्यासाठी शांत चित्ताने कामाकडे लक्ष द्या. बॉसच्या सूचना ऐकताना पूर्ण लक्ष द्या. फोनवरील निरोप घेत असल्यास नीट लिहून घ्या. आपण मुलांना सांगतो की, परीक्षेत पेपर लिहून झाल्यावर एकदा तपासून पाहा. आपणही आपले काम केल्यावर एकदा तपासून पाहावे. त्याला फार वेळ लागत नाही. पण त्यामुळे दुसरीकडे जेव्हा तुमचे काम जाते, तेव्हा त्यात फक्त अशाच त्रुटी राहतात, ज्या तुम्हाला पूर्ण करणे शक्य नव्हते. आपल्या कामातल्या चुका काढायची संधी दुसऱ्यांना कशाला द्यायची? उलट तुम्ही काम केलेय म्हणजे उत्कृष्टच असणार, अचूक असणार अशी तुमच्याविषयी इतरांना खात्री असली पाहिजे. इतके काम करून भागतेय ना, मग

कशाला जास्त डोक्याला ताप करून घ्यायचा, अशी बऱ्याचजणांची वृत्ती असते. अशी भागवाभागवी करण्याची वृत्ती जोपासू नका. गुणवत्ता आणि प्रमाण या दोन्ही बाबतीत आपली कामगिरी सरसच असली पाहिजे अशी जिद्द बाळगा.

पत्राचे ड्राफ्टिंग असले, एकदा वाचून पाहा. टायपिंग असले, एकदा नजर फिरवा. रिझर्वेशन करायचे असले, ते कन्फर्म झाल्याशिवाय काम पुरे झाले असे समजू नका. मीटींगमध्ये बोलण्याचे मुद्दे असले, आठवून आठवून सगळे मुद्दे घाला. बोलताना त्या मुद्यांची उत्तरे मिळवा. काहीवेळा बराच वेळ बोलणे होते आणि शेवटी निर्णय काही न होताच मीटींग संपते. आपण काढलेल्या मुद्यांविषयी काय ठरले हे तिथेच विचारून घ्या. निर्णय झाला नाही तरी चालेल पण तो झाला नाही याची स्पष्टपणे खात्री करून घ्या. थोडक्यात, धांदरटपणा, अर्धवट कामे करून कार्यक्षमता कमी करू नका.

चौकटीबाहेरचा विचार –

कधीकधी शक्तीपेक्षा युक्ती उपयोगी पडते. खूप काम केले, सतत कष्ट केले, मान मोडून मेहनत घेतली म्हणजेच सगळी कामे नीट होतात असे नाही. कधी थोडे वेगळ्या प्रकारे काम करून पहा. तुम्ही पाहिले असेल की, एखाद्या काचेवर चिमणी सतत टोच्या मारून तिथूनच बाहेर पडण्याचा प्रयत्न करते. इथून रस्ता नाहीय, आपण दुसरीकडून वाट शोधली पाहिजे हे तिच्या लवकर लक्षातच येत नाही. आपल्याला पहिल्याच टोचीत कळले पाहिजे की, हा रस्ता बंद आहे. दुसरीकडून प्रयत्न केले पाहिजेत. झापडबंद विचार करण्याची आपल्याला इतकी सवय लागून गेलेली असते की, थोडा वेगळा विचार करून आपण कामात यशस्वी होऊ शकतो हे आपण विसरूनच गेलेलो असतो. कोणतेही काम करताना वेगवेगळ्या शक्यता अजमावून पाहा. वेगवेगळे मार्ग पडताळून पाहा.

समजा, तुम्ही तुमच्या गाडीने जात असताना अचानक बसस्टॉपवर तुम्हाला तुमचा एक मित्र उभा असलेला दिसतो. तुम्ही गाडी थांबवता. तर त्याच स्टॉपवर तुमची एक जुनी मैत्रीणही अचानक दिसते. तुम्हाला असा मोह होतो की, तिलाच आपल्या गाडीत लिफ्ट द्यावी. पण तिच्याच शेजारी एक म्हातारी कण्हत असते आणि तिलाही घरी लवकर पोचणे आवश्यक असते. तुमच्याखेरीज आणखी एकच व्यक्ती गाडीत बसू शकते तर तुम्ही कुणाला लिफ्ट द्याल? मोठा अवघड आहे ना प्रश्न? म्हातारीला नेणे कर्तव्य आहे, तरुणीचा सहवास तर हवा आहे आणि मित्राला

न्यावे तर स्वार्थी ठरू अशी भीती वाटते, होय ना? आता थोडा चौकटीबाहेर विचार करून पाहणारा काय करेल? तो सरळ गाडीतून खाली उतरेल. मित्राला गाडीची किल्ली देऊन त्याला सांगेल की, म्हातारीला तिच्या घरी सोडून तू गाडी घेऊन जा. स्वतः मैत्रिणीला सोबत म्हणून थांबेल. आता हा उपाय तुम्हालासुद्धा सुचला असता, पण केव्हा? तुम्ही आपल्या जागेवरून थोडे हला तर खरे! आहे तिथूनच विचार करीत राहिलात तर नाकासमोर असलेला एकच रस्ता तुम्ही धरणार हे उघड आहे. तेव्हा वेगवेगळ्या दृष्टिकोनातून विचार करायला शिका. तुमच्या कार्यक्षमतेला नवीन नवीन धुमारे फुटतात की नाही पाहा.

प्रश्नाची वेळीच दखल घ्या –

आळशास दुप्पट काम हे लक्षात ठेवा. कोणतेही काम जितके साठवून ठेवाल तितके ते निपटणे अवघड होऊन बसेल. मीटींग घेणे जितके लांबणीवर टाकाल तितके चर्चेसाठी घेण्याचे मुद्दे वाढत जातील. आपल्याविषयी कुणाचा गैरसमज होतोय असे वाटले तर त्याच वेळी तो दूर करण्याचा प्रयत्न करा. विषवल्ली वाढण्यापूर्वीच खणून काढा. सावध राहा. आजूबाजूच्या वातावरणाचा अंदाज घ्या.

समजा तुम्ही मॅनेजमेंटमध्ये आहात आणि काही कारणाने कामगारांमध्ये असंतोष निर्माण होतोय असे जाणवले तर लगेच त्यांच्या प्रमुखांना भेटायला बोलवा. सहज गप्पा मारा. त्यांच्या काय अपेक्षा आहेत ते जाणून घ्या. अनेकदा असे असते की, माझे तुझ्याकडे लक्ष आहे एवढा दिलासा दुसऱ्याला पुरेसा असतो. पण आपण तेवढेसुद्धा करीत नाही. कुणाला तरी मेमो दिलात म्हणून तो नाराज असेल, त्याच वेळी कामाच्या गर्दीमुळे आणखी एखादीची रजा तुम्ही नाकारता, तीही नाराज होते. वरून दट्ट्या आल्यामुळे ओव्हरटाइम देण्याचे तुम्ही शक्यतो टाळता. हळूहळू नाराजीचे प्रमाण वाढत जाते. त्याचा परिणाम त्यांच्या कार्यक्षमतेवर होतो. आणि शेवटी प्रश्न तुमच्या कार्यक्षमतेपर्यंत येऊन पोचतो. तेव्हा तुमची कार्यक्षमता निर्वेधपणे वाढत राहावी यासाठी वातावरण पोषक ठेवणे हे तुमचे कौशल्य आहे. रजा नाकारताना एक शेरा मारून अर्ज पाठवून देण्यात मोठेपणा नाहीय. त्याऐवजी तिला बोलावून घेतलेत, तिची अडचण समजावून घेतलीत, त्यावर काही उपाय सुचवलात, कामांची किती तातडी आहे हेही तिला पटवून दिलेत तर तिच्या नाराजीचे रूपांतर विरोधात होणार नाही. तेव्हा कोणताही प्रश्न मोठा होण्यापूर्वीच तो ओळखून सोडवण्याचा प्रयत्न करा.

'ठंडा करके खाओ' ही वृत्ती समस्येचे गांभीर्य वाढवते. प्रश्नाकडे दुर्लक्ष करून तुम्ही तात्पुरती सुटका करून घ्याल पण त्यामुळे गुंतागुंत वाढेल. घरातला पसारा असो, नातेसंबंध असोत; वेळच्या वेळी निस्तरलेत तर ठीक; नाहीतर काट्याचा नायटा होण्यास वेळ लागत नाही. तेव्हा कोणत्याच प्रकारची कामे लांबणीवर टाकू नका. उलट ती संपवण्याच्या मागे लागा.

हातासरशी करता येणारी कामे उरकून टाका –

काही वेळा एखादे काम करताना मधेमधे थोडा वेळ मिळू शकतो. तो विचारात घेऊन तेवढ्यात इतर काही सहज होऊ शकणारी कामे चटकन करून टाकावीत. त्यासाठी आपल्याला करावयाची कामे सतत डोक्यात हवीत. उदाहरणार्थ, बऱ्याचदा बॉसच्या केबिनमध्ये गेल्यावर त्यांना फोन येतो, कुणी भेटायला येते, त्यांचे काम होईपर्यंत स्वस्थ बसून राहण्यापेक्षा जातानाच आपले दुसरे एखादे छोटेसे काम घेऊन जावे. जमेल तसे करावे.

मोठमोठ्या कंपन्यांमध्ये किंवा मोठ्या कार्यालयांमध्ये कँटीन, डिपार्टमेंट्स एकमेकांपासून लांब असतात. अशा वेळी दूरच्या डिपार्टमेंटमधले काही काम असले तर जाताना मधलीअधली कोणती कामे करता येतील त्याचा विचार करावा. त्यासाठी लागणारी फाइल, एखादा संदर्भ बरोबर घेऊन जावा. बऱ्याचदा लोकलमधून, बसमधून

प्रवास करावा लागतो. काही गोष्टींवर निर्णय घ्यायचा असेल तर त्याचा विचार, चिंतन या वेळात करता येईल. ज्या कागदपत्रांवर निर्णय घ्यायचेत ते अशा वेळी बरोबर ठेवावेत. जातायेता होणारी कामे भराभर करीत राहिल्यास कितीतरी कामांचा निपटारा होऊन जातो.

हे काम माझे आहे असे माना –

स्वतःच्या कामाचा अभिमान बाळगा. तुम्ही जिथे काम करता, त्या कार्यालयाशी प्रामाणिक राहा. कंपनीचा फायदा झाला, तुमच्या खात्याचा फायदा झाला तर त्यात तुमचाच फायदा आहे. काम कोणतेही असू दे, त्यात आपल्या व्यक्तिमत्त्वाचे प्रतिबिंब पडतेच. आमच्या शेजारच्या घरात एक दुसरीतली मुलगी आहे. ती शाळेतून आली, बाहेरून घरी आली की, हातपाय धुवून पुसून होईपर्यंत आईच्या तोंडून सतत तिच्या नावाचा गजर चाललेला असतो. तो अर्धा तास तिची आई बहुधा दुसरे कुठलेही काम करीत नसणार. एकदा ती छोटी आमच्या घरी आली, तेव्हा मी तिला विचारले की, एवढी का तू आईला ओरडायला लावतेस? ''हाततोंड पुसायचा वेगळा नॅपकिन आहे आणि पाय पुसायला आईनं वेगळा नॅपकिन ठेवलाय. पण माझ्या ते लक्षातच राहात नाही. मी रोज घोटाळा करते.'' तिने प्रामाणिकपणे सांगितले.

काही दिवसांनी मी माझ्या एका मैत्रिणीच्या घरी गेले होते. थोड्या वेळाने तिची नात घरात आली. तिने तोंडाजवळ बांधलेल्या नॅपकिनने हाततोंड पुसले आणि खाली पायापाशी एक नॅपकिन लोंबत होता त्याने पाय पुसले. काम तेच. पण ते करून घेण्यासाठी या आजीने चांगलीच युक्ती लढवली होती. आपल्याला हे काम करायचे तर आहे हे एकदा मनाशी पक्के करा. मग ते कसे साधून घ्यायचे ते आपणच शोधून काढायला नको का? पण हे आपण कधी करू? जेव्हा त्या कामाबद्दल आपण चिंतन करू, त्यातल्या अडचणी लक्षात घेऊ! आणि हे तेव्हाच शक्य आहे, जेव्हा ते काम आपण आपलेसे करू. त्या कामाविषयी आपल्या मनात आत्मीयता असेल तर आपण कसेही करून ते काम करूनच दाखवू. आपल्या कामाविषयी आत्मीयता बाळगावी, सुधारणेचा ध्यास घ्यावा, आपल्या कामाची गुणवत्ता वाढवण्यासाठी काय करता येईल यावर विचार करावा. कोणतेही काम नुसत्या हातांनी होत नसते. त्यासाठी तुमची बुद्धी, मन हेही कामाला लावा.

आपली कामगिरी सतत उंचावत राहा –

काहीजणांना वर्षानुवर्षे एकाच प्रकारे काम करण्याची सवय असते. पुढेपुढे कामात प्रावीण्य मिळते, सफाई येते. संभाव्य अडचणींची आधीच सोडवणूक

झाल्यामुळे कामाला वेग येऊ शकतो. पण आपण असा काही विचार करीतच नाही. तिथेच थांबून राहतो. अपेक्षेइतके काम होतेय ना, बास झाले. पण ही अपेक्षा, कार्यक्षमतेची ही रेषा कोण आखते? ही आपणच ठरवायला हवी आणि हळूहळू वाढवत न्यायला हवी.

समजा एखादी व्यक्ती रोज चार पानांचे भाषांतर करीत असेल. पुस्तकाची शंभर पाने झाल्यावरसुद्धा रोज चारच पाने होतील का? ती व्यक्ती आणखी पाने करू शकणार नाही का? करू शकेल. कारण आता विषयाचा अंदाज आलेला असतो, बऱ्याचशा अवघड शब्दांचे अर्थ बघून झालेले असतात. त्यामुळे एका दिवसात सहा पानेसुद्धा करता येतील. पण केली तर ना! 'केल्याने होत आहे रे, आधी केलेचि पाहिजे.'

कोणतेही काम असू द्या; आतापर्यंत तुम्ही जितके काम करीत होतात, त्यापेक्षा थोडे जास्त काम होणे शक्य आहे का हे अधूनमधून अजमावून पाहा. चिकाटी, सराव यांचा परिणाम आपल्या कार्यक्षमतेवर होतच असतो. आपण तो ओळखला पाहिजे. आपली क्षमता वाढल्याची नोंद घेतली पाहिजे आणि त्यापेक्षा पुढे जाऊन आणखी कामे अंगावर घेतली पाहिजेत. आपली कार्यक्षमता कितीतरी वाढली असल्याचे तुमच्या लक्षात येईल.

तर असे आहेत कार्यक्षमता वाढवण्याचे काही तंत्र आणि मंत्र. आणखी काही नवीन कानमंत्र तुम्हीही शोधून काढू शकाल. पण त्यासाठी हवे आपल्या कामावर आपले प्रेम, निष्ठा. आपले काम म्हणजे आपल्या व्यक्तिमत्त्वाचे प्रतिबिंब असते. आपले काम उत्तमच झाले पाहिजे अशी जिद्द बाळगा. तेव्हा लागा आता कामाला ! आणि हो, नुसते स्वतः कार्यक्षम बनून बसू नका. स्वतःची कार्यक्षमता इतरांना कळू द्या. त्यासाठी इतरांशी संवाद साधा. नाती सांभाळा, माणसं जोडत राहा.

स्वतःला ओळखा

- काम उत्तम व्हावे यासाठी तुम्ही त्यावर आधी काही विचार, चिंतन करता का?
- तुम्ही जे काम करता, त्यावर तुम्ही पूर्ण एकाग्रचित्त करू शकता का?
- हाती घेतलेले काम पूर्णत्वास नेता का?
- आपल्या क्षेत्रातील अधिक माहिती मिळवण्यासाठी तुम्ही प्रयत्नशील असता का?
- स्वतःच्या कामावर तुमची श्रद्धा आहे का?

☺☹

विधायक दृष्टिकोन

तम अल्प, द्युती बहु...

माणसाच्या आयुष्यात सुख हे जवाएवढे असते आणि दुःख पर्वताएवढे असते हे तुकाराम महाराजांनी आधीच सांगून ठेवलेय. मग आता 'असं कसं काय बुवा? दुःख एवढंमोठं का आणि सुख इतकंसंच का?' असे म्हणत आपण जन्मभर कण्हतकुथत बसणार का? की असा विचार करणार की, 'ठीक आहे, जे काही आयुष्य लाभलं आहे ते आपण आनंदानं घालवू या. रडत बसण्यानं काय होणार आहे? जे असेल त्याला तोंड देऊ, मानवी जीवनाचं सार्थक करू या. हाती असलेल्या क्षणांचं सोनं करू या.' ... हाच विचार पक्का करा. कारण असा विचार करणे म्हणजेच विधायक दृष्टिकोन! आपली शक्ती, बुद्धी रडत बसण्यात वाया न घालवता जगाकडे विधायक दृष्टीने पाहिले तर आपल्याला जग सुंदर दिसेल.

केशवसुतांची सतार नावाची कविता तुम्ही वाचली आहे का? नसेल वाचली तर जरूर वाचा. ती संपूर्ण कविता म्हणजे निराशेच्या अंधःकारातून बाहेर पडून आशेच्या प्रकाशाकडे होणारा प्रवास आहे. त्यांच्या आधीच्या मनःस्थितीचे वर्णन करताना केशवसुत म्हणतात, 'हृदयी भरल्या होत्या खंती...' मनात खंत करीत बसलेले असताना त्यांचे लक्ष अचानक नक्षत्रांनी लखलखणाऱ्या आकाशाकडे जाते आणि ते म्हणतात, 'वरती मग मी नजर वळवली, नक्षत्रे तो अगणित दिसली, अस्तित्वाची त्यांच्या नव्हती, हा वेळवरी दादच मज ती, तम अल्प, द्युती बहु... ' नक्षत्रांच्या अस्तित्वाची जाणीव झाल्यावर मग समजते, अंधार थोडा आहे, आणि उजेड पुष्कळ आहे. त्या उजेडाकडे तुम्ही डोळे उघडून बघायला मात्र पाहिजे !

आता तुम्ही म्हणाल, आम्हालासुद्धा आवडतं हो विधायक दृष्टीने बघायला, पण... ! ह्या 'पण'चे काय करायचे तेच आपण आता पाहणार आहोत. मात्र आधी मी तुम्हाला एक गोष्ट सांगते. ती ऐका... म्हणजे वाचा! एकदा पृथ्वीवरची मंडळी आपापल्या अडचणी, दुःखं, काळज्या यांनी फार वैतागली. आपापल्या दुःख काळज्यांची गाठोडी घेऊन ते सगळेजण देवाकडे गेले. बाकीचे सगळे लोक मजेत आहेत आणि माझ्याच वाट्याला तू दुःखं, संकटं यांचा भडिमार करतोस, अशी

प्रत्येकानं तक्रार केली. देव म्हणाला, ‘‘ठीक आहे, प्रत्येकानं आपल्या दुःखाचं गाठोडं इथं ठेवा.’’ सगळ्यांनी पटापट आपल्या डोक्यावरची ओझी उतरवून ठेवली. सगळ्यांना त्याने दुसऱ्या दिवशी बोलावले. सकाळी आल्यावर देवाने त्यांना सांगितले, ज्याला जे गाठोडं हवं असेल ते त्यानं उचलावं. प्रत्येकाने त्यातल्यात्यात जे गाठोडे हलके वाटले, ते उचलले. उघडून बघतात तर काय, ते त्यांचे आधीचेच गाठोडे होते!

तेव्हा आता माझ्याच वाट्याला देवाने इतके कसे दुःख दिले हा कांगावा पुरे. आपले ओझे आपणच वाहायचे. जगणे म्हणजे सुख आणि दुःख हा खेळ तर चालतच राहणार. हा खेळ जिंकणे ही वेगळी गोष्ट आहे, पण आधी तो चांगला खेळून तर बघू या! रडीचा डाव खेळण्यात काय मतलब? या खेळाचे नियम पाळू या, चुका टाळू या आणि खेळण्याचा आनंद घेऊ या!

डॉ. एरन टी बेक या मानसशास्त्रज्ञाने नकारात्मक वृत्तीविषयी बरेच संशोधन केल्यानंतर सहा महत्त्वाचे मुद्दे काढले आहेत. त्याच्या म्हणण्यानुसार नकारार्थी दृष्टिकोन असलेले लोक नेहमी विशिष्ट चुका करतात. त्यांच्याकडून होणाऱ्या या सहा चुका जर या मंडळींनी टाळल्या तर त्यांचे व्यक्तिमत्व सकारात्मक होणे शक्य आहे. कोणत्या चुका आहेत त्या? पाहा बरं! त्यातली मंडळी जशी वागतात, तसे तुम्हीही वागता का?

१. पराचा कावळा – कित्येकदा गोष्टी क्षुल्लक असतात. नकारार्थी विचार करणारी मंडळी त्याचीच भलीमोठी समस्या करतात. म्हणजेच पराचा कावळा करतात. ऑफिसमध्ये काम करताना एखादी बारीकशी चूक होते. ती लक्षात आल्यावर आपण काय करायला हवे? तर ती चूक दुरुस्त करायला हवी. अशी चूक होऊ नये म्हणून पुढच्या वेळी दक्ष राहायला हवे. पण नकारार्थी विचार करणारी मंडळी अशी कशी चूक घडली, आता काही खरे नाही, असा सतत विचार करून निराश होतात. पुढच्या कामातही त्यांचे लक्ष लागत नाहीत. मग हे लोक आणखी चुका करतात. आणि मग आता मला बॉस मेमो देणार, नोकरीवरून काढून टाकणार अशा विचाराने हताश होतात.

तेव्हा ही चूक तुम्ही करू नका. क्षुल्लक गोष्टीचा बाऊ करू नका. जी काय गफलत झाली असेल ती सुधारा, पुढच्या वेळी ती होणार नाही याचीही काळजी घ्या आणि तो विषय डोक्यातून काढून टाका.

२. **सुतावरून स्वर्ग** – सरसकट निष्कर्ष काढण्याची चूक हे लोक करतात. म्हणजे एखाद्या ठिकाणी हे लोक मुलाखतीसाठी जातात. बरेचजण मुलाखतीला आलेले असतात. मुलाखती होतात. कोणाची तरी निवड होते. ह्यांना वाटते, माझी तर मुलाखत चांगली झाली होती, मग त्या तमक्याची कशी काय निवड झाली? त्याचा वशिला असणार... दुसरे काय? अशा वेळी हे म्हणतात, 'आजकाल वशिल्याशिवाय काही होत नाही राव!' मग त्यानंतर नोकरीसाठी प्रयत्न करण्यात त्यांना काही अर्थच वाटत नाही. असे चुकीचे निष्कर्ष काढून नकारार्थी विचारांच्या भोवऱ्यात अडकू नका. वास्तविक काही अपवाद वगळता कितीतरीजण आपापल्या गुणांच्या जोरावर चांगल्या नोकऱ्या मिळवीत असतात, पुढे जात असतात पण हे प्रत्येक गोष्टीचे जनरलायझेशन करून आपली जबाबदारी परिस्थितीच्या माथी मारतात. सुतावरून स्वर्ग गाठणे केव्हाही चूकच. असे केल्याने नुकसान कुणाचे होणार असते? तुमचेच. तेव्हा 'नेहमी असंच होतं' किंवा 'सगळीकडं असंच असतं' असे म्हणून नकारात्मक विचारांना खतपाणी घालू नका.

तुम्ही म्हणाल, आम्हाला जर नोकरी मिळतच नसेल तर नुसते आशावादी असे आम्ही किती दिवस राहायचे. तर याला उत्तर असे की, नोकरी मिळवण्याची तुमची पद्धत चुकते आहे हे तुम्ही ओळखा. त्याची दिशा बदला. ज्यांना नोकरी मिळालेली तुम्हाला दिसते, ती इतक्या सहजी मिळालेली असते का? ते काय करतात तुम्हाला सांगू? ते त्यांचा एक छोटा बायोडाटा तयार करतात आणि तो ठिकठिकाणी पाठवतात. पण एकाच प्रकारचा बायोडाटा करून त्याच्या ते झेरॉक्स काढतात का? हुशार लोक तरी असे करीत नाहीत. मूळ गुणवत्ता आपली तीच असते. पण ज्या कंपनीत आपण अर्ज करीत असतो, त्यांच्या गरजेनुसार ते तो बायोडाटा तयार करतात. म्हणजे समजा, लहान कंपनी असेल तर तिचा विस्तार करण्यासाठी त्यांच्याकडे कोणत्या क्षमता आहेत हे ते लिहितील. मोठी कंपनी असेल तर त्यांचा अवाढव्य खर्च कमी कसा करता येईल हे मला नोकरीवर ठेवल्यास मी सांगू शकेन असा विश्वास ते त्या कंपनीला देतील.

तेव्हा तुम्ही जिथे कुठे नोकरीसाठी मुलाखतीला जाल, तिथे त्यांना उपयोगी पडण्यासारखे तुमच्याकडे काय आहे, हे तुम्ही त्यांना जितके पटवून द्याल, तितकी तुमची निवड होण्याची शक्यता जास्त! ज्यांच्याकडून आपला काही फायदा होतो आहे असे वाटते, त्यांनाच लोक जवळ करतात. त्यांच्या फायद्याचे असे तुमच्याजवळ काय आहे? त्यांना स्पष्टपणे सांगा.

३. घटनांचा चुकीचा अर्थ लावतात – ही मंडळी स्वतःच्या सोयीने दुसऱ्यांच्या वागण्याबोलण्याचा अर्थ लावतात. म्हणतात ना, जसा तुमचा चष्मा, तसं तुम्हाला जग दिसतं. समजा, समोरून तुमच्या ओळखीची एखादी व्यक्ती येते आहे. नेहमीप्रमाणे ती तुमच्याकडे बघून हसली नाही तर तुम्ही काय विचार कराल? आज तिचा मूड दिसत नाही किंवा तिचं लक्ष नसेल असे म्हणून सोडून द्यायला हवे. अगदीच ती व्यक्ती समोर आली तर आपणहून हसावे, बोलावे. पण नकारार्थी विचाराची मंडळी म्हणतात, 'हल्ली फार भाव खातो हा, कार काय घेतली, जसं काही ... माझे तरी काय अडलेय, गरीब असलो म्हणून काही स्वाभिमान सोडलेला नाही...' सुरूच होते यांचे!

कुठे समारंभाला गेले आणि गडबडीत यांचे नीट स्वागत झाले नाही तर हे म्हणणार, 'माझ्या मुलाचा नेहमी पहिला नंबर येतो ना, म्हणून जळतो लेकाचा माझ्यावर.' मीटींगमध्ये यांच्या बोलण्याकडे दुर्लक्ष झाले, तर लगेच हे म्हणणार 'माझा कुणी गॉडफादर नाहीय ना इथं, म्हणून!'

माझे स्वतःचे एकदा असेच झाले होते. मी मेडिकलच्या दुकानात काही औषधे आणण्यासाठी गेले होते. आमच्या सोसायटीतल्या एक बाई तिथे येऊन उभ्या राहिल्या होत्या. मी जाताच त्यांच्याकडे पाहून हसले, पण त्या फारसे बोलेनात. दुकानदाराकडेही काही मागेनात. मी मुकाट्याने मला हवी असलेली औषधे घेऊन बाहेर पडले. पायऱ्या उतरता उतरता ऐकू आले की, त्यांनी कुठलासा केसांचा हेअरडाय मागितला. माझी चटकन ट्यूब पेटली की, हेअरडाय केल्यामुळे त्यांचे केस काळे दिसतात हे अर्थातच त्यांना मला कळू द्यायचे नसणार. आणि त्यामुळे मी तिथे अनपेक्षितपणे त्यांना दिसल्यावर त्या कुणाशीच नीट बोलेनात. पण हेच जर मी त्यांचे वाक्य ऐकले नसते तर? तेव्हा प्रत्येक घटनेला अनेक रंग असतात. आपल्याला सगळेच दिसू शकतात असे नाही. मग आपण त्याला नकारार्थी रंगच का द्यायचा?

४. हुळहुळे – कधी काही काम करत असताना आपल्या बोटाला चटका बसतो किंवा पायाच्या बोटाला ठेच लागते. ते नंतर बरे होते पण काही काळ ती जागा हुळहुळी होऊन राहते. म्हणजे तिथे जरा जरी कशाचा धक्का लागला तर आपल्याला तिथे फारच दुखते. मग आपण म्हणतो, माझं ते बोट हुळहुळं झालंय ना, म्हणून त्याला अजिबात कसला धक्का सहन होत नाही. काहीजणांचे मन नेहमीच असे हुळहुळे असते. साध्यासाध्या गोष्टींनी हे लोक दुखावले जातात. यांना कायम हळहळत राहण्याची सवय असते.

समजा, हे एखाद्या पार्टीला गेलेत. तिथे ते चांगले खातातपितात. ओळखीच्या लोकांशी हास्यविनोद करतात. चहुबाजूंनी रोषणाई केलेली असते. शक्य आहे की, एखाद्या ठिकाणची ट्यूब लागत नसेल. अर्थात त्याने काही अंधार वगैरे पडलेला नसतो बरं का! पण हे छिद्रान्वेषी लोक बरोब्बर तीच ट्यूब शोधून काढतात. मग स्वतःशी, इतरांजवळ म्हणत बसतात, 'कार्यक्रम चांगला झाला, पण तेवढी ती ट्यूब लागायला हवी होती.' आता इतकी चांगली मजा केल्यावर त्या एका ट्यूबचंच गाऱ्हाणं गाणाऱ्या या माणसांना काय म्हणायचं बरं! यांना रडतराऊ, रड्या, रडूबाई अशी बरीच नावं आपल्या मराठीत आहेत. पाहा बरं, तुम्ही त्यातले नाही ना?

५. खाईन तर तुपाशी नाहीतर उपाशी – या मंडळींचा स्वभाव ताठर असतो. जेवायला वाढले आणि यांना जर त्यात तूप मिळाले नाही तर हे म्हणतात, 'खाईन तर तुपाशी नाहीतर उपाशी'. नकारार्थी विचार करणारांची ही आणखी एक चूक! अशा मंडळींना बहुतेकदा उपाशीच राहावे लागते. सकारात्मक विचाराची माणसे जेव्हा कोंड्याचा मांडा करून सुखाने जेवत असतात, तेव्हा तूप नाही म्हणून ही मंडळी उपाशीच राहतात.

समजा, यांनी स्वतःसाठी एखादे घर विकत घ्यायचे ठरवले असेल तर यांच्या अटीच फार असतात. कधी हे म्हणतात, बाकी सगळे चांगले आहे पण घर पूर्वेकडे दार असलेलेच हवे, कधी म्हणतील, पश्चिमेकडे खिडकी असली तर खरी मजा... वारे चांगले येते, अमक्याच एरियात, इतक्याच बजेटमध्ये अशा सगळ्या अटीत बसणारा फ्लॅट या लोकांना हवा असतो. यापैकी एखादी गोष्ट जरी त्यात नसली तर ते जणू नकार द्यायला टपलेलेच असतात. मग यथावकाश फ्लॅटच्या किंमती वाढतात, त्या भागात जागा मिळणेही मुश्किल होते आणि तेलही गेलं आणि धुपाटणंही गेलं अशी यांची अवस्था होते. मग हे आयुष्यभर "... ते असं झालं रे, नाहीतर मी..." असं गाऱ्हाणं गात बसतात. एखादी गोष्ट करायचीच नसेल तर आपण हजार सबबी सांगू शकतो. म्हणून मुळात आपल्याला हे करायचेय असे मनाशी ठरवावे आणि मग प्राप्त परिस्थितीत जे शक्य आहे ते स्वीकारावे आणि मोकळे व्हावे हे उत्तम.

६. उगाचच स्वतःवर ओढवून घेतात – काहीजणांचा इतरांच्या चांगुलपणावर विश्वास म्हणून नसतो! गैरसमज करून घेण्यात यांचा पहिला नंबर असतो. त्यामुळे कुणी हसले तर यांना वाटते, आपलीच टिंगल करतायत. कोणी काही सहज जरी म्हणाले तरी हे लोक ते स्वतःवर ओढवून घेतात. एकदा आमच्या ऑफिसमधले

काही सहकारी गप्पा मारीत होते. तेव्हा कोणीतरी सहज म्हणाले, ‘‘आपल्या ऑफिसमध्ये आता बहुतेक व्हीआरएस येणार आहे बरं का!’’ मग आम्ही, त्यातून किती फायदा होऊ शकेल वगैरे बोलून आपापल्या कामाला लागलो. माझ्या शेजारचे एकजण मला म्हणाले, ‘‘तुमची बोलणी मला कळत नाहीत असं समजू नका. व्हीआरएस येवो नाहीतर काहीही होवो, मी काही इतक्यात नोकरीचा राजीनामा देणार नाहीय.’’ मी म्हटलं, ‘‘पण असं तुम्हाला कोण म्हटलं? आपला जनरल विषय चालला होता. पण त्यांना काही ते पटले नाही.’’ त्या अमक्यातमक्याला प्रमोशन मिळून माझ्या जागेवर बसायचे आहे आणि म्हणून मी नोकरी कधी सोडतोय याची तो वाटच पाहतो आहे,’’ ते म्हणाले. मी विषय सोडून दिला. पण नंतर कितीतरी वेळ ते चिडचिड करीत राहिले. म्हणजे यात मूड कोणाचा गेला? त्रास कोणाला झाला? त्यांनाच.

या लोकांची स्तुती केली तर तीसुद्धा यांना स्वीकारता येत नाही. त्यांना वाटते, यात बोलणाऱ्याचा काहीतरी कावा असणार. बरं, यांचे नशीबही असे भारी असते की, यांचे प्रियजन त्यांचा वाढदिवस लक्षात ठेवून त्यांना आठवणीने शुभेच्छा देतात. त्यांच्याशी सहृदयतेने वागतात. पण अशा वेळीसुद्धा यांच्या मनात शंकाकुशंका येत राहतात. अशा शंकासुरांना निर्धास्त राहणे अशक्य असते. असे लोक शांत, समाधानी कसे राहू शकणार? ते सतत चिडचिडच करणार. तेव्हा उगाच नसत्या गोष्टी स्वतःला लावून घेण्याचे टाळा. समोरच्या गोष्टींकडे निकोप दृष्टीने पाहायला शिका.

वास्तविक दुनिया तिच्या चालीने चालत असते. तुम्ही त्यामध्ये सहभागी होऊन स्वतःची प्रगती करणार की कुढत बसणार हे तुमच्या हातात आहे. वरील सर्व उदाहरणांवरून एक गोष्ट तुमच्या लक्षात येईल की, तुम्ही जगाकडे पाठ फिरवली म्हणून जगाचे काहीच अडत नाही. नुकसान तुमचे होते. आयुष्यातल्या अनेक संधी करंटेपणामुळे तुम्ही गमावता. त्याऐवजी आहे त्या परिस्थितीत आनंदाने कसे जगता येईल याचा विचार झाला पाहिजे. अर्थात वर सांगितलेल्या सर्वच गोष्टी सर्वकाळ तुम्ही करत असाल असे नाही. पण आपणा सर्वांकडून या चुका काही प्रमाणात होतच असतात. आपले व्यक्तिमत्त्व नकारार्थी होऊ नये असे वाटत असेल तर या चुका टाळण्याचा जास्तीत जास्त प्रयत्न करा.

आणखी काय करता येईल बरं? एक महत्त्वाची गोष्ट म्हणजे आपल्याकडून नकारार्थी वागणेबोलणे होते हे आधी आपण ओळखले पाहिजे. ते ओळखलेत तरच

तुम्ही त्यातून बाहेर पडण्याचा जाणीवपूर्वक प्रयत्न कराल. डाराडूर घोरणारे जसे मी घोरत नाही असे छातीठोकपणे म्हणतात, तसेच ही मंडळीही आपण नकारार्थी विचार करतो असे मुळीच कबूल करत नाहीत. म्हणून स्वतःला प्रामाणिकपणे तपासून बघा. रोग मान्य केलात तर त्यावर औषध घेता येते. अन्यथा नकारार्थी दृष्टिकोन इतका वाढत जातो की, अनेक गोष्टींना ही मंडळी जशी नकार देतात, तसेच आपण नकारार्थी विचार करतो हेही शेवटपर्यंत नाकारत राहतात. तसे तुम्ही करू नका.

हे झाले नकारात्मक दृष्टिकोन कशा प्रकारे टाळता येईल त्याविषयी! पण जसे काय टाळायचे हे आपण लक्षात घेतले पाहिजे, तसेच काय कवटाळायचे हेही पाहिले पाहिजे. म्हणून निराशावादी विचारांना हुसकून लावायचे आणि आशादायक विचार वाढवत न्यायचे. तेव्हा आशावादी दृष्टिकोन वाढवण्यासाठी काय करायचं ते आता आपण पाहू यात.

विसरा आणि क्षमा करा –

आपल्या मनामध्ये अनेकांविषयी नकारार्थी विचार साठलेले असतात. परिस्थिती, नातेवाईक, मित्रमैत्रिणी यांच्याविषयी राग, असूया यांनी मन भरून गेलेले असते. तसे झाले तर सकारात्मक विचारांना मनात प्रवेश करण्यास वाव कसा मिळणार? आधीच भरलेल्या कळशीत स्वच्छ, ताजे पाणी कसे भरणार? म्हणून चांगल्या, विधायक विचारांना मनामध्ये सामावून घेण्यासाठी आधी जागा तयार करा. ती कशी करायची? तर प्रथम स्वतःच्या मनाचा शोध घ्या.

आतापर्यंत तुम्ही काय करीत होतात? काहीजण अप्रिय गोष्टी आठवल्या की, त्यांना मनाच्या तळाशी गाडून पुढील वाटचाल करीत असतील. काहीजण जी शल्ये मनात रुतून बसली असतील, ती मधूनमधून गोंजारत असतील. आपली दुःखे, अपमान कुरवाळत असतील. आता अशा कुठल्याच गोष्टींना आपण थारा द्यायचा नाही. पण मग त्या आपोआप नाहीशा होतील का? तुम्हाला असा कधीकधी अनुभव येत असेल की, रोजच्या जीवनचक्रात काही गोष्टींची आपल्याला आठवणही राहत नाही. पण एखाद्या रात्री किंवा आपण अगदी एकटे असताना, कधी अगदी जिवाभावाच्या व्यक्तीशी बोलत असताना, अचानक हृदयात रुतून बसलेले हे सल उफाळून येतात. माझ्या एका मैत्रिणीच्या लग्नाला आता पंचवीस वर्षे झाली. पण कधीतरी ती हळवी होते, कुठून तरी नव्या लग्नाचा विषय निघतो आणि ती सांगते की, हनिमूनला आम्ही बंगलोरला गेलो होतो, तेव्हा माझा नवरा दुकानातून साडी

विकत घ्यावी लागेल म्हणून तिथल्या दुकानातसुद्धा आला नाही. एकटा बसमध्ये बसून राहिला. खरे तर त्यानंतर तिने स्वतः, तिच्या नवऱ्याने कितीतरी साड्या घेतल्या. पण हा प्रसंग काही तिच्या मनातून जात नाही. जणू तो तिच्या मनावर पडलेला काळा डाग आहे.

आपल्याला आता असे कुठलेही डाग मनावर ठेवायचे नाहीत असा आता तुम्ही निश्चय करा. त्यासाठी प्रथम एका जागी शांतपणे बसा. मग ज्या गोष्टी तुम्हाला सलत राहतात, त्या विचारांच्या पृष्ठभागावर आणा. ज्यामुळे तुमचे मनस्वास्थ्य हरवते असा प्रसंग, व्यक्ती डोळ्यासमोर आणा आणि आता इथून पुढील जीवनात या प्रसंगाची, या अनुभवाची काहीही नामोनिशाणी राहणार नाही असे ठरवा. त्याच्याशी संबंधितांना क्षमा करा. मग दुसऱ्या दिवशी दुसरा प्रसंग आठवा. स्वतःचे आयुष्य अक्षरशः खणून काढा. नदीचे पाणी स्वच्छ राहण्यासाठी, तिचा प्रवाह खळाळता राहण्यासाठी, नदीतला गाळ मधूनमधून काढावा लागतो. आपला जीवनप्रवाह तुंबून राहू नये, खळाळता राहावा अशी तुमची इच्छा असेल तर ही शल्ये, राग, अपेक्षाभंग उपटून फेकून दिली पाहिजेत. विसरणे आणि क्षमा करणे हे अवघड आहे हे तर खरेच. पण प्रयत्न करून पाहा. यथावकाश क्षमाशीलतेतून मिळणाऱ्या शांतीचा तुम्हाला प्रत्यय येईल.

कौतुक करण्याचा उमदेपणा दाखवा –

माणसं जशी वाईट असतात तशी चांगलीही असतात. जशी ती दुर्गुणी असतात, तशीच सद्गुणीही असतात. जगात दुष्ट लोक असतात हे खरे, पण परोपकारी लोकांचीही कमतरता नाही. तेव्हा जग वाईट आहे तसे चांगलेही आहे. मग आपण जगातले वाईट जे आहे, त्याचीच नोंद का घ्यायची? वाईटाला जितक्या हिरिरीने नावे ठेवतो, त्याबद्दल कुरकुरतो, तितक्या गांभीर्याने जे चांगले आहे त्याचे कौतुक करतो का?

डेल कार्नेजी या तज्ज्ञाने फार वर्षांपूर्वी सुखाचा मंत्र सांगून ठेवला आहे, 'स्तुतीने सुरुवात करा'. हे वाचून तुम्ही म्हणाल, 'मला नाही बुवा उगाच तोंडदेखले गोड बोलायला येत!' पण स्तुती म्हणजे तोंडपुजेपणा नव्हे हे आधी आपण ओळखले पाहिजे. आणि त्यासाठीच तुम्हाला एक युक्ती सांगते. कोणाचीही तोंडावर स्तुती करायचीच नाही. त्याऐवजी तिच्या जवळच्या व्यक्तीजवळ तसे बोला.

समजा तुम्हाला प्रतिभाविषयी चांगले बोलायचे आहे आणि ते तिला कळावे अशी इच्छा आहे. तर मग तुम्ही तिचा जवळचा सहकारी आशुतोषकडे जा. त्याला

म्हणा, ''प्रतिभा फार हुशार बाई आहे हं! तुला माहितेय? त्या दिवशीच्या मीटींगमध्ये ती इतकं सुरेख बोलली. एक दिवस ती या कंपनीत टॉपला पोचणार बघ!'' माझी खात्री आहे, ही गोष्ट आशुतोष मोठ्या उत्साहाने तिच्यापर्यंत पोचवील. आपली प्रशंसा जेव्हा अशा तऱ्हेने तिच्यापर्यंत पोचेल तेव्हा ती व्यक्ती किती आनंदित होईल! आणि या आनंदाच्या लहरी तुमच्यापर्यंतही पोचणारच ना!

कधी तुम्हाला तोंडावरसुद्धा स्तुती करता येईल ... पण कशी? अप्रत्यक्षपणे. अनेक दिवसांनंतर मी माझ्या काकांना भेटायला गेले होते. मला बघताच ते म्हणाले, ''हॅलो, कशी आहेस?'' मी क्षणभर थांबले. माझ्याकडे बघत ते म्हणाले, ''दिसतेयस तर छान... म्हणजे मजेतच असणारेस.'' मी खूश! आता याच काकांना मी हेच तंत्र वापरून खूश करायचे ठरवले तर? ''मी मजेत आहे, पण तब्येत मात्र तुमच्यासारखी खणखणीत नाही हं माझी... त्यामुळे परवा काय झालं, ट्रेकिंगला गेले होते, इतक्या लवकर दमायला झालं!'' जाता जाता अशी स्तुतीसुमने उधळीत तुम्ही बोललात, तर समोरची व्यक्ती तर खूश होईलच; पण अशा तऱ्हेच्या खेळकर, प्रसन्न बोलण्याच्या शिडकाव्याने तुमचा मूडही आनंदी राहील. अगदी लहानसहान शब्दांनीसुद्धा आपण वातावरण मोकळे करू शकतो. 'भारी काम झालं एकदम!' किंवा 'वा! सुरेख!' किंवा 'तू केलंस ते! झकास!'

थोडक्यात, कौतुकाचे शब्द वापरण्यात कंजुषी करू नका. मनाचा उमदेपणा तुमचा दृष्टिकोन सकारात्मक असल्याचे दर्शवतो.

सौहार्दाचे महत्त्व –

जगण्याच्या प्रवासात आपल्याला अनेक कर्तव्ये पार पाडायची असतात. कितीतरी जबाबदाऱ्या अंगावर घ्याव्या लागतात (असं म्हणू हवं तर की, अंगावर येऊन पडतात!), उदरनिर्वाहासाठी दिवसातले कित्येक तास आपण काही काम करीत असतो. हे सगळे करताना मित्रत्वाचा, सख्यत्वाचा दृष्टिकोन ठेवा. काहीजण, भेटणारी प्रत्येक व्यक्ती आपल्याला फसवायला बसली आहे किंवा आपली वैरी आहे अशा तऱ्हेनेच इतरांशी वागतात. आपण समोरच्याच्या विरुद्ध पार्टीतले आहोत अशी मुळी यांची ठाम समजूत असते. पण लक्षात घ्या, यामुळे वातावरण गढुळते. जे खेळीमेळीने साध्य झाले असते, तेच साध्य करण्यासाठी अशा दृष्टिकोनामुळे तुम्हाला जास्त कष्ट घ्यावे लागतात. कारण तुमच्या वागण्याचा समोरच्यावर पण परिणाम घडतोच ना! तुमचा दृष्टिकोन स्वच्छ, सौहार्दाचा ठेवा, तुम्हाला त्याची फळे चांगलीच मिळतील.

नव्याने कारखानदारी सुरू झाली, तेव्हा सर्वसाधारणपणे एक असा दृष्टिकोन असे की, कमीत कमी खर्चात उत्पादन बनवायचे आणि जास्तीत जास्त किंमतीला ते विकायचे. यातच कंपनीचा फायदा आहे असे समजले जात असे. डब्ल्यू. एडवर्ड्स डेमिंग याने पहिल्यांदा 'गुणवत्तेचा आग्रह – एक धोरण' हा सिद्धान्त मांडला. गुणवत्ता राखणे आणि वाढवत नेणे याला त्याने महत्त्व दिले. त्यामुळे कितीतरी फायदे होतात. पुनःपुन्हा काम करण्याची गरज भासत नाही. विलंब टळतो. त्यातून होणार मनस्ताप वाचतो. वेळेचा व इतर साधनसामग्रीचा अधिक चांगला उपयोग होतो. आपण उत्कृष्टतेसाठी बद्ध आहोत, या जाणिवेने कामगारांचे किंवा कार्यकर्त्यांचे मनोधैर्य वाढते. मुळात विधायक विचाराने कार्य सुरू केले की, त्याचे उत्कृष्ट परिणाम आपल्याला मिळतात. रडतखडत, कसेबसे जगत राहिलात तर त्याचे परिणामही तुम्हाला तसेच मिळतील. म्हणून जे करायचे ते उत्तम करायचे, मनापासून करायचे. जीवनातला प्रत्येक क्षण, प्रत्येक कृती अर्थपूर्ण करण्याचा प्रयत्न करा. त्यानेच तुम्हाला समाधान लाभेल.

स्तुती मोकळेपणाने स्वीकारा –

आपण जेव्हा इतरांची स्तुती करतो, तेव्हा ती मनापासून करावी. ती गोष्ट आपल्याला खरोखरच आवडलेली असावी. आणि प्रशंसा करून त्या व्यक्तीला आनंद द्यावा या इच्छेने ती स्तुती केलेली असावी. मग आता याच पद्धतीने जेव्हा बाकीचे लोक तुमच्याशी बोलताना काही चार गोष्टी स्तुतीच्या बोलतात, तेव्हा त्या तुम्ही कशा स्वीकारता? आठवतंय? नाही आठवणार... कारण त्यावर आपण कधी विचारच केलेला नसतो. भारतीय लोकांना कुणीही केलेली वाखाणणी स्वीकारणे कठीण जाते. विशेषतः मराठी माणसे तर अशा प्रकारचे स्तुतीचे शब्द झुरळ झटकल्यासारखे झटकून टाकतात.

दुसऱ्यांनी केलेली स्तुती प्रांजलपणे स्वीकारा. तुम्हाला जर कोणी त्यांच्या सद्भावना पोचवीत असेल तर तुम्हीही त्यांना आपल्या चांगल्याच भावना पोचवा. नुसते थँक्यू किंवा, हं, काही विशेष नाही असे म्हणू नका. त्याऐवजी कृतज्ञता व्यक्त करा. त्यांनी तुमची वाखाणणी केली असेल तर त्याबद्दल तुमचेही प्रशंसोद्गार त्यांना मिळू द्या. कसे? थोडी उदाहरणे देते : ती म्हणते, "मला तुझे हे बूट आवडले." "अच्छा? आवडले ना तुला? आनंद वाटला. परवाच घेतले मी ते...!" तो म्हणतो,

"या प्रोजेक्टमधे तू फारच चांगले काम केले आहेस." "हो का? बरं झालं तुम्ही सांगितलंत ते... तुमच्याकडून माझ्या कामाचा फीडबॅक मिळाल्यामुळे मला बरं वाटलं."

दुसऱ्याने केलेली स्तुती ही खरीच आहे, असे खुशाल मानून चाला. त्याने खुशालून जा. त्यांच्यावर मुळीच अविश्वास दाखवू नका. खुश होण्याची ही संधी दवडू नका.

वाईटातून चांगलं पाहा –

कोणतीही गोष्ट फक्त वाईट किंवा फक्त चांगली असत नाही. घडायचे ते घडत असते. आपण त्यातली कोणती बाजू पाहतो, हे आपल्या स्वभावावर असते. माझी एक मैत्रीण आहे. तिचे वाचन अफाट होते. सगळ्या गोष्टीत तिला रस! बाहेर फिरायलाही येई, नवनवीन पदार्थ करी, लेखनही करी. बघावे तेव्हा उत्साहात! तिला झोप मात्र थोडी असे. आम्ही सगळ्या मैत्रिणी कधीही एकत्र भेटलो आणि गप्पा मारत असलो की, तिच्या झोपेचा विषय निघत असे. मग आम्ही नेहमी तिला बिचारीला झोपायला कमी मिळते, आपण सगळ्या छान डाराडूर झोपतो आणि ही भुतासारखी एकटीच जागत बसते असे म्हणून हळहळत असू. एकदा मात्र ती म्हणाली, "अगं पण यामुळंच माझं केवढंतरी वाचन होतं. डिस्टर्ब नाही कुणाचा, शांतपणे लिहिता येतं. उलट त्यामुळे नंतर मी शांत मनानं झोपते. बरं, रात्री जागरण होतं म्हणून दिवसा मला मरगळल्यासारखं होतं असंही नाही. मग कशाला उगाच तुम्ही वाईट वाटून घेता?" आम्ही गप्प झालो. आमच्या लक्षात आले की, आम्ही भरपूर झोपतो म्हणून झोपेतच खूप आनंद आहे असे आम्ही समजत होतो. पण थोडी कमी झोप मिळाली तरी ती आनंदातच होती. असेही वाटले की, रात्रीच्या झोप न येण्याच्या वेळात जर ती मलाच कशी झोप येत नाही, बाकीचे कसे मजेत झोपलेयत म्हणत चडफडत राहिली असती तर तिला विश्रांती तर मिळाली नसतीच पण तिचे कामही झाले नसते. कदाचित रात्री इतके मनासारखे लेखनवाचन होत असल्यानेच ती दिवसाही फ्रेश राहत असेल.

लोकमान्य टिळकांना सहा वर्षांची कारावासाची शिक्षा झाली तेव्हा त्यांना अनेक शारीरिक त्रास होते. पण म्हणून ते तुरुंगात विश्रांती घेत बसले नाहीत. उलट राजकारणाच्या धकाधकीत वाचनलिखाणासाठी ते वेळ देऊ शकत नव्हते. कारावासात शांतता मिळाली. त्याचा फायदा घेऊन त्यांनी तिथल्या वास्तव्यात गीतारहस्य हा अनमोल ग्रंथ लिहिला. 'होतं ते चांगल्यासाठी' किंवा 'वाईटातून चांगलं' हे वाक्प्रचार अशाच दृष्टिकोनातून प्रचारात आले. आपण हीच जीवनदृष्टी ठेवावी.

तुम्ही स्वतःच मोर व्हा –

मी काळाच आहे, मी खेड्यातली आहे, माझी कौटुंबिक परिस्थिती अनुकूल नाही अशा कुठल्याही गोष्टीमुळे मन काजळू देऊ नका. स्वतःला नावे ठेवणे बंद करा. स्वतःचाच रागराग करू नका. स्वतःवर प्रेम करा. स्वतःला धीर द्या, प्रोत्साहन द्या. तुम्हीच जर स्वतःला वाऱ्यावर सोडून दिलेत, तुम्हाला जर स्वतःविषयी प्रेम वाटले नाही तर तुम्ही इतर कोणाला कसे आवडणार?

तुम्हाला एक गोष्ट माहितेय? एक म्हातारी आपल्या नातीबरोबर रानात राहत असते. तिथे रोज एक मोर येऊन त्या छोट्या मुलीला नाचून दाखवत असतो. एक दिवस मोर येत नाही. मुलगी दुःखी होते. आजी तिला सांगते, तुला मोर हवा आहे

ना? तूच मोर हो. हृदयात आनंद भरून घे आणि मनसोक्त नाच कर. मुलगी त्या दिवशी भरपूर नाचून घेते. त्या नृत्यातून तिला इतका आनंद मिळतो की, हळूहळू ती नात मोराला विसरून जाते. आपणच आपला आनंद निर्माण करते.

स्वतःच्या आनंदासाठी दुसऱ्यावर अवलंबून राहू नका. आपल्याला जे हवे आहे, ते आपणच व्हायचे. तुम्हाला आनंद, सुख हवे आहे ना? तुम्ही स्वतःच आनंदात राहा. हा आनंद तुमच्या हृदयात आहे. तो बाह्य कारणांवर अवलंबून ठेवू नका. स्वतःवरचा विश्वास ही जगातली सर्वात प्रबळ अशी ऊर्जाशक्ती आहे. आपल्या सर्व प्रयत्नांना हा दुर्दम्य विश्वासच बळ देतो. इतरांना दोष देणे अगदी थांबवा. कारण त्यांना तुम्ही बदलू शकत नाही. स्वतःला बदलणे मात्र तुमच्या हातात आहे. तुमचा आनंद तुमच्यापाशी आहे हे लक्षात घ्या. तुम्हाला जे हवे आहे ते तुम्हीच व्हा.

'शुभ बोल नाऱ्या...'–

जाणीवपूर्वक सकारात्मक विचार वाढवा. काहीजण वाक्य उच्चारायचा अवकाश की, ते कसे शक्य नाही हे ताबडतोब सांगतात. अमुक एक गोष्ट विकत आणायचीय. हे म्हणणार, दुकान बंद असेल. आपण खरेदीला बाहेर पडतोय; हे म्हणणार, पाऊस येणार नक्की. कामवालीला उशीर झाला, हे म्हणतात, मला नाही वाटत ती आता येईलसे. सर्व गोष्टींची शक्याशक्यता पन्नासपन्नास टक्के असते. मग त्यातली एकच आपण का उच्चारायची? तुम्हाला एखादी गोष्ट करायची आहे की नाही हे मनाशी तपासून पाहा. एकदा ती करायचीय म्हटल्यावर त्यातल्या अनुकूल

गोष्टी पाहा. त्यात जे अडथळे येण्याची शक्यता असेल ते दूर कसे करायचे त्यावर विचार करा, त्याची तयारी करा. पण मी हे करीन, होईल असेच म्हणा.

एकदा एक शिकारी वाघाची शिकार करायला बंदुक घेऊन निघाला. त्याचा मित्र म्हणाला, "गोळी घालायच्या आधीच तुझ्या अंगावर वाघ आला तर?" हा म्हणाला, "मी झाडावर चढीन." मित्र म्हणाला, "वाघपण झाडावर आला तर?" याने उत्तर दिले, "मी वरच्या टोकावर जाऊन बसेन." आपले नकारार्थी मित्र म्हणाले, "पण तिथेही जर तो आला तर? शेवटी तो शिकारी आपल्या मित्राला म्हणाला, "तू कोणाच्या बाजूचा आहेस? माझ्या की वाघाच्या?"

तसेच मी तुम्हाला विचारते, "तुम्ही कोणाच्या बाजूचे आहात? आशेच्या की निराशेच्या?" आपण ज्या दृष्टीने पाहतो, तशा आपल्याला गोष्टी दिसतात. कोणत्याही गोष्टीला दोन बाजू असतात. तुम्ही कुठली बाजू निवडणार? आशेची की निराशेची?

नकारात्मक विचार वेळीच कापून काढा –

काहीही ठरवताना आपले विचारचक्र सुरू होते. ते जर प्रेरणादायी ठरले तर आपण यश मिळवण्यासाठी प्रयत्न करू लागतो. हेच विचार नकारार्थी झाले तर आपण निष्क्रिय होतो. अर्थातच आपली प्रगती खुंटते. आजपर्यंत तुम्ही कसा विचार करीत आलात? परिणामतः तुमच्या हाती काय आले? नीट पारखून पाहा. मग साधी गोष्ट आहे की, यापुढेही तुम्ही तुमच्या विचारात बदल केला नाहीत, तर परिणामातही बदल होणार नाही. तेव्हा जाणीवपूर्वक मनात येणारे नकारार्थी विचार ओळखा, आणि ते वाढू लागताच अक्षरशः कापून काढा. उदास, निराश वाटणे हा गुन्हा नाही. पण त्यातून बाहेर पडण्यासाठी काहीही प्रयत्न न करता त्यातच अडकून राहणे हा मात्र गुन्हाच मानला पाहिजे. 'अशी न राहील रात्र निरंतर, प्रकाश येतो रात्रीनंतर...' हे विसरू नका.

समजा, आपल्या घरातली एखादी व्यक्ती हॉस्पिटलमध्ये आहे. औषधोपचार सुरू आहेत. मग आता त्या औषधांचा गुण येईल ना? नाही आला तर काय? दुखणे विकोपाला गेले तर कसे होणार? असल्या विचारांचा आत्ता काही उपयोग आहे का? तेव्हा असे काही विचार मनात येणे सुरू झाल्याबरोबर सतर्क व्हा. स्वतःच्याच मनाला फटकारा, हॅट, काय लगेच निराश होतेस? काही होत नाही. उपचार चालू आहेत, होतील बरे! असे म्हणून निराशेकडे धावणारे मन वेळीच रोखा. माझी एक

मैत्रीण रोज फक्त इतकेच ठरवते की, दिवसभरात एकही नकारार्थी वाक्य उच्चारायचे नाही. माझं नशीबच तसलं, दुनियाच बेकार आहे, आता कुठलं होतंय हे काम असली वाक्ये तोंडाने तर जाऊ द्याच पण मनातदेखील उच्चारायची नाहीत. तुम्ही पाहा बरं असा प्रयत्न करून !

कुरकरत बसण्यापेक्षा आव्हान स्वीकारा –

प्रतिकूल गोष्टी तर सर्वच क्षेत्रात असतात. ही परिस्थिती काही फक्त तुमच्याच बाबतीत आहे असे नाही. बाकीचे अशाच अडथळ्यांमधून मार्ग काढून पुढे जातायत. तेव्हा आता परिस्थिती तशीच राहणार आहे; तुम्ही काय करणार ते बोला! नुसती खंत व्यक्त करणार? प्रतिकूल परिस्थितीमुळे मी काहीच करू शकत नाही म्हणून हात जोडून बसणार की त्यातून मार्ग काढीत पुढे जाणार? सकारात्मक विचार करणारे लोक संकटाचे रूपांतर संधीत करतात.

अनेकदा आपण ऑफिसमध्ये एखाद्या कामाचा चार्ज घेतो, तेव्हा त्या कामात भरपूर गोंधळ करून ठेवलेला असतो. चुकीचे निर्णय घेतल्याचे दुष्परिणाम झालेले असतात. पण एखादा आशावादी अधिकारी हीच वेळ आपले कर्तृत्व दाखवण्याची आहे असे समजेल. मात्र जे निराशावादी असतील, ते त्या सिस्टिमला, ऑफिसला नावे ठेवीत बसतील. साध्य काहीच करणार नाहीत. अशी कुरकुर करण्यातच आपली एनर्जी खर्च करतील. त्यातच त्यांचा सगळा वेळ जाईल. मग बिकट परिस्थितीतून मार्ग काढण्यासाठी काय करता येईल यावर विचार करण्यासाठी त्यांचे डोके मोकळे कसे राहणार? समस्येवरचे उपाय ते कसे शोधणार?

किरण बेदी यांची महत्त्वाच्या पदावरून उचलबांगडी करून त्यांना कारावासप्रमुख म्हणून नेमण्यात आले. तिथे सत्ता, अधिकार गाजवण्याच्या संधी काहीही नव्हत्या. परंतु बेदींनी तिथली सूत्रे हातात घेतल्यावर कैद्यांच्या जीवनात आमूलाग्र बदल घडवून आणला. या सुधारणांना जगभर प्रसिद्धी मिळाली.

प्रसिद्ध नाट्यकलावंत भक्ती बर्वे एकदा त्यांच्या भाषणात म्हणाल्या होत्या, ‘‘नाट्यसंस्थांचा कारभार कलावंतांना बहुतेकदा त्रासाचा ठरतो. मेहनतीच्या मानाने पैसा मिळत नाही, प्रवासात गैरसोयी होतात. पण याला भिऊन मी मागे राहिले असते तर माझे नाट्यक्षेत्रात करिअर होणे अशक्यच होते. आहे त्या परिस्थितीत मी माझ्या क्षेत्रात कसे यश मिळवू शकेन एवढाच मी विचार केला.’’

नाही म्हणायचं नाही –

एखाद्या गोष्टीला नकार देण्यापूर्वी दहा वेळा विचार करा. पूर्वी एक नाटक होतं, 'नाही म्हणायचं नाही.' तुम्हीही तेच ठरवा. शक्य तितका जास्तीत जास्त गोष्टींचा स्वीकार करायला शिका. अर्थात भिडस्तपणापायी काही गोष्टीं गळ्यात बांधून घेऊ नका. पण काहींना मुळी सवयच असते, सहलीला जायचेय म्हटले की, 'नको, दुसऱ्या दिवशी कामावर जायचा कंटाळा येतो', बाहेर फिरायला जाऊ या का म्हटले की, हे म्हणणार, 'ट्रॅफिक जाम असेल'... काय वाट्टेल ती कारणे शोधून काढून यांचा कायम नन्नाचा पाढा असतो. तसे करू नका. खरंच, काय बिघडेल आपण 'हो' म्हटल्याने? असा स्वतःलाच प्रश्न विचारा. आणि जे पुढे येईल त्याला सामोरे जाण्यास ठामपणाने तयार रहा. कोणतीही गोष्ट नाकारणे सोपे असते; करून दाखवण्यात आव्हान असते. ते आव्हान तुम्ही स्वीकारा.

विद्वान शिक्षणतज्ज्ञ ताराबाई मोडक यांनी बालवाडीतल्या मुलांसाठी आनंदी कावळ्याची एक गोष्ट लिहिली आहे. मोठ्यांनीही ती अनुसरण्यासारखी आहे. त्या कावळ्याला अनेक प्रकारच्या शिक्षा राजा देतो. पण तो कुठेही गेला तरी तिथे मजेतच राहतो. त्याला तेलात टाकले तर म्हणतो, 'कानात तेल ओतू या बाबा, आनंदाने खेळू या.' गुळात टाकले तर म्हणतो, 'गुळाचे खडे खाऊ या बाबा, आनंदाने खेळू या.' शेवटी 'हा कावळा फारच आनंदी आहे बुवा! याला शिक्षा तरी कशी होणार?' असे म्हणून राजा त्याला सोडून देतो. तुम्हीही स्वतःचे व्यक्तिमत्त्व असेच बनवा. कोणाकडूनही कितीही त्रास होऊ दे. त्यावर मात करून आशावादी राहा. त्यासाठी तुमच्या मनात एक प्रसन्न आत्मविश्वास जागता ठेवा. एक कवी म्हणतो,

जोवर पाऊस पडतो जगात, वेडा मोर नाचतो वनात
तोवर सुखास अंत नाही, माणसुकीला धोका नाही

जगाविषयीचा हा विश्वासच आपल्याला तारून नेतो.

आयुष्याचे धडे शिकून घ्या –

चांगले किंवा वाईट असे जगात काही नसते. आपण ते अनुभव म्हणून घ्यायचे असतात. आपल्याला कुठलाच त्रास न होता सगळ्या गोष्टी व्हाव्यात म्हटले तर ते शक्य आहे का? दुःख, अडचणी काय ते इतरांना आणि आपल्याला मात्र फक्त सुखच सुख मिळावे हा दृष्टिकोनच चुकीचा नाही का? एका कवितेत ओळ आहे : 'वाया जाण्यासाठीच घ्यायचे असतात असे काही अनुभव...' प्रत्येक अनुभव आपल्याला हवा तसा कसा येणार? मिळेल ते स्वीकारायचे. नाकारू काहीच नका.

आपल्याला भेटणारी माणसे हीसुद्धा मित्र किंवा शत्रू नसतात. आपले ते शिक्षक असतात. त्यांच्याकडून आपण आयुष्याचे धडे घेत असतो. तेव्हा असेच का झाले आणि अमुक असेच का वागले अशा घडून गेलेल्या गोष्टींना अर्थ नसतो. काहीजणांना अपेक्षाभंगाची दुःखे कुरवाळत बसण्यात वर्षानुवर्षे घालवत राहायला आवडत असते. मी कसा चांगला आहे आणि इतरांना कशी आपली काहीच कदर नाही, ही आपली सोयीची आणि लाडकी समजूत असते. पण असे ठाम पूर्वग्रह ठेवायचेच कशाला? कोणताही अनुभव आला तरी, अच्छा! हे असा असते काय? असा बोध घ्यावा आणि सोडून द्यावे.

समजा, एखाद्या विद्यार्थ्याला तुम्ही काही मदत केलीत. तो यशस्वी झाल्यावर त्याने तुमची आठवण ठेवावी अशी तुमची अपेक्षा. त्याने काही तसे केले नाही. मग आता तुम्ही तो अनुभव किती वेळा उगाळत बसणार? तो तर विसरून गेला तुम्हाला; प्रगती साधत पुढे गेला. तुम्ही किती झुरणार? त्यापेक्षा त्यातून हा धडा शिका की, मदत करताना नंतर त्या व्यक्तीकडून कृतज्ञता व्यक्त झालीच पाहिजे ही अपेक्षा मी ठेवता कामा नये.

'...तरी, बरं!'

कोणत्याही गोष्टीचे अनेक परिणाम होत असतात. त्याच्या अनेक बाजू असतात. आपण मात्र त्यातली नेमकी नकोशी बाजू पाहतो आणि चडफडत राहतो. समजा, आपण सहलीला निघालो आणि वाटेत गाडी बंद पडली. काहीजणांची प्रतिक्रिया असेल, 'आमची कुठली गोष्ट धड होते का? सगळा विचका झाला.' आशावादी लोक म्हणतील, 'मेकॅनिक वेळेवर मिळाला म्हणून बरं झालं बुवा!' किंवा कोणी म्हणेल, 'दिवसाढवळ्या गाडी बिघडली म्हणून बरं, नाहीतर अपरात्री बंद पडली असती तर काय केलं असतं?'

अगदी अलीकडचीच गोष्ट. माझ्या शेजारणीचा दुसरीतला नातू परीक्षेच्या अगदी पहिल्या दिवशीच आजारी पडला. अंगात ताप असल्यामुळे त्याला परीक्षेला पाठवता आले नाही. मी तिला सकाळी भेटले तेव्हा ती मला म्हणाली, "कध्धी आजारी न पडणारा हा मुलगा, बघा ना नेमका कसा परीक्षेच्या पहिल्याच दिवशी त्याला ताप आला. प्रथमग्रासे मक्षिकापातः म्हणतात ना तसं झालं अगदी..." ती म्हणत होती, ते खरेच होते.

संध्याकाळी त्या मुलाची आई मला भेटली. मी म्हटले, "नेमका परीक्षेच्या पहिल्याच पेपराला आजारी पडला ना...!" ती हसून म्हणाली, "हो ना, पण बरं झालं, आज शुक्रवार आहे. आजचा एक पेपर बुडाला पण पुढचे दोन दिवस त्याला

विश्रांती मिळेल आणि बहुतेक सोमवारी तो पेपर देऊ शकेल.''... आणि खरोखरच, सोमवारी त्याची आई त्याला परीक्षा हॉलमध्ये घेऊन गेली आणि पेपर लिहून तो घरी येऊ शकला. हळूहळू सगळे पेपर्स त्याने दिले. मग पुन्हा एकदा त्याची आई मला भेटली तेव्हा मला ती म्हणाली, ''ऐन वेळचा अभ्यास फार करता आला नाही त्याला, पण पेपर तर देऊ शकला... आणि अशी कुठे अगदी बोर्डाची परीक्षाय!'' तिचे हे म्हणणेही खरेच होते. फक्त तिच्या विचारात तिने '...तरी, बरं!' हे सूत्र वापरले होते. थोडक्यात '...तरी, बरं!' हा मंत्र लक्षात ठेवावा. 'तरी बरं, वेळीच लक्षात आलं'; 'तरी बरं, थोडक्यावर निभावलं'; 'तरी बरं, त्यांची मदत मिळाली.' पाहा, असा विचार करून... आपल्यालाच धीर येतो.

आपण सारे –

आपले मन, बुद्धी शक्यतो मोकळे ठेवावे. नवीन गोष्टींचा स्वीकार करण्यासाठी खुले ठेवावे. प्रत्येक गोष्टीवर फार विचार करीत बसलात, कुचंबत बसलात तर तुमचे मन उभारी धरणारच नाही.

अगदी साधी गोष्ट म्हणजे, आपण चार लोकात जातो, तेव्हा ते आपल्याला हसतील का, त्यांच्या ग्रुपमधे ते आपल्याला घेतील का, असले विचार करीत बसू नका. बिचकत बिचकत आधी नुसतेच त्यांच्याशेजारी उभे राहायचे, मग स्वतःचे नाव सांगायचे, औपचारिक बोलणे सुरू करायचे यामुळे एक तर एकमेकांतल्या अनोळखीपणाच्या भिंती चटकन मोडत नाहीत आणि दुसरे, आधीपासून जर त्यांचे मोकळेपणाने बोलणे चालले असेल तर ते एकदम औपचारिक होते, ते टाळण्यासाठी मग ते तुम्हालाच टाळू लागतात. आणि मग तुम्हाला वाटते, काय करावे बुवा, कोणी आपल्याला त्यांच्यात घेतच नाहीत.

म्हणून थोडासा अंदाज घेऊन सहज आपलेपणाने बोलायला सुरुवात करा. औपचारिकपणाचा बाऊ करू नका. 'आपण' हा शब्द एकरूपता व्यक्त करतो. ऐकणाऱ्याला जवळीक वाटते. अपरिचित लोकांनासुध्दा तुम्ही जेव्हा सहजतेने 'आपण' असे म्हणून स्वतःमध्ये सामावून घेता, तेव्हा नकळत आपसात एक बंध तयार होतो. उदाहरणार्थ, आपण एखाद्या लग्नसमारंभाला एकटेच जातो. ओळखीचे कोणीच नसल्याने कंटाळल्यासारखे होते. पण जवळ उभ्या असलेल्या व्यक्तीला तुम्ही म्हणालात, 'अरे बापरे, केवढे हे पदार्थ... हे सगळं जर आपण खात बसलो तर आपलं वजन वाढायला वेळ नाही लागणार...!' तीही व्यक्ती तुमच्याशी सहज

बोलेल आणि तुमचा पुढचा वेळ चांगला जाईल, तुम्हाला एकटे पडल्यासारखे वाटणार नाही. कदाचित त्यातून एक चांगली मैत्रीण तुम्हाला मिळेल.

डिवचण्याकडे दुर्लक्ष करा –

क्षुद्र मनोवृत्ती असलेल्यांना दुसऱ्यांना डिवचण्याची वाईट खोड असते. अशा लोकांना आपण ओळखले पाहिजे. आपल्यावर त्यांचा परिणाम होता कामा नये. त्यांच्याकडे दुर्लक्ष करणे उत्तम! दुसऱ्याला हास्यास्पद ठरवणाऱ्यांना आपण हास्यास्पद करून टाकावे.

आपण विनोदी स्वभावाचे, खिलाडू वृत्तीचे आहोत असे दाखवण्याच्या नादात ते इतरांच्या भावनांची पर्वा करीत नाहीत. दुसऱ्यावर विनोद करून ते करमणूक करीत असतात. कधी त्यांची चेष्टा कोणी केली तर मात्र त्यांचा हा खिलाडूपणा टिकू शकत नाही.

एखाद्या टक्कल असलेल्या व्यक्तीपुढे जाऊन हे म्हणतील, ''अरे, कुठे गेले तुझे केस? काल तर होते ना?'' कधी त्याच्या फजितीचा प्रसंग मुद्दाम सांगतील. कधी मुद्दाम अडचणीत आणणारे प्रश्न विचारतील. अशा गोष्टींतून ते त्यांच्या मनाचा कोतेपणाच दाखवत असतात. अशा फालतू लोकांसाठी आपण कशाला दुःखी व्हायचे? तुम्हीही दुसऱ्यांच्या बाबतीत असे कधी करू नका. दुसऱ्याची टिंगलटवाळी करून तुम्ही आनंदी ठरू शकत नाही. तुमचा आनंद तुमचा स्वतःचा आहे. इतरांना दुखावूनही तो घेऊ नका आणि या प्रकारच्या विघ्नसंतोषी माणसांमुळे स्वतःही दुखावले जाऊ नका.

चेंज – बदल –

कोणतीही व्यक्ती असो... म्हातारी असो की तरुण, श्रीमंत असो की गरीब; प्रत्येकाला आपल्या रोजच्या आयुष्यात चेंज हवा असतो. ज्यांची प्रकृती नीट नसते, त्यांना मुद्दाम हवाबदल पाहिजे म्हणून दुसऱ्या गावी नेतात. तोचतोचपणाचा कंटाळा येत जातो. रुटीनमध्ये अडकून यांत्रिकपणे रोजचा दिनक्रम पार पाडण्याची आपल्याला इतकी सवय होऊन जाते की, आपले मन याबाबत काय म्हणते आहे, हे ऐकायलाही आपण तयार नसतो. रोज एकदा तरी त्याला भेटा. त्याचे म्हणणे ऐका. रोज न होणारी गोष्ट मधेच कधीतरी केली म्हणजे बुद्धी ताजीतवानी होते. म्हणून अधूनमधून ज्याचा तुम्ही कधी विचारही केला नसतात अशा गोष्टींसाठी मन स्वैर सोडा.

समजा दर रविवारी तुम्ही झोप काढत असाल, एकदा ट्रेकिंगला जाऊन बघा. अधूनमधून टेबलटेनिस खेळत असाल तर कधीतरी बॅडमिंटन खेळा. कधी गाणे

ऐकायला जा, कधी पोहायला जा, प्रदर्शन पाहायला जा. नेहमीप्रमाणे याही उन्हाळ्याच्या सुटीत पोहायला जाणार होतात का?... जाऊ दे, या वेळी पोहू नका, गडकिल्ल्यांवर भटकायला जा.

सर्व प्रकारचे खेळ किंवा छंद तुम्ही पुरेपूर शिकले पाहिजेत किंवा त्यात खूप प्राविण्य मिळवले पाहिजे असे नाही, पण त्या अनुभवातून तुम्ही एकदा गेले पाहिजे. या रविवारी पक्षीनिरीक्षणाला जा, कधी खरेदीला जा, नाटक पाहा, वारे छान सुटलेय... संध्याकाळी पतंग उडवायला जा. का ? कारणे दोन : एक म्हणजे, तेच तेच करून तुमच्या मनाला आलेला उबग अशा बदलामुळे निघून जाईल आणि दुसरे म्हणजे, विविध प्रकारचे आनंद अनुभवता येतील. मग तुम्ही कुठेही गेलात, कोणत्याही प्रकारची माणसे भेटली तरी तुम्हाला बिचकायला होणार नाही. तुम्ही त्यांच्याशी मोकळेपणाने वागूबोलू शकाल.

आपल्याला वाटते, मी छान आहे पण जग चांगले नाही. काहींना वाटते, जग पुष्कळ चांगले आहे पण मलाच नीट काही जमत नाही. हे दोन्ही खरे नाही हे ओळखून घ्या. स्वतःविषयी आणि इतरांविषयी जे आशावादी असतात त्यांना सकारात्मक म्हणायचे. म्हणून मीही छान आहे आणि जगही छान आहे हे सूत्र लक्षात ठेवा.

या प्रकरणामध्ये मी तुम्हाला ज्या गोष्टी आवर्जून टाळायला हव्यात, त्या सांगितल्या. सकारात्मक गोष्टी कशा आत्मसात करायच्या याचेही मुद्दे दिले आहेत. तर मग आता लगेच सुरुवात करा! इथून पुढे तुमच्या आयुष्यात होईल ते फक्त होकारार्थी आणि सकारात्मक! होय ना? लगेच 'होय' म्हणा आणि इथूनच आशावादी दृष्टिकोन वाढवण्यास सुरुवात करा. विधायक दृष्टिकोन असेल तर माणसे आयुष्यात कितीतरी गोष्टी साध्य करू शकतात. स्वतःच्या आयुष्यावर प्रेम करा. स्वतःजवळ असलेल्या वेळाचे मोल जाणा आणि तो काळजीपूर्वक वापरा.

स्वतःला ओळखा

- स्वतःमधली किंवा इतरांमध्ये असलेली निराशावादी वृत्ती तुम्ही ओळखू शकता?
- निराशावादी वृत्ती बळावू नये यासाठी तुम्ही प्रयत्नशील आहात का?
- सचोटी, मेहनत यांवर तुमचा विश्वास आहे?
- अपयश आले तरी प्रयत्न चालू ठेवता का?
- मतभेदाचे मुद्दे बाजूला ठेवून इतरांबरोबर काम करायला जमते का?

☺☹

संभाषणकौशल्य

राखावी बहुतांची अंतरे, भाग्य येते तद्नंतरे

कित्येक कामे तुम्हाला केवळ संभाषणकौशल्याच्या जोरावर करून घेता येतात. संबंध औपचारिक असोत किंवा अगदी जिव्हाळ्याचे असोत, एकमेकांशी असलेली नाती तुम्हाला जपायची असतील तर शब्दांचा पूल बांधायलाच हवा. केवळ सुसंवाद नसल्यामुळे माणसे दुरावतात, नाती तुटतात, गैरसमज होतात.

अनेक बाबतीतले गैरसमज केवळ सुसंवादाचा अभाव असल्यामुळे घडतात. तुम्हाला प्रिय असलेल्या व्यक्तींविषयीच्या सद्भावना नुसत्या तुमच्या मनात असून उपयोग नाही. त्या तुम्हाला योग्य शब्दात त्यांच्यापर्यंत पोचवता आल्या पाहिजेत.

तुमची जीभ म्हणजे तुमच्यापर्यंत येण्यापूर्वी ओलांडण्याचा उंबरा आहे. या उंबऱ्यावर तुम्ही एक तर 'सुस्वागतम' असे लिहू शकता किंवा 'निघून जा' असेही लिहू शकता. दुसऱ्याला कटवायचेच असेल तर त्यात अवघड काही नाही. ते कसेही कटवता येते. (विशेषतः मराठी माणसाला तर तो हातचा मळ आहे!) पण आपल्याला सुसंवादाने माणसे जोडायची असतील, आपले आयुष्य समृद्ध करायचे असेल तर संभाषणचातुर्य संपादन करायलाच हवे.

हे कौशल्य शिकताना अनेक गोष्टी लक्षात घ्याव्या लागतील. त्या कोणत्या ते आता आपण पाहू या.

बऱ्याचदा अशी वेळ येते की, आपण फार काही बोलावे अशी इतरांची अपेक्षा नसते. पण आपण जर काहीच बोललो नाही तर मात्र आपल्याविषयी गैरसमज होऊ शकतो. म्हणून अशा वेळी जरूर बोलावे. जेव्हा थोडे बोलायचे असते, तेव्हा कोणत्याही गंभीर विषयावर भाष्य करू नये किंवा लांबलचक विश्लेषणही करू नये. ते बोलणे हलकेफुलके असले पाहिजे. लोकांना ते ऐकताना आराम वाटला पाहिजे. वाऱ्याची शीतल झुळूक आल्यावर कसे वाटते? तसे तुमचे बोलणे सुखद असावे. आपले बोलणे कसे असावे याविषयी रामदासांनी फार मार्मिकपणे लिहून ठेवले आहे, ते म्हणतात,

कठिण शब्दे वाईट वाटते, हे तो प्रत्ययास येते,
तर मग वाईट बोलावे ते, काय निमित्य?
पेरिले ते उगवते, बोलण्यासारिखे उत्तर येते,
तरी मग कर्कश बोलावे ते, काय निमित्य?

थोडक्यात, स्वतःवरून कल्पना करावी. कठीण शब्दांनी आपण दुखावतो, याचा प्रत्यय येतो ना आपल्याला? मग तरी दुसऱ्याला हा अनुभव का द्यायचा? आपण ओरडून बोललो तर दुसरा आपल्याशी मृदू बोलेल का? तो आपल्यापेक्षा आवाज चढवेल. मग असे कर्कश बोलायचेच कशाला?

संभाषणचातुर्यात नेहमी लक्षात ठेवायची गोष्ट म्हणजे कोणताही विषय फार ताणू नये. आपल्याला नंतर बोलायला मिळणार आहे असे वाटत असेल, तरच कोणीही व्यक्ती तुमचे आधीचे बोलणे ऐकून घेत असते. हे नुसते भाषण नाहीय, संभाषण आहे हे ध्यानात असू द्यावे. फारवेळ बोलत राहण्याने माणसे आधी कंटाळतात आणि मग टाळतात! ... तर ते असो! या विषयातले काही मुद्दे आपण आता पाहू या!

बोला, कुणीतरी बोला –

कधीकधी आपण काहीजण एकाच परिस्थितीत असतो. एकमेकांशी ओळख नसते. पण तशा स्थितीत परस्परांशी बोलले तर वातावरणामध्ये असलेला ताण हलका होतो. कधी अगदी अंधाऱ्या रस्त्याने जाणारी रिक्षा किंवा बस असेल, कधी एखाद्या वर्गात आपण बसलेलो असू, कधी बसस्टॉपवर थांबलेले असू; प्रत्येकाला कुणाशी तरी थोडे बोलावे वाटत असते पण काय बोलावे, ते कळत नसते. अशा वेळी लक्षात ठेवा की, तुम्ही काय बोलता, ते महत्त्वाचे नसते. तुम्ही कसे बोलता याला महत्त्व असते. तुम्ही हसून बोललात की लगेच तुमच्या मनातली सद्‌भावना लक्षात येते. आजूबाजूला घडणाऱ्या एखाद्या गोष्टीवर सहज एखादी प्रतिक्रिया तुम्हाला व्यक्त करता येईल. बसची वेळ माहीत असली तरी आपण ती शेजारच्याला विचारू शकतो. मग रिक्षाने जाणे कसे अवघड झाले आहे असे बोलू शकतो. अंधारातून जात असू तर 'केवढा अंधार आहे ना, आपल्या बसला दिवे आहेत म्हणून बरे, पण इथून चालत जाणारे लोक कसे जात असतील...' असे काही म्हटले तर तुमच्याशेजारी बसलेल्या इतरांनाही या बोलण्याचा आधार वाटतो. तुमच्याविषयी आपलेपणा वाटतो.

अशा वेळी शब्द महत्त्वाचे नसतात, कुणीतरी आपल्या भावना व्यक्त करतेय यानेच माणसे सुखावतात. तेव्हा लक्षात ठेवा की, कधी कधी 'बोलणे' हेच महत्त्वाचे

असते. ते बोलणे फार अर्थपूर्ण असले पाहिजे, असे काही नसते. पण कुणीतरी संवाद सुरू करायला हवा असतो. अशी वेळ ओळखून तुम्ही जरूर बोला.

सत्यं ब्रूयात, प्रियं ब्रूयात –

काहीही बोलले तरी चालेल हे जरी खरे असले तरी, नकोसे वाटणारे बोलायचे नाही हे मात्र कटाक्षाने लक्षात ठेवायचे. माझ्या एका मैत्रिणीला मी जेवायला बोलावले, तेव्हा निघताना मी तिला सहज म्हटले, "काय करू जेवायला?" तर ती म्हणाली, "काहीही कर... मला आवडते सगळे!" "बरं..." असे म्हणून मी निघाले, तेवढ्यात मला थांबवून ती म्हणाली, "वांग्याची भाजी मात्र करू नको हां... वांगी मला अजिबात आवडत नाहीत." तसे नेहमी एक लक्षात ठेवायचे, काहीही बोललात तरी चालेल, लोक ऐकतील, त्यांना बरे वाटेल हे खरे; पण तक्रारीचे, उद्धट आणि नाखुशीचे नको. रामदासांनी सांगितल्याप्रमाणे सर्वसाधारणपणे एक सूत्र ठेवावे, 'बहुतांस मानेल ते बोलावे.'

तक्रारीचा सूर काढलात तर ते तुम्हाला कुरकुरे समजणार. दुसऱ्याच्या मनात मग अढी निर्माण होते. आपल्या अगदी घरातले, जवळचे, ज्याच्याशी आपला चोवीस तास संबंध येतो अशा व्यक्तीला त्याच्या चुका किंवा दोष कधीतरी बोलून दाखवल्यात तर ठीक. पण फारसे संबंध नसणाऱ्यांना त्यांच्या चुका दाखवून देण्याची जबाबदारी तुमच्यावर नाही. तसेच दोष कुणाचा याचा न्यायही तुम्ही करू नका. ते बोललात तर माणसे दुखावतील. तसेच बोलताना उद्धटपणे बोलू नका. तुमच्या बोलण्यात मार्दव हवे. नाहीतर तुम्ही काय बोलताय हे ऐकण्याआधीच दुसरी व्यक्ती ऐकेनाशी होईल. आपल्या मराठी माणसांना वाटते, मग काय खोटे बोलायचे का? मला नाही असा तोंडपुजेपणा करता येत! तर तुम्ही खोटेही बोलू नका आणि वाईटही बोलू नका. खरे बोला पण कोणालाही नकोसे होईल असे बोलायचे नाही. सत्यं ब्रूयात, प्रियं ब्रूयात!

नाव गाव कशाला पुसता –

आपण जेव्हा काही कारणाने एकत्र येतो, तेव्हा सहजपणे विचारला जाणारा प्रश्न म्हणजे, 'तुम्ही कुठचे?... तुमचं मूळ गाव कुठलं?' स्त्रियांना तर हा प्रश्न जरूर विचारावा म्हणजे मग त्या मोठ्या कौतुकाने आपल्या माहेरगावाबद्दल बोलू लागतात. पण काहीजण या प्रश्नावर फक्त एक शब्द उच्चारून गप्प बसतात. म्हणजे समजा, तुम्ही कुणाला म्हणालात, 'तुम्ही कुठले?' तर ते म्हणणार, 'कागल...' संपले! आता यावर आपण काय बोलायचे? कागल हे गाव कोल्हापुरात आहे एवढेच

आपल्याला माहीत असते. तेव्हा लक्षात ठेवा, तुम्हाला जेव्हा असे विचारले जाईल, तेव्हा गावाचे नुसते नाव सांगून गप्प बसू नका.

मी मूळची बारामतीची आहे. मला जर कुणी विचारले तर मी म्हणेन "मी बारामतीची... आणि तुम्हाला माहितेय? तिथे दरवर्षी दर्जेदार व्याख्यानमाला असते. ते आर्या रचणारे प्रसिद्ध मोरोपंत कवी... ते मूळचे बारामतीचेच. त्यांच्या नावाचे तिथे मोठे ग्रंथालय आहे. आमच्या भागात द्राक्षांच्या बागा आहेत..." मग या वाक्यावरून समोरची व्यक्ती वाचन, खेडेगावातील ग्रंथालयांची वानवा, पुस्तकांची खरेदी... फळांचे वाढत चाललेले भाव, अनेक विषयांवर बोलू शकते.

समजा, दुसऱ्याने गावाचे नाव सांगताना बेळगाव सांगितले तर सुप्रसिद्ध कवयित्री इंदिरा संत तिकडच्याच असून तुम्हाला त्यांच्या कविता आवडत असल्याचे त्यांना सांगा. कुणी औरंगाबादकडचे असेल तर तिथले कळसूबाई हे सर्वात उंच शिखर आहे, त्यांनी ते पाहिलेय का असे विचारा. तुमच्या संभाषणातला जोडीदार संगीतामध्ये रस घेणारा आहे असे वाटतेय का? अरे वा! मग तुम्हाला पुण्यातील सवाई गंधर्व पुण्यतिथी महोत्सवाचे आमंत्रण त्याला दिलेच पाहिजे.

अर्थात या गोष्टी तुम्हाला आधीच माहीत करून घेतल्या पाहिजेत. त्यासाठी इतिहास, भूगोल यांचे सामान्यज्ञान तयार पाहिजे. वृत्तपत्रे, मासिके, मित्रमैत्रिणी, नातेवाईक कोणाकडूनही गावांची माहिती घेण्याची सवय लावून घेतल्यास कुठे ना कुठे या माहितीचा उपयोग तुम्हाला करता येईल.

आपण काय करता? –

बऱ्याचदा असे होते की, समोरची व्यक्ती हुशार वाटत असते. ती कुठेतरी विशेष ठिकाणी नोकरी करीत असेल किंवा वेगळ्या प्रकारचे काम करीत असेल असे वाटते. पण विचारायचे कसे? तेव्हा अशावेळी सरळ जाऊन विचारलेले चांगले. माझा तरी अनुभव असा आहे की, ज्याला आपण 'आपण काय करता? कुठे असता?' असे विचारतो, ती व्यक्ती मोठ्या आस्थेने त्यांच्या कामाविषयी बोलते. किंबहुना असे कोणीतरी नीटपणे विचारावे याची ते वाटच पाहात असतात. तेव्हा असे जरूर जाऊन विचारावे.

बहुतेक प्रकारची कामे अशी असतात की, ती एका शब्दात सांगून कळतीलच असे नाही. म्हणजे एखादी व्यक्ती शिक्षक असेल तर ते कळू शकते. अर्थात तेसुद्धा खासगी शाळेत, कोणत्या माध्यमाच्या इत्यादी सांगावेच. पण काही

क्षेत्रे अशी असतात की, ती सर्वसामान्यांना माहीत असतातच असे नाही. विशेषतः संशोधन, मिलिटरी, नेपथ्य वगैरेसारख्या कला... एखाद्या वाक्यात त्याचे स्पष्टीकरण दिले तर ऐकणाऱ्याला त्यापुढे काही बोलता येते.

कोणी स्वतःच्या कामाविषयी इतके मोघम सांगते की, त्यावरून नेमके काहीच कळत नाही. एकदा एका समारंभात एका बाईंना 'आपण काय करता?' असे विचारले असता, 'मी पेपरमध्ये आहे,' एवढेच त्या बोलल्या. मी म्हणाले, "वा, वा, पेपर इंडस्ट्री का? पेपर निर्यात वगैरे करता तुम्ही? की भारतातच पुरवता?" शेजारी बसलेली पत्रकार चिडीचूप झाली. मीही तिथून पसार झाले. तेव्हा लक्षात ठेवा, 'आपण काय करता?' या प्रश्नाचे उत्तर तुम्ही द्याल तेव्हा विचारणाऱ्या व्यक्तीला तुम्ही काय करता ते नीट कळू द्या. त्याला अशी काही माहिती द्या की त्यावर त्या व्यक्तीला पुढे काही संभाषण करता आले पाहिजे.

कोण असशी तू? –

काही वेळा दोन अपरिचित व्यक्ती समोरासमोर येतात. या दोघांशीही आपली ओळख असते. आणि त्यांची आपसात ओळख करून देण्याची जबाबदारी आपल्यावर येते. ओळख करून देताना तुम्ही काय म्हणणार? 'सुप्रिया, तुझी दिनकर सावंतशी ओळख करून देते... दिनकर, ही सुप्रिया सप्रे!' ओळख करून दिल्यावर साहजिकच

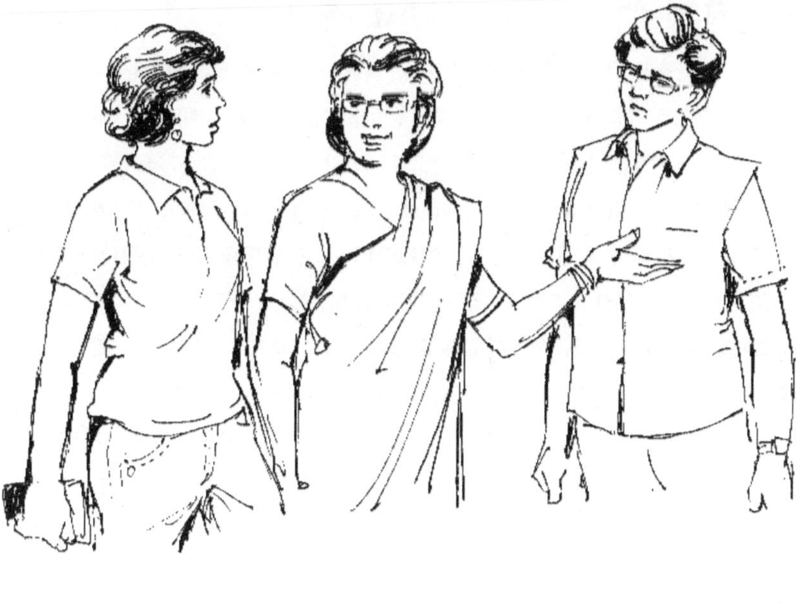

दोघेही एकमेकांना नमस्कार वगैरे ठोकतात. पुढे काय? नुसत्या नावाच्या ओळखीवर त्यांनी एकमेकांशी काय बोलावे अशी तुमची अपेक्षा आहे? ते दोघेही कसनुसे चेहरे करून, हसल्यासारखे करीत अवघडून एकमेकांसमोर उभे राहणार. मनुष्यस्वभाव म्हणून त्यांना एकमेकांविषयी कुतूहल असते. ओळख झाल्यावर एकमेकांशी दोनतीन वाक्ये तरी बोलावीत असेही वाटते. पण फक्त नाव कळलेल्या व्यक्तीशी बोलणार तरी काय? त्याऐवजी समजा, तुम्ही असे म्हणालात तर, ' सुप्रिया , हे दिनकर सावंत. यांचा ट्रान्सपोर्टचा व्यवसाय आहे. गेल्या वर्षी आम्ही यांच्याच सुमोमधून साताऱ्याला कास तलावच्या ट्रिपला गेलो होतो. आणि दिनकर, या सुप्रिया सप्रे. योग, प्राणायाम या विषयावर यांचा चांगला अभ्यास आहे.'

अशा प्रकारे थोड्या सढळ हाताने करून दिलेली ओळख या दोघांना परस्परांशी संवाद साधण्यासाठी अनेक वाटा खुल्या करून देऊ शकते. सुप्रिया दिनकरला विचारू शकते की, त्यांच्याकडे बऱ्याच गाड्या आहेत का? ट्रिपला जायचे तर किती आधी सांगावे लागते? मग त्यावरून पर्यटन, इतर काही छंद...! दिनकर सुप्रियाशी योगासनांचा आरोग्यासाठी कसा उपयोग होऊ शकतो, प्राणायाम सहजपणे कुणालाही जमतो का... अशा काही विषयांवर बोलू शकतो. आणि मग एकदा संवादाची सुरुवात झाली की, दोघेही परस्परांशी हवे तेवढे बोलू शकतात.

प्रत्येक व्यक्तीचे काही ना काही वैशिष्ट्य असतेच. त्यासाठी फार काही कर्तृत्व असावे लागते असे नाही. आणि एखाद्या वाक्यात माहिती करून द्यावी लागली तर लगेच, ' म्हणजे त्याची स्तुतीच करावी लागेल' म्हणून घाबरून जायचेही कारण नाही. कुणाला उत्तम पोहता येत असेल तर कुणी मंडळाच्या गणपतीचे सगळे नियोजन फार छान करीत असेल. ओळख करून देताना असे एखादे वैशिष्ट्य सांगितल्यामुळे त्यांचा संवाद अधिक चांगला होतो. विशेषतः एकाच्या व्यक्तिमत्त्वाशी जुळणारे असे दुसऱ्याकडचे काही सांगितलेत तर दुधात साखर! म्हणजे तुम्हाला माहितेय की, या दोघींही न चुकता सकाळी फिरायला जातात किंवा कुणाची साहित्यातल्या एखाद्या विषयावर पीएचडी झाली असेल आणि दुसरे कुणी तशाच प्रकारच्या अभ्यासात गुंतले असेल; तर ओळख करून देताना त्याचा चातुर्याने उल्लेख करावा.

दोन कान एक तोंड –

तुम्ही जर खरोखरच संभाषणचतुर असाल, तर तुम्ही समोरच्या व्यक्तीशी बोलताना त्याचे जास्त ऐकाल आणि स्वतःविषयी कमी बोलाल. देवाने आपल्याला दोन कान दिले आहेत आणि तोंड मात्र एकच दिले आहे. त्याचा हेतू लक्षात घ्या.

एकदा मी माझ्या एका तरुण मैत्रिणीला घेऊन समारंभात गेले होते. बऱ्याचजणांशी आमचे बोलणेगप्पा झाल्या. घरी आल्यावर मी तिला म्हटले, "इतक्याजणांना भेटलो आपण, तुला कोणाचे बोलणे आवडले जास्त?" "सुमित राजाध्यक्ष..." ती उत्तरली. "अच्छा? काय करतो हा?" "तसं नक्की माहित नाही." "कुठे राहतो तो? इथेच?" "माझ्या लक्षात नाही ते..." मला नवल वाटलं. म्हटलं, "पण तुम्ही तर बराच वेळ बोलताना दिसलात मला... त्याच्या काय आवडीनिवडी आहेत?" "तसं आम्ही काही बोललो नाही." ती म्हणाली. मग क्षणभर विचार करून ती म्हणाली, "मला वाटतं, आम्ही त्याच्याविषयी काही बोललोच नाही. माझ्याविषयीच तो जाणून घेत होता." माझ्या लक्षात आले, हा जो कोण सुमित होता, तो खरंच संभाषणचतुर असला पाहिजे. त्याने माझ्या मैत्रिणीला आपल्या बोलण्याने चांगलेच प्रभावित केले होते. बोलण्यापेक्षा ऐकण्यात फायदा जास्त असतो हे त्याला चांगलेच ठाऊक असणार.

विक्रीक्षेत्रातील लोकांना प्रशिक्षण देणाऱ्या समीर तावरे नावाच्या एका तरुणाचे काहीच दिवसांपूर्वी ऐकलेले भाषण मला आठवले. तो त्या वेळी म्हणाला होता, "तुम्ही जेव्हा ग्राहकांशी बोलाल, तेव्हा विक्रीसाठी असलेल्या मालाबद्दलच जर बोलत राहिलात तर ग्राहकाला ते आवडत नाही. ग्राहकाला महत्त्व द्या. खास त्यांनाच तुमचा माल कसा उपयोगी ठरेल ते तुम्ही त्यांना सांगा." यावरून लक्षात घ्यायचे ते असे की, स्वतःविषयी बोलणे टाळा. ज्याविषयी तुमचे काम संबंधित असेल, त्याविषयी थोडे बोला आणि सगळ्यात जास्त ज्याच्याशी तुमचे काम आहे, त्या व्यक्तीविषयीच बोला.

प्रतिध्वनी –

काही वेळा आपल्या असे लक्षात येते की, आपण काहीतरी बोलतो, आणि त्यावर समोरचा माणूस फक्त होय का? किंवा अच्छा? असा एखाददुसरा शब्द बोलून संवादाचा चेंडू पुन्हा आपल्याकडे टोलवत राहतो. संवाद पुढे चालू ठेवण्याची जबाबदारी आपल्यावर असल्यासारखे आपण पुन्हा बोलतो, पुन्हा बोलतो, आणि बोलतच

राहतो... जे बोलायचे नसते तेही बोलून जातो, कधी चुकीचे बोलतो. पण हेच तंत्र आपण स्वतः वापरले तर?

दुसरा जे बोलतो, त्याचेच शब्द आपण पुन्हा बोलायचे. दुसरा जास्त उत्साहाने आपल्याला पुढचे सांगतो आणि मग त्यातून आपल्याला समोरच्या व्यक्तीविषयी बरेच ज्ञान होते. समजा, तुम्ही एखाद्या वृत्तपत्राच्या वाचनाचा सर्व्हे करायला जाता आहात. त्यांना फक्त एकदा विचारा, ''सध्या कोणता पेपर घेता?'' ते समजा म्हणतील, ''सकाळ.''

''सकाळ?'' तुम्ही एवढेच विचारून थांबा. ते म्हणतील, ''हो ना, बरीच वर्षे झाली... तोच घेतो.'' ''तोच घेता?'' ''हं... त्यात जाहिराती फार असतात, हे खरं आहे पण या वृत्तपत्रात दिलेल्या जाहिरातींना चांगला प्रतिसाद मिळतो हेही तितकंच खरं आहे.''

''असं?'' तुम्ही म्हणा. ते म्हणतात, ''कधीकधी अभ्यासपूर्ण लेख, वेगळा विचार यांची उणीव भासते, पण चाललंय... सवय झालीय आता त्या पेपरची.''

म्हणजे किती गोष्टी कळल्या बघा तुम्हाला या संवादातून. आधी जाणून घ्या, समोरच्याला काय हवंय; मग नेमकं तेच देण्यासाठी, तुमची गरज पुरवण्यासाठी आम्ही आलो आहोत हे तुम्हाला सहजपणे सांगता येईल. पण तुम्ही समोर माणूस दिसल्याबरोबर लोकसत्ताच घ्या, तोच कसा चांगला आहे, हे जर बोलू लागलात, तर समोरचा ग्राहक अभावितपणे, घेतला असता, पण लोकसत्तामध्ये काय नसते हे तुम्हाला सांगत बसेल. तेव्हा आपल्याला हवे असलेले त्याच्या गळ्यात मारण्याची घाई करण्यापेक्षा आपल्याला हवे ते दुसऱ्याकडून वदवून घेणे यात खरे कौशल्य आहे.

आजकी ताजा खबर –

कुठेही समारंभाला जाताना आपण या वेळी कोणते कपडे घालावेत, आणखी काय घालावे... यावर केवढा तरी विचार करतो. पण आपण कधी असा विचार करतो का, की आज मी कशावर बोलणार? कोणत्या प्रकारच्या लोकांसमोर काय बोलणार? एकत्र येण्याचे समारंभ वारंवार येत नाहीत. जेव्हा अशा वेळा येतात, तेव्हा लोकांसमोर आपली प्रतिमा नीट तयार होण्यासाठी आपण भरपूर तयारी केली पाहिजे. पार्टीसाठी तयार होताना हाताला येतील ते कपडे घालून तुम्ही जाता का? तसेच तिथे भेटणारे अनेकजण तुमच्याशी पहिल्यांदाच बोलणार आहेत, मग त्यांच्याशी सुचेल

तसे काहीतरी बोलून वेळ निभावून नेणार का? तसे तर तुम्हाला उत्स्फूर्तपणे बोलावे लागेलच. पण त्याखेरीज काहीतरी तयारी करून जायला नको का?

यासाठी त्या दिवशीचे वृत्तपत्र नजरेखालून घालून जा. टीव्हीवर विशेष काही दाखवतायत का ते पाहून घ्या. यातल्या कितीतरी गोष्टी तुम्हाला संभाषणासाठी खूप कच्चा माल पुरवतील. तुम्ही समारंभाच्या ठिकाणी गेल्यावर लोक काय बोलत असावेत याचा अंदाज घेता येईल. नाहीतर घडून गेलेल्या एखाद्या महत्त्वाच्या घटनेवर तुम्हाला भाष्य तर करता येणार नाहीच पण तुमचे अज्ञान मात्र प्रगट होईल. एका उद्योगामध्ये सर्व विक्रेत्यांनी दररोज वृत्तपत्र वाचून आणि रेडियोवरील बातम्या ऐकून मगच ग्राहकांची भेट घेण्याचा दंडक होता. त्याचा त्यांना लक्षणीय फायदा झाल्याचे निदर्शनास आले.

मीपण ज्यांचे ... –

आत्मकेंद्रित वृत्ती सोडली तर आपल्यापैकी बहुतेकजण सुखी होतील. आपल्याला नेमके तेच जमत नाही. आपले सगळे जग स्वतःभोवती फिरत असते. समजा तुमच्या परिचितांपैकी कोणी नुकतेच काश्मीरला जाऊन आले. ते उत्साहाने सांगू लागले की, तिकडच्या बागा कशा प्रेक्षणीय आहेत वगैरे, तर काहीजण लगेच 'माहितेय मला, पाहिलंय मी सगळं...' म्हणून त्यांच्या उत्साहावर पाणी ओततात. असे मुळीच करू नका. उलट तुम्ही तिथे जाऊन आला असाल तर 'वाघा बॉर्डरची परेड कशी वाटली?' श्रीनगरच्या लाल चौकमध्ये तुम्हाला जाता आले का? जेवण कसे वाटले? असे कितीतरी प्रश्न विचारून त्यांच्या बोलण्याला दुजोरा द्या.

संभाषणचातुर्य म्हणजे आपणच बोलत राहणे नव्हे, दुसऱ्याबरोबरचा संवाद आनंददायी करणे... तो खुलवत नेणे! त्यासाठी 'मीपण ज्यांचे पक्व फळापरी सहजपणाने गळले हो, जीवन त्यांना कळले हो!' ही बा.भ. बोरकरांच्या कवितेतली ओळ नेहमी लक्षात ठेवा. अशा व्यक्ती सगळ्यात कमी शब्द कोणता वापरत असतील तर तो म्हणजे 'मी'! तेव्हा कोणीही काही विशेष सांगू लागले की, 'मीपण... मीपण...' असे म्हणून उतावीळपणा करू नका. अशाने सुसंवादाची गाडी अडखळते. वातावरण गढूळते. त्याऐवजी त्यांच्या आनंदात, अनुभवात समरस व्हा. त्यांचा आनंद तुम्ही वाटून घ्या.

सारे काही तुझ्यासाठी –

दुसऱ्याचे सगळ्यात जास्त लक्ष वेधून घेणारा जगातला कोणता शब्द असेल तर तो म्हणजे 'तू' किंवा 'तुम्ही'. समजा, तुम्हाला एखाद्या चांगल्या हॉटेलात

मैत्रिणीला घेऊन जायचेय. तुम्ही जर असे विचारलेत, ''डेक्कन भागात अलीकडेच एक चांगले उडपी हॉटेल सुरू झालेय. संध्याकाळी आपण जायचे का तिकडे?'' मैत्रीण विचारात पडेल. याला चांगले म्हणजे काय म्हणायचेय? याला जे चांगले वाटतेय ते मला वाटेल का?

त्याऐवजी तुम्ही असे म्हणालात, ''आसावरी, तुला खरंच ते नवीन उडपी हॉटेल आवडेल. तू माझ्याबरोबर येणार तिकडे खायला?'' तिच्या लक्षात येईल की, तुम्ही तिचा विचार करूनच त्या हॉटेलची निवड केली आहे. तेव्हा बोलण्याच्या पदार्थात नेहमी 'तू' चा खमंग तडका द्या. बघा कसा पदार्थ फस्त होतो ते!

आभार प्रदर्शन –

आभारी आहे, धन्यवाद किंवा थँक्यू हे शब्द आपण फार सहजपणे वापरतो. खरंच, वापरतो का? वापरत नसल्यास जरूर वापरा. हा शब्द जास्तीत जास्त वेळा वापरा. फक्त तो वापरताना एक लक्षात ठेवा. त्याला कधी एकटे ठेवू नये. त्याला पुढेमागे काहीतरी जोडा. आभार कशाबद्दल? ते नीट सांगा. जातायेता नुसते आपले थँक्यू फेकण्याची लोकांना इतकी सवय झाली आहे की, ऐकणारेही ते गांभीर्याने घेत नाहीत. ऐकतात आणि सोडून देतात. रस्त्यात आपण पेपर विकत घेतो. त्याने पेपर हातात दिला की आपण थँक्यू म्हणून पुढे जातो. तुमच्या दुकानातून खूप मोठी खरेदी एखादा ग्राहक करतो तेव्हाही तुम्ही त्याला तेच थँक्यू देणार का? किंवा बरीच मेहनत घेऊन तयार केलेले साग्रसंगीत जेवण चवीने जेवल्यावर त्यालाही आपण तेच थँक्यू देणार का? ही काही वाक्ये उदाहरणादाखल देत आहे, ती पाहा –

'थँक्यू, बरे झाले तुम्ही आलात.'

'तुमचे आभार कसे मानावेत कळत नाही. तुम्ही मला किती समजावून घेतलेत. थँक्स!'

'फार वाट पाहायला लागली ना? पण थांबलात ते बरे झाले. थँक्स'

'धन्यवाद, तुम्ही फारच छान खरेदी केलीत माझ्याकडून.'

एसटी बसमधून किंवा एशियाडने कधी लांबचा प्रवास करावा लागतो. कधी रात्रीचा, खराब रस्त्यांवरून प्रवास होतो. अशा वेळी गाडीतून उतरताना ड्रायव्हरना जरूर म्हणा, 'थँक्यू, इतक्या रात्रीचे, खराब रस्ते असताना तुम्ही आम्हाला सुखरूप इथपर्यंत आणलेत.' सकारण आभार माना.

काही प्रसंग असे असतात की, जे जाता जाता थँक्यू म्हणून भागण्यासारखे नसते. त्याला कारणबिरण जोडून चांगले सजवा.

स्व–प्रतिमा ओळखा –

कौशल्यपूर्ण संवाद साधायचा म्हणजे दुसऱ्या व्यक्तीला बोलते करायचे. तिच्या पोटात शिरायचे. तिचे हळवे कोपरे जाणून घ्यायचे. हे कसे करता येईल?

प्रत्येक व्यक्तीची एक स्व–प्रतिमा असते. लोकांनी आपल्याला या प्रकारे ओळखावे, असे एक त्याने मनाशी ठरवलेले असते. प्र. के. अत्रे हे प्रसिद्ध लेखक, संपादक म्हणत असत, ''मला कुणी भांडखोर म्हटले तरी चालेल, मला कितीही वाईट म्हणा, पण मी कधी कृतघ्न नव्हतो. ज्या गोष्टी मला मिळाल्या, त्याबद्दल मी नेहमीच कृतज्ञ राहिलो.'' दुसऱ्या कोणाला वाटेल, मी हुशार नसेन, कामसू नसेन पण इतरांचा विचार मी आधी करते.

स्वतःइतके प्रेम माणूस कोणावरही करीत नाही. प्रत्येकालाच वाटते, आपण कुणीतरी स्पेशल आहोत. कुणीतरी वेगळे आणि आगळेच आहोत, पण लोकांना मात्र ते कळत नाही. आपले काम एवढेच की, ते स्वतःला काय समजतात ते ओळखायचे... ते खरोखरच तसे आहेत की नाहीत हा मुद्दा महत्त्वाचा नाही. समजा, तुम्ही एखाद्याकडून असे काढून घेतले की, 'माझं एक आहे, मी दिल्या शब्दाला जागतो. माझं असं कधीच होत नाही, मी एकदा बोललो आणि तसं केलं नाही.' पुढे दोनतीन महिन्यांनंतर तुम्ही त्याला म्हणा, 'तुला माहितेय मी तुला का मानतो ते? कारण तू म्हणजे शब्दाचा एकदम पक्का आहेस' बस्! तुमचे हे वाक्य ऐकल्यावर तो तीन ताड उडेल. मनाशी म्हणेल, 'अखेरीस मला असं कुणीतरी भेटलं की मी म्हणजे खरा कोण हे त्याने बरोबर जाणले.' त्याच्यामधे असलेल्या ज्या एका गोष्टीचे त्याला सगळ्यात जास्त महत्त्व वाटते, त्याचेच नेमके तुम्ही कौतुक केल्याने त्याला त्यापुढे जगातली कोणतीही प्रशंसा फिकी वाटेल.

म्हणून वेळोवेळी त्या व्यक्तीचे निरीक्षण करा, त्याचा स्वभाव जाणून घ्या, त्याच्या आवडीनिवडी लक्षात घ्या. तुम्हाला इतरांचे कौतुक वाटते किंवा ते तुम्हाला आवडतात हे लोकांना सांगणे हे मुळातच आनंददायक आहे. त्यातून ते स्वतःवर ज्या कारणासाठी प्रेम करतात त्याच्याशी तुमचे कारण जुळले तर मग त्याच्यासारखे दुसरे सुख नाही.

जनसंपर्क –

काहीकाही माणसांचा लोकसंग्रह अफाट असतो. अशा माणसांचा कधीकधी हेवा वाटतो, होय ना? कसे जमते त्यांना हे? ते दुसऱ्याच्या बारीकसारीक गोष्टी लक्षात ठेवतात. त्यातूनच नातेसंबंध अधिक बळकट होतात. राजकीय नेत्यांचा महत्त्वाचा गुण म्हणजे त्यांचा लोकसंग्रह उत्तम असतो. तो ते कसा साधतात? भेटून गेलेल्या प्रत्येक व्यक्तीचा तपशील ते लक्षात ठेवतात.

समजा तुमच्या मैत्रिणीच्या बोलण्यात आले की, तिला निळा रंग आवडतो तर नंतर कधीतरी त्याचा उल्लेख जरूर करा. तुमच्या एखाद्या ग्राहकाने सांगितले की, ती ध्यानधारणा करते, तर पुढच्या भेटीत त्याविषयी बोलण्यास विसरू नका. तुमचे अनेक स्नेहीजन असतील, पण इतक्याजणात प्रत्येकाच्या बारीकसारीक गोष्टींची नोंद तुम्ही इतक्या आत्मीयतेने ठेवता, असे त्यांच्या लक्षात आल्यास आपलेही स्थान महत्त्वाचे आहे हे समाधान त्यांना मिळते आणि तेही तुम्हाला स्नेहीच मानतील.

राजकीय नेतेही हेच करतात. संबंधात आलेल्या प्रत्येक व्यक्तीचा तपशील ते नेमकेपणाने लक्षात ठेवतात. आणि पुढच्या भेटीत त्या गोष्टीचा ते बरोबर संदर्भ देतात.

''हॅलो भेलके, कशी झाली मग तुमची दक्षिण भारताची सहल?''

''नमस्कार वहिनीसाहेब, काय झालं पुढे तुमच्या जमिनीच्या व्यवहाराचं?''

''अरे जनार्दन! कसा आहेस? खो खो संघात तुझ्या मुलाची निवड झाली की नाही त्या वेळी?''

''अरे वा, पाटीलसाहेब, कुठून बोलताय? मागच्या वर्षी तर तुमची बदली वालचंदनगरला झाली होती ना?''

गोष्ट लहान असो की मोठी, पण त्यांच्या आयुष्यात घडलेल्या कोणत्याही घटनेचा नंतरच्या काळात जेव्हा तुम्ही उल्लेख करता तेव्हा तुम्ही त्यांना विसरलेला नाही, हे त्यांना पटते. त्यांचा अहंभाव सुखावतो. आपणही कोणीतरी आहोत ही जाणीव त्यांना आनंदाची वाटते आणि त्यांच्या आयुष्यात तुमचे स्थान पक्के होते. आपल्या चतुर वागण्याबोलण्याने अनेकांना असे जोडून ठेवता येते.

मर्मबंधातली ठेव –

प्रत्येकाच्या मर्मबंधात त्याची म्हणून एक खास आवड असते. अशा हळव्या जागा लक्षात ठेवा. मी ज्यांच्याकडे नोकरीला होते, त्यांच्याकडे एक कुत्र्याचे पिलू होते, आणि त्या त्याची फार काळजी घ्यायच्या. दोनतीन वर्षांनी मी त्यांना भेटले, तेव्हा त्यांना म्हटलं, "चिक्या काय म्हणतोय तुमचा? मोठा झाला असेल ना आता?" त्यांनी मोठ्या कौतुकाने माझ्याकडे पाहिले आणि म्हणाल्या, "अरे वा, तुझ्या अजून लक्षात आहे? चांगला दांडगा झालाय आता!" पुढे नकळत म्हणाल्या, "आता करतेस तू अजून कुठे जॉब? नाहीतर ये ना परत आमच्याकडे...!"

आता तुम्ही म्हणाल, जेव्हा मर्यादित वर्तुळ असते, तेव्हा हे ठीक आहे, पण कित्येकदा खूपचजण आपल्या संपर्कात असतात. लोकसंग्रह मोठा असतो. अशा वेळी प्रत्येकाचे धागेदोरे लक्षात ठेवणे कसे शक्य आहे? पण त्याचीही एक युक्ती मी तुम्हाला सांगते. मी एका मोठ्या कंपनीत नोकरीला होते, तेव्हा आमच्या कंपनीचे डायरेक्टर म्हणजे समाजातले एक मोठे प्रस्थ होते. खूपजणांशी त्यांचे संबंध होते. पण त्यांचा पीए मात्र कोणत्याही व्यक्तीचा फोन येवो, त्याच्याशी एक तरी वाक्य त्यांच्या वैयक्तिक गोष्टीविषयी बोलायचाच.

एकदा डायरेक्टरसाहेबांची अपॉइंटमेंट देऊन झाल्यावर तो सहजपणे फोनवर म्हणाला, "या मग तुम्ही, मी तुमच्या भेटीची व्यवस्था करतो... आणि 'माझा' चीही!" पलीकडून त्याच्या कौतुकाचे शब्द उच्चारले असणार कारण तो अगदी, "अहो, त्यात काय..." वगैरे म्हणू लागला. मी त्याला यासंबंधी विचारले तेव्हा त्याने त्याच्या ड्रॉवरमधला व्हिजिटिंग कार्डांचा गठ्ठा मला दाखवला. त्या प्रत्येक कार्डाच्या मागे दोनतीन शब्द लिहिलेले होते. एकात गावाचे नाव होते, एकात त्यांचा आवडता खेळ क्रिकेट लिहिला होता. या गृहस्थांच्या कार्डामागे लिहिलं होतं, 'माझा कोल्डड्रिंक'. त्याने म्हणे एकदा त्यांना कोणते पेय मागवायचे असे विचारले, तेव्हा त्यांनी त्यांना 'माझा' फार आवडत असल्याचा उल्लेख केला होता. आमच्या पीएने लगेच त्याची नोंद करून ठेवली होती आणि मुख्य म्हणजे त्याचा तो उपयोगही करीत होता. कितीही कर्तृत्ववान व्यक्ती असो, त्यांच्या सर्वश्रुत कर्तबगारीखेरीज त्यांच्या एखाद्या वैयक्तिक, वेगळ्या गोष्टीचा त्यांना संदर्भ दिल्यास ते नक्की खूश होतात. तुमच्याविषयी त्यांना विशेष आपलेपणा वाटतो.

धागा धागा अखंड विणू या –

बऱ्याचदा असे होते की, सगळेजण एकत्र जमलेले असतात. कोणीतरी रंगात येऊन एखादी घटना, प्रसंग सांगत असते. त्यातला महत्त्वाचा मुद्दा तो आता सांगणार इतक्यात कधी घरातले भांडे पडते, फोन वाजतो किंवा लहान बाळ असले तर रडू लागते. आता या सगळ्या गोष्टी अशा आहेत की, त्यावर ताबडतोब कृती केलीच पाहिजे. फोन घेऊन बोलणे करायला हवे. काही सांडलेपडले असेल तर ते पाहायला पाहिजे. बाळाचे रडणे तर थांबवायला हवेच. पण हे सगळे झाल्यानंतर? बोलणाऱ्याचा काही विचार कराल की नाही? तो बिचारा वाट बघत राहतो की, आपण काय सांगत होतो, याची कुणाला आठवण आहे की नाही?

कधी असे होते की, मधेच जे घडते त्यावरूनच संभाषण सुरू होते. म्हणजे हल्ली मुलं कशी रडतात, फोनवर काही कळले असल्यास त्याविषयी बोलणे सुरू होते... इत्यादी इत्यादी. पण संभाषणकौशल्याची उत्तम जाण असणाऱ्याचे काम आहे की, ज्या कुणाचे बोलणे अर्ध्यावर तुटले असेल त्याला बोलते करायला हवे. त्याचे संभाषण पूर्ण होऊ द्यायला हवे. मग अशा वेळी, 'हां, तर काय सांगत होतात तुम्ही? प्लीज...' असे म्हणून त्याचे बोलणे पूर्ण करा. तुम्ही जर जास्त चतुर असाल तर हा मधला व्यत्यय येण्यापूर्वी तो जे बोलला होता, त्याचे नेमके शब्द उचलून तुम्ही म्हणाल, 'हां, तर तुम्ही म्हणत होता की, तुम्ही त्यांना शंका विचारली... मग? काय म्हणाले ते? काय झालं पुढे?'

संभाषणाचा धागा असा जोडून घेतल्यामुळे ज्याचे बोलणे अर्ध्यावर तुटले होते त्या व्यक्तीला तुमच्याबद्दल किती कृतज्ञता वाटेल हे तुम्हाला तिच्या डोळ्यातूनच कळेल. त्यांच्याविषयी तुम्ही दाखवलेल्या संवेदनशीलतेमुळे त्यांना तुमच्याविषयी विशेष आपुलकी वाटेल.

शब्दरूप आले मुक्या भावनांना –

जे संभाषणकौशल्यात तरबेज असतात, त्यांना दुसऱ्याच्या मनात काय आहे ते बरोबर समजते आणि त्यांच्या भावनांना हे लोक शब्दरूप देतात.

याचे एक चांगले उदाहरण मला आठवते. शहरामधे नवीन नोकरी लागल्यामुळे मला जरा चांगले कपडे विकत घ्यायचे होते. इथे राहणाऱ्या मावशीला मी तसे म्हटले तेव्हा ती त्यांच्या नेहमीच्या दुकानात मला घेऊन गेली. त्यांनी आम्हाला भरपूर व्हरायटी दाखवली. दोन आयते ड्रेस विकत घेऊन आम्ही घरी गेलो. नोकरीच्या पहिल्याच

दिवशी मी त्यातला एक घालून ऑफिसमध्ये गेले. काहीतरी काम करीत असताना अचानकच तो बगलेत उसवला. मला काय करावे सुचेना. फार नर्व्हस झाले. कसाबसा दिवस संपवून घरी आले आणि मावशीला सांगितले.

हे ऐकल्यावर मावशी संतापली आणि दोन्ही ड्रेस घेऊन आम्ही दुकानात गेलो. गेल्याबरोबर तावातावाने तिने उसवलेला ड्रेस दाखवला आणि काय घडले ते सांगितले.

''अरेरे, काय हे! मी समजू शकते... किती अवघडल्यासारखे झाले असेल तिला!'' तिथली बाई दुःखी चेहरा करून म्हणाली.

''मग काय तर!''

''त्यात नवीन ऑफिस... नोकरीचा पहिलाच दिवस!''

''मग काय तर!''

''आणि तुमची तर काय अवस्था झाली असेल, तुम्ही मोठ्या विश्वासानं तिला आमच्याकडे कपडे घेण्यासाठी आणलंत... तुम्हालाही अगदी तोंडघशी पडल्यासारखं झालं...!''

मावशीच्या आणि माझ्या दोघींच्याही मनातल्या भावनांना त्या इतके तंतोतंत शब्दरूप देत होत्या की, आम्हाला बोलण्यासारखे काही उरलेच नाही.

शेवटी मावशीच म्हणाली, ''तर काय... नेहमी तर तुमचे कपडे चांगले असतात!''

''आयम सॉरी, आमच्यामुळे फार मनस्ताप झाला तुम्हाला!''

मग त्यांनी दोन्ही ड्रेसना सगळीकडून पुन्हा पक्की शिवण घालून दिले. आता इतके घडल्यानंतर आम्ही पुढच्या वेळीही त्याच दुकानात जाणार हे तर नक्कीच. कारण त्यांनी आमच्या भावनांना महत्त्व दिले. आमची गैरसोय जाणली. आमच्याकडे दुर्लक्ष केले नाही. बस्... माणसाला अजून काय हवे असते?

फोनवरून संवाद –

आजकाल माणसं प्रत्यक्ष भेटीत, पत्रातून जेवढे बोलत नाहीत, तेवढे फोनवरून बोलत असतात. म्हणून फोनवरच्या संवादाचेही तितकेच महत्त्व आहे. या बाबतीतल्या काही टिप्स आपण लक्षात ठेवू या.

तुमच्या व्यक्तिमत्त्वाचा निम्मा भाग तुमच्या देहबोलीतून आणि चेहऱ्यावरील भावदर्शनातून व्यक्त होतो. विलगणारे ओठ, उंचावलेली भिवई, विस्फारलेले डोळे अशा कितीतरी हावभावातून आपण आपल्या मनातल्या भावना प्रकट करत असतो. पण जेव्हा आपण समोरासमोर नसतो आणि फोनवरून बोलत असतो, तेव्हा आपला आनंद, आश्चर्य, निराशा इ. भावना तितक्याच प्रभावीपणे दुसऱ्या व्यक्तीपर्यंत पोचवता आले पाहिजे.

तुम्हाला जे जे मनापासून म्हणायचेय, ते ते तसेच्या तसे ऐकणाऱ्यापर्यंत पोचवण्यासाठी काही गोष्टी तुम्हाला आवर्जून लक्षात ठेवाव्या लागतील. चेहऱ्याने कमी आणि आवाजाने जास्त बोलावे लागेल. आनंदाच्या प्रसंगी तुमच्या बोलण्यातून हास्य झिरपू द्या. 'नवलच आहे, खरं की काय?' असे म्हणून आश्चर्य प्रकट करा. आणखी काय लक्षात ठेवाल?

नामाचा महिमा –

'तू दूरदूर तेथे, हुरहुर मात्र येथे' ही जी अवस्था आहे, ती आपण फोनच्या साह्याने भरून काढीत असतो. हीच व्यक्ती समोर बसली असती, तुम्ही एकत्र जेवत असता, शेजारी झोपला असता तर डोळ्यात डोळे घालून, हातात हात घेऊन, पाठीवर थोपटून आपण आपल्या मनातला जिव्हाळा त्याच्यापर्यंत पोचवला असता. पण तुम्ही जेव्हा वेगवेगळ्या ठिकाणी असता तेव्हा फोनवरून शब्दांच्या साह्याने आपण त्या व्यक्तीजवळ आपल्या भावना व्यक्त करतो. मात्र आपण हे लक्षात ठेवले पाहिजे की, त्या व्यक्तीच्या कानावर शब्द आपले पडत असले तरी त्याच्या डोळ्यासमोर मात्र वेगळ्याच गोष्टी असतात. मग हा दुरावा आपण कसा भरून काढायचा? याला एक उत्तम उपाय म्हणजे, पुनःपुन्हा त्या व्यक्तीचे नाव उच्चारणे.

तुम्ही जेव्हा कुणाशी फोनवर बोलत असता, तेव्हा आठवून बघा, फोनवर बोलताबोलता मधेच तुमचे लक्ष कुठेतरी भरकटते. कदाचित समोर पडलेले पत्र उघडून बघाल, समोर काही काम चालले असेल तर ते नीट चाललेय का, ते पाहात राहाल, कुणी तुमच्यासाठी थांबले असेल तर तिला इशाऱ्याने काहीतरी सांगू पाहाल. पण मधेच जर तुमचे नाव फोनवर म्हटले गेले, तर ते सगळे थांबवून तुम्ही मुकाट्याने त्याचे बोलणे ऐकाल. तेव्हा तुमच्या बोलण्याकडे त्यांचे लक्ष कायम राहावे यासाठी फोनवर बोलताना त्या व्यक्तीचे नाव घ्या. प्रत्यक्षात तुम्ही डोळ्यांनी किंवा स्पर्शाने जे काम साधले असतेत तेच असे नाव घेऊन फोनवरून साधता येते.

अरे वा! तू का?, आधी नंदी मग महादेव

कोणताही फोन आपण खूप आनंदात असल्याच्या आविर्भावात घेऊ नका. फोन उचल्यावर व्यावसायिक सफाईने 'हॅलो,' किंवा 'गुड मॉर्निंग' म्हणा. सुरुवातीला अगत्याने, थोडक्यात बोला. मग जेव्हा तुम्हाला बोलणाऱ्या व्यक्तीचे नाव कळेल, तेव्हा मात्र चेहऱ्यावर हास्य आणा, आवाजात उत्साह आणा. आणि अगदी आनंदाने 'हां, हां, बोला ना,' किंवा 'अच्छा, तू आहेस होय? अगं बोल ना!' या शब्दात प्रतिसाद द्या. बोलणाऱ्या व्यक्तीला असे वाटले पाहिजे की, तुम्ही तुमचे हे आनंदपूर्ण स्वागत केवळ त्या व्यक्तीसाठीच राखून ठेवले होते.

तुम्हाला ज्या व्यक्तीशी बोलायचे असेल, तिला जेव्हा तुम्ही फोन करता, तेव्हा तीच व्यक्ती फोन घेईल असे नाही. घरी फोन केलात तर त्यांची कुणी जवळची व्यक्ती फोन उचलेल. किंवा ऑफिसात फोन केलात तरी त्यांचा असिस्टन्ट फोन घेईल. अशा वेळी पहिला त्याला सलाम करा आणि मगच पुढे जा. आपण महादेवाच्या देवळात देवदर्शनाला जातो, तेव्हा आधी नंदीचे दर्शन घेतो; मगच पुढे जातो. हेच फोन करतानाही लक्षात ठेवा. जी व्यक्ती तुमचा फोन जोडून देईल, त्यांच्याशी चांगले संबंध ठेवा. 'अमुकतमुक यांना फोन द्या.' किंवा 'त्यांना निरोप द्या.' अशी आज्ञार्थी वाक्ये वापरू नका. आधी त्यांना नमस्कार, गुड मॉर्निंग काहीतरी म्हणा. 'माझं एक काम होतं. अमुकतमुक यांना प्लीज फोन देता?' असे विचारा. ते जागेवर नसतील तर 'त्यांना माझा एक निरोप द्याल का? प्लीज, माझा फोन आला होता असं सांगाल का?' असे विनंतीवजा बोलणे आवश्यक आहे. कारण ज्या व्यक्तीकडे तुमचे काम असते, त्या व्यक्तीचे मत अनुकूल होण्याची ही पहिली पायरी आहे. त्यांना व्यवस्थित निरोप मिळणे, तो चांगल्या पद्धतीने मिळणे हे सगळे तुमचा फोन घेणाऱ्या व्यक्तीवर अवलंबून आहे. शिवाय तुमच्या कामासाठी तिसऱ्याच व्यक्तीला तसदी देण्याचा अधिकार तुम्हाला नाही. अशा वेळी तिचा योग्य तो मान राखलाच पाहिजे.

रागरंग ओळखा –

एखादा विषय समोरच्या व्यक्तीकडे आत्ता काढावा की नाही, सविस्तर बोलावे की थोडक्यात, महत्त्वाचा विषय बोलण्याच्या मूडमध्ये ही व्यक्ती आहे का... अशा कितीतरी गोष्टींचा अंदाज समक्ष भेटीत येऊ शकतो. पण फोनवर बोलताना आपण असतो लांब कुठेतरी. जसे शरीराने लांब असतो तसेच मनानेही... परिस्थितीनेही. आपण अगदी उत्साहात काही गोष्ट बोलायला जाऊ पण ऐकणारी व्यक्ती झोपेत असेल, जेवत असेल, भांडतसुद्धा असेल ... आपल्याला कसे कळणार?

म्हणून मुळात भलत्या वेळी म्हणजे रात्री दहानंतर आणि सकाळी आठपूर्वी शक्यतो फोन करू नका. काहीजणांना दुपारी वामकुक्षी घ्यायची सवय असते. संध्याकाळच्या वेळी बायका स्वयंपाकाच्या गडबडीत असतात. ऑफिसमध्येही मधूनमधून मीटींग्ज चालू असतात. तेव्हा ज्या व्यक्तीला फोन कराल त्या व्यक्तीची साधारणपणे सोयीची वेळ कोणती असते, ते आधी जाणून घ्या. आणि तरीसुद्धा जेव्हा फोन कराल तेव्हा न चुकता प्रथम तिच्या दृष्टीने योग्य वेळेला तुम्ही फोन केला आहे का, ते विचारा व मगच पुढे बोला. उदाहरणार्थ, 'नमस्कार शिंदे, ही वेळ बोलायला ठीक आहे ना तुम्हाला?', 'हॅलो सर, पाचसात मिनिटं वेळ आहे? की गडबडीत आहात आत्ता?', 'हाय ऊर्जा, ही वेळ कशी आहे तुला? सोयीची आहे ना?', 'हां सासणे, तुम्ही गेल्यावर मीटींगमध्ये काय झाले ते ऐकायला थोडा वेळ आहे तुम्हाला? सांगू आत्ता?' इत्यादी इत्यादी. तुम्ही शब्द कोणतेही वापरा, आत्ता तुम्ही केलेला फोन ऐकायला त्यांना वेळ आहे का, हे विचारून घ्या. एकदा ते विचारून घेतलेत की, तुमची सुरुवात तरी चांगली झाली असे समजायला हरकत नाही.

हीच गोष्ट आपल्याही बाबतीत होऊ शकते. नेमका नको त्या वेळी, नको तो फोन येण्याची शक्यता असते. अशा वेळी एका मिनिटात तो फोन कितपत महत्त्वाचा आहे हे जाणून घ्यावे. काहीच न ऐकता फोन ठेवू नये. कदाचित तो फोन अतिशय महत्त्वाचासुद्धा असू शकतो. मात्र यांच्याशी नंतरच बोलावे असे वाटल्यास, मी थोड्या

वेळाने फोन करीन असे सौम्यपणे सांगावे आणि सगळ्यात महत्त्वाचे म्हणजे सवड होताच आठवणीने तसा फोन करावा.

त्यांना ठरवू दे –

फोनवर बोलायला सुरुवात केल्यावरसुद्धा तिकडील इतर आवाज टिपत राहा. कदाचित कुकरची शिटी ऐकू येईल, घराची बेल वाजेल, त्यांची मोबाइलची रिंग चालू होईल... अशा वेळी आपणहून त्यांना सांगा की, 'तुला दुसरा फोन घ्यायचाय का?' किंवा 'पाहिजे तर तू गॅस बंद करून ये.'

कधीकधी पलीकडची व्यक्ती म्हणते, 'आत्ता मी जरा गडबडीत आहे, आपण नंतर बोलू या!' हे ऐकल्यावर तर तत्क्षणी फोन ठेवला पाहिजे. पण काहीजण हे मुळीच गांभीर्याने न घेता, 'मला इतकंच सांगायचं होतं...' असे म्हणून आपले बोलणे रेटतच राहतात. असे जर तुम्ही जबरदस्तीने त्यांच्या कानात तुमचे शब्द ओतत राहिलात तर ते नुसते हं, हंऽ करीत राहतील. त्यांचे लक्ष मात्र दुसरीकडे असेल. मग आपले बोलणे असे वाया का घालवायचे?

कधीकधी आपल्याला होल्डवर ठेवून ती व्यक्ती दुसरे काही करून येते. अशा वेळी तिला तेवढा वेळ जरूर द्यावा. पण पुन्हापुन्हा जर असे होत असेल तर सरळ, 'तुम्ही आत्ता दुसऱ्या कामात बिझी असाल तर मी नंतर फोन करते.' असे म्हणून त्यांची सुटका करावी. कारण तुम्हाला तसे स्पष्टपणे सांगणे कदाचित त्यांना अवघड जात असेल.

कधी याच्या अगदी उलट होते. विशेषतः जे लोक सतत कामात व्यग्र असतात, त्यांना शक्यतो आपल्याशी लगेच बोलून हे काम संपवायचेच असते. कारण त्यांना माहीत असते, अशी गडबड नेहमीच असणार. काय ते बोलूनच घेऊ या. अशा वेळी फोनवरून बोलणारी व्यक्ती एकदोनदा जरी म्हणाली, 'एक मिनिट हं...' तरी लगेच फोन करणारे अतिसावध होऊन, 'राहू दे मग, मी नंतरच बोलेन...' असे म्हणून दुसऱ्याला अडचणीत आणतात आणि त्याच्या डोक्यात आपले काम पेंडिंग ठेवतात. त्यापेक्षा आपण फोन केल्यावर शक्यतो, आपल्याशी कधी, किती बोलायचे हे दुसऱ्यालाच ठरवू द्यावे, आपण ते मान्य करावे.

हाताशी कागदपेन –

फोनपाशी नेहमी चांगले उठणारे पेन व कागदाचे पॅड असणे आवश्यक आहे. काही महत्त्वाच्या कामासाठी फोन करतो, तेव्हा तर पेनकागद हातात घेऊनच बसा.

उदाहरणार्थ, तुम्हाला कुणाचा पत्ता फोननंबर हवा असेल, एखाद्या दवाखान्याची वेळ हवी असेल, अशा वेळी आपल्याला हवी असलेली माहिती फोनवरील व्यक्ती सांगू लागते, तेव्हा त्यानंतर त्यांना 'थांबा हं, एक मिनिट...' असे म्हणून फोनवर ताटकळत ठेवणे अगदी गैर आहे.

काहीजण स्मरणशक्तीवरील खात्रीने तोंडी ऐकतात आणि हो, हो, राहील माझ्या लक्षात असे म्हणतात. पण फोन ठेवल्यानंतर मात्र जेव्हा त्या कामाची वेळ येते, तेव्हा नेमके काहीच आठवत नाही. मग त्यांना पुन्हा फोन करणेही बरे वाटत नाही. कधीकधी आपण साधेच बोलणार असतो आणि म्हणून आपण अगदी टिपून घेण्याच्या तयारीत नसतो. पण बोलताबोलता विषय निघतो आणि लिहूनच घ्यायला पाहिजे असे वाटते. म्हणून कागदपेन फोनपाशी जरूर ठेवा. महत्त्वाचा तपशील हातासरशी टिपून ठेवा. त्यामुळे तुमचा फायदाच होईल. महत्त्वाची बिझिनेसची बोलणी फोनवर नेहमी होत असतील तर शक्य असल्यास फोनला टेप जोडून टाका.

पार्टीला जाताना ...

आधी ओळखी, मग खाणे –

समारंभात गेल्यावर यजमान आपल्याला आवर्जून, जेवून जा हं, सगळे पोटभर खा असे सांगत असतात. आपणही ते खाणार असतोच. पण लक्षात ठेवा, आपण तिथे फक्त जेवण्यासाठी गेलेलो नसतो. जेवणखाण तर काय, आपण घरीही रोज करीतच असतो. मग तिथे आपण कशासाठी जात असतो? नवीन ओळखी करून घेण्यासाठी. असलेल्या ओळखी वाढवण्यासाठी. हव्या असलेल्या माणसांना भेटण्यासाठी...

तुम्ही जर सतत डिशमध्ये पदार्थ वाढून घेणे, ते चवीने खात राहणे, आणखी वाढून घेणे आणि ते संपवण्याच्या मागे लागणे यातच गुंतून राहिलात, तर तुमच्याकडे लोक येणार कधी? बोलणार कसे? चटकन हात हातात घेणे, पाठीवर हात ठेवणे, नावपत्ते लिहून घेणेदेणे, एकमेकांना व्हिजिटिंग कार्ड्स देणे यातले अशा वेळी काहीच शक्य होणार नाही. म्हणून जेव्हा तुम्ही व्यावसायिक पार्टीजना जाता किंवा अधिक ओळखीपाळखी करून घ्यायला जाता, तेव्हा खाण्यापिण्याचा आस्वाद तर घ्याच, पण त्यातच अडकून राहू नका. एकत्र येण्याचे, भेटण्याचे इतर महत्त्वाचे फायदेही पदरात पाडून घ्या.

चोखंदळ बना –

माणसांशी बोलताना, नवीन ओळखी करून घेताना वरवरच्या गोष्टींना भुलू नका. त्या चेहऱ्याच्या पाठीमागे दडलेले गुणावगुण जाणून घ्यायचा प्रयत्न करा. त्यांच्या वागण्याबोलण्यावरून त्यांची वैशिष्ट्ये शोधून काढा. तुमचे आयुष्य समृद्ध करायचे असेल तर ते कुणामुळे होईल हे ओळखा आणि अशी व्यक्ती निवडून तिचा परिचय करून घ्या. व्यक्तीची निवड करताना चोखंदळपणा ठेवा. जे भेटेल त्याच्याशी बडबडण्यात वेळ घालवण्यापेक्षा, आपल्याला कोण हवे आहे हे लक्षात घेऊन त्यासाठी वेळ कारणी लावा.

कोणीही एकटाच यशाच्या शिखरावर जाऊन पोचू शकत नाही. त्यासाठी अनेक वर्षे 'राखावी बहुतांची अंतरे' असे वागावे लागते. अनेकांची मदत घ्यावी लागते. अनेकांच्या साह्याने हळूहळू आपली यशाकडे वाटचाल होत असते. स्वतःपलीकडे पाहू न शकणारे आणि दुसऱ्याची दखल घेऊन त्यांना बरोबर घेणारे अशा दोन प्रकारच्या व्यक्तींमध्ये मोठा फरक आहे. कोणता फरक? एखादी वाट एकट्याने तुडविणे आणि चारचौघांसमवेत गप्पा मारत, एकमेकांना हात देत वाटचाल करणे यात जो फरक आहे तोच! यशाकडे जाणारी वाट चालताना कुणीतरी सोबत असेल तर मिळालेल्या यशाची खुमारी आणखी वाढते. मात्र त्यासाठी तुमचा दृष्टिकोन सकारात्मक हवा. आशावादी राहा !

स्वतःला ओळखा

- इतरांशी संवाद साधावा अशी इच्छा तुम्हाला होते का?
- इतरांच्या बोलण्याकडे तुमचे लक्ष असते का?
- अपरिचित व्यक्तीशीसुद्धा तुम्ही बोलणे सुरू करू शकता का?
- तुमच्या बोलण्यातून तुम्हाला अपेक्षित असलेला परिणाम साधता येतो का?
- तुम्ही आणि ज्यांच्याशी तुम्ही संवाद साधता ते, संवादाच्या वेळी रिलॅक्स असता का?

☺☹

वेळव्यवस्थापन

घटका गेली, पळे गेली...

जो वेळेचे महत्त्व जाणतो, तो आयुष्यात झपाट्याने पुढे जातो, यशस्वी होतो. खरे तर वेळ हा खरा लोकशाहीवादी आहे. तो सर्वांना सारखाच असतो. मोठमोठे उद्योगपती, बहुमोल ग्रंथसंपदा लिहिणारे लेखक, डोंगराएवढी कामे करणारे समाजसेवक यांनाही चोवीस तासाचाच दिवस मिळतो. असे होत नाही की, त्यांचा दिवस जास्त तासांचा असतो, म्हणून ते एवढी कामे करू शकतात. असेही नाही की, श्रीमंत लोकांना सव्वीस तासाचा दिवस मिळतो आणि गरीबांना मात्र बिचाऱ्यांना चोवीस तासांचा मिळतो. काळ व गती यांच्या अभ्यासातील विशेषज्ञांचे असे म्हणणे आहे की, जवळपास आपण सर्वजण आपला सुमारे ५०टक्के वेळ वाया घालवत असतो.

मात्र हे माहीत असूनही कित्येकदा आपण बघतो की, वेळ वाया दवडणारेच वेळ नसल्याची वारंवार तक्रार करतात. आपल्यापेक्षा कित्येक उद्योगी, कर्तृत्ववान व्यक्ती कितीतरी मोठमोठी कामे करून दाखवत असताना आपण मात्र 'वेळच नाही'चे तुणतुणे वाजवत बसतो. असे का होते? याचे कारण असे की, वेळ हा असतोच; तो कसा वापरायचा हे मात्र आपल्याला कळलेले नसते. वेळ उपयोगात आणण्यासाठी आवश्यक आहे ते वेळेचे नियोजन! नियोजनाचे महत्त्व सांगणारे इंग्रजीत एक वाक्य आहे - 'ईफ यू फेल टू प्लॅन, यू प्लॅन टू फेल.' तुम्ही जर नीट नियोजन केले नाहीत तर तुम्ही अयशस्वी होण्याचेच नियोजन करता.

अखेर जीवन म्हणजे काय आहे? जन्मापासून मृत्यूपर्यंत आपल्याला मिळालेला वेळ म्हणजे आपले जीवन! आपल्या जीवनावर आपले प्रेम आहे का? आहे... म्हणजेच आपल्याजवळ असलेल्या वेळावर आपले प्रेम आहे. मग आपण त्याची काळजी घ्यायला नको? तो आपण किती सांभाळून, कुशलतेने वापरला पाहिजे, होय ना? हे कसे करता येईल त्यावर विचार करायला हवा. वेळेचे नीट नियोजन करायला हवे. आता यावर तुम्ही कदाचित असे म्हणाल की, नियोजन करत बसण्यात वेळ घालवायला एवढा वेळ आहे कुणाला? असे म्हणणारे लोक फारच गडबडीत असतात. पण ते कितीही गडबडीत असले तरी त्यांनी ही छोटीशी गोष्ट वेळात वेळ काढून वाचावीच.

एक लाकूडतोड्या असतो. तो रोज झाडाच्या फांद्या तोडून लाकडाच्या मोळ्या विकत असतो. पुढेपुढे त्याच्या मोळ्या विक्रीला अगदी कमी येऊ लागल्या आणि तो गरीब होऊ लागला. त्याच्या मित्राने त्याला विचारले, ''हल्ली असे काय होते आहे? तुझ्या मोळ्या बाजारात कमी का येतात?'' लाकूडतोड्या म्हणतो, ''हल्ली पूर्वीसारखी लाकडे तोडून होतच नाहीत.'' मित्र विचारतो, ''का बरं? तुझ्या कुऱ्हाडीला रोजच्या रोज चांगली धार तर लावून घेतोस ना तू?'' हा म्हणतो, ''छे, रे! धारबिर लावण्याइतका वेळ कुठे असतो माझ्यापाशी? केवढी लाकडे तोडायची असतात! सकाळी उठलो की मी आपला कुऱ्हाड घेऊन लाकडे तोडायला सुरुवात करतो.''

धार लावायलासुद्धा वेळ नसलेल्या लाकूडतोड्यासारखे तुमचे होऊ देऊ नका. आपल्याला आयुष्यात बरेच काही करायचे आहे. त्यासाठी नियोजनाची धार लावून वेळेचे शस्त्र आपण एकदम तयार ठेवायला हवे, होय ना?

काहींचे म्हणणे असते, माझ्या सगळे डोक्यात असते, लिहून ठेवायची गरजच काय? अगदी खरे आहे. पण डोक्यात एवढी गर्दी करून ठेवायचीच कशाला? त्यापेक्षा कामे आणि कामांच्या वेळा एकदा कागदावर उतरवून टाका ना... म्हणजे तुम्ही त्याप्रमाणे धडाधड कामे करायला मोकळे! शिवाय संतांनीच सांगून ठेवले आहे की, महाजनांचा मार्ग अनुसरावा. आणि आपण पाहतो की, एखादा माणूस महत्त्वाचा आहे, हे जर दाखवायचे असेल तर तो नेहमी आपली डायरी काढतो आणि त्यात बघून त्यानुसार आपल्या अपॉइंटमेंट्स घेतो. आपले तल्लख डोके नुसत्या स्मरणशक्तीसाठी कशाला वापरायचे? ते जरा अधिक महत्त्वाच्या कामांसाठी वापरू या. थोडक्यात काय, आपापल्या डोक्याच्या मर्यादा जाणा आणि कामाचे नियोजन कागदावर करून ठेवण्याचेच ठरवा.

काहीजणांची अशी तक्रार असते की, नाहीतरी ठरवल्याप्रमाणे होत नाहीच. मग उपयोग काय नियोजनाचा? लहानपणी आपण सगळेच उत्साहाने अभ्यासाचे वेळापत्रक ठरवायचो. त्यातही असेच व्हायचे. ठरवल्याप्रमाणे काहीच होत नसे. पण असे का होते हे तुमच्या लक्षात आले आहे का? आपण केलेले नियोजन फसते, याचे कारण त्या नियोजनातच चुका असतात. नियोजन करताना एक सूत्र लक्षात ठेवा, 'प्रत्येक गोष्टीसाठी वेळ आणि प्रत्येक गोष्ट वेळेत.' तुम्ही गप्पा मारणार असाल, तुमचा कामवालीमधे वेळ जाणार असेल, मधेच चहा करून घेणार असाल, फोनवर बोलणार असाल तर या सगळ्या गोष्टींसाठी वेळ जातो ना? मग त्यांचा विचार तुम्हाला

नियोजन करतानाच करावा लागेल. तुमचे नियोजन जितके अचूक असेल तितकी त्याची अंमलबजावणी यशस्वी होईल.

काही लोकांना वाटते की, असे सगळे ठरवून करायचे, यात काय मजाय? यावरून एका पेशंटची आठवण झाली. एकदा एक डॉक्टर आपल्या पेशंटला म्हणतात, 'खाण्यापिण्याच्या वेळा पाळा, सिगरेट सोडा, जागरणे टाळा, सात्विक जेवण घ्या, चहा जास्त पिऊ नका... इत्यादी इत्यादी.' त्यांची यादी संपल्यावर पेशंट विचारतो, 'त्यामुळे काय होईल?' डॉक्टर म्हणतात, 'त्यामुळे तुम्ही दीर्घायुषी व्हाल.' पेशंट म्हणतो, 'पण यातलं जर काहीच करता येणार नसेल तर दीर्घायुषी होऊन मी करू काय...' तसं काहीजणांना वाटतं, हे काय आयुष्य आहे? इतकं कशाला बांधून घ्यायचं? आपल्याला पाहिजे तेव्हा पाहिजे ती कामे करावीत.

खरं तर जन्मल्यापासून आपण बांधीलच आहोत. अनेक गोष्टी कर्तव्य म्हणून आपल्याला कराव्या लागतात. त्यातून आपल्या आवडत्या गोष्टी करायला वेळच मिळत नाही. कर्तव्य म्हणून करण्याच्या गोष्टी पटापट आवरून हव्या असलेल्या गोष्टी करण्याला वेळ मिळावा म्हणूनच तर वेळेचे नियोजन करायचे! नाहीतर आपण सतत वेगवेगळ्या कामात नुसते अडकलेले राहतो. आणि त्यातून समाधान मात्र मिळत नाही. तेव्हा या बांधीलपणातून मोकळीक मिळवण्यासाठीच नियोजन करायचे.

काहीजणांना मात्र वेळेचे नियोजन करावे, आपल्या हातून जास्तीत जास्त कामे व्हायला हवीत, वेळेचा पुरता सदुपयोग करायला हवा असे वाटत असते, पण वेळेचे नियोजन करायचे म्हणजे नेमके काय करायचे हे त्यांना माहीत नसते. तर अशा सर्वांसाठी आपण या प्रकरणात काही टिप्स शिकून घेणार आहोत.

मी आधीच सांगितल्याप्रमाणे आपल्याला दिवसाला चोवीस तासच मिळणार आहेत. ते काही कुणाकडून वाढवून मिळणार नाहीत. मग आपल्याजवळचा वेळ वाढवायचा कसा? तर आधी आपण तो वाया कुठे जातो ते पाहू या आणि ती गळती थांबवू या. जसे पैसे कमी पडू लागले, तर आपण काटकसर करतो, कुठे उधळमाधळ होत नाही ना, ते पाहतो आणि उपलब्ध असलेले पैसे योग्य त्या ठिकाणी वापरतो. वेळाच्या बाबतीतही आपण तसेच करू या.

गप्पा –

भारतीय लोकांना सगळ्यात काय आवडते असे विचारले तर मला वाटते ते 'गप्पा मारणे' हेच उत्तर देतील. गरज असो नसो, कोणी ऐको न ऐको... सतत बोलत राहण्याची बऱ्याचजणांना सवय असते. एकदा बोलायला लागले की हे थांबतच

नाहीत. खरे तर बोलणे ही माणसाची मानसिक गरज असते. ती भागवली पाहिजेच. पण किती बोलायचे? त्याला काही लगाम हवा की नको?

काहीजणांना प्रत्येक गोष्टीवर प्रतिक्रिया व्यक्त करण्याची सवय असते. म्हणजे समजा आपल्याकडे कोणी पाहुणे आले आहेत. आपण मैत्रिणीला फोन करतो तेव्हा 'त्यांच्या मुलानी अगदी उच्छाद मांडलाय.' असे आपण म्हटले तर पुरेसे असते. पण आपण म्हणतो, 'अगं, काल काय झालं माहितेय? तो घरातच बॉल खेळायला लागला, मग...' आता घरात बॉल खेळू लागल्यावर काय काय उत्पात होऊ शकतात हे आपल्या सगळ्यांना चांगलेच माहीत असते. मग या सगळ्याची कॉमेंट्री पुन्हा करायलाच हवी का? त्याने काय साध्य होते?

माझ्या एका मैत्रिणीबरोबर रोज सकाळी मी फिरायला जाते. डोंगरावर दाट झाडीमधून फिरत असताना पक्ष्यांचे कूजन ऐकण्याऐवजी मला सगळा वेळ तिचा 'कालचा दिवस' ऐकावा लागतो. म्हणजे काल आम्ही फिरून घरी गेल्यापासून आजपर्यंतच्या सर्व घटना ती तपशीलवार सांगत बसते. काय उपयोग त्याचा? त्यातल्या त्यात एकीकडे आमचे फिरणे होत असते म्हणून तेवढे तरी समाधान पण काहीजण केवळ ते सांगण्यासाठीच बसून बोलत राहतात, त्यांचा तर केवढा वेळ जात असतो! म्हणजे जे काही आधी केले ते करण्यात तर एकदा वेळ गेलेलाच असतो आणि त्याचे वर्णन करण्यात पुन्हा तेवढाच... कदाचित जास्तच वेळ जातो.

लोकांशी चांगले संबंध ठेवण्यासाठी, भावना व्यक्त करण्यासाठी, कामासाठी जरूर बोला. बोलायचे तेव्हा बोलाच; पण 'मितलेचि बोलावे' हे ज्ञानेश्वरांचे वचन लक्षात असू द्यावे. थोडे बोला. पुनरावृत्ती टाळा. मुद्याचे बोला. अनावश्यक बडबड बंद करा. त्यात शक्ती आणि वेळ दोन्ही वाया जातो.

लांबलेले कार्यक्रम –

ठरलेल्या वेळीच गोष्टी पार पाडण्याची पद्धत आपल्याकडे एकंदर कमीच असते. त्यातल्या त्यात काही वेळा सुरुवात आपण वेळेवर करतो पण संपण्याची वेळ कोणालाच माहीत नसते. हे आपल्या इतके अंगवळणी पडले आहे की, बऱ्याचदा एखादा कार्यक्रम किती वाजता सुरू होणार आहे हे आपण आठवणीने विचारतो पण तो नेमका किती वाजता संपेल हे मात्र विचारायचे आपल्या ध्यानी येत नाही. कारण ते कुणाला माहीत असेल आणि त्याप्रमाणे वेळ पाळली जाईल असे आपण गृहीत धरलेलेच नसते.

जेव्हा कार्यक्रमाचे किंवा एखाद्या बैठकीचे नियोजन करण्याचे काम आपल्या हातात असते, तेव्हा मात्र निश्चित वेळ ठरवून त्याच वेळेत कार्यक्रम संपवण्याचा प्रयत्न करावा. एखाद्या मोठ्या कार्यक्रमाचा प्रत्येक भाग कटाक्षाने ठरवल्या वेळीच उरकत राहिले तर ते सोपे होते. परीक्षेला जाताना आपण मुलांना सांगतो पाहा, की एकूण तीन तासांची प्रश्नपत्रिका असेल तर साधारण वीसपंचवीस मिनिटात एका प्रश्नाचे उत्तर लिहून व्हायला हवे. तरच तीन तासात आठ प्रश्नांची उत्तरे लिहून होतील. तुम्हीही तसेच ठरवा. आणि तसे होत नाहीय असे लक्षात आले की लगेच सुधारणा करा. कार्यक्रम वेळेत होण्यावर त्याचे यश अवलंबून असते. दुसरीकडे कार्यक्रमाला जायचे असेल तेव्हाही कार्यक्रम किती वाजता सुरू होणार आहे याइतकेच किती वाजता संपणार आहे ते लक्षात घ्या.

खरे तर, आपण जेव्हा एकत्र कार्यक्रम ठरवतो तेव्हा तर आपण वेळेच्या बाबतीत अधिक काटेकोर राहायला हवे. मला आठवते, आमच्या चर्चामंडळात एका साक्षेपी संपादकांना भाषणासाठी बोलावले होते. आम्ही सगळे जमल्यावर त्यांनी विषयाचे नाव सांगितले आणि चक्क फळ्यावर आपल्या भाषणात ते कोणत्या मुद्यांचा परामर्ष घेणार आहेत, ते लिहिले. मग म्हणाले, ‘‘या प्रत्येक मुद्याला मी साधारणपणे दहा मिनिटे देणार आहे, म्हणजे तुम्ही मला दिलेल्या वेळात... साधारण तासाभरात ... माझं भाषण मी संपवीन, चालेल ना?’’ त्याहीपुढचा कळस म्हणजे त्यांचा प्रत्येक मुद्दा खरोखरच बरोब्बर दहा मिनिटात संपायचा आणि ते पुढच्या मुद्याला सुरुवात करायचे. आम्ही ऐकणारे अक्षरशः चक्रावून गेलो. इतके गांभीर्यपूर्वक केलेले भाषण आमच्या चर्चामंडळात मी प्रथमच ऐकत होते. भाषण संपल्यानंतर मी त्यांना फोन केला आणि याचा आवर्जून उल्लेख केला. तेव्हा ते म्हणाले, ‘‘यात खरं तर विशेष असं काही नाही. आपण सगळ्यांनीच एकमेकांच्या वेळाचा आदर केला पाहिजे. मी जर दिलेल्या वेळेपेक्षा आणखी दहा मिनिटं घेतली असती तर तुम्हांपैकी प्रत्येकाची दहा मिनिटं असा एकूण केवढा वेळ माझ्या खात्यावर जमा झाला असता!’’

असा विचार आपण किती वेळा करतो? प्रत्येकाने जर असा दुसऱ्याच्या वेळाचा विचार केला तर सगळ्यांचा मिळून एकूण किती वेळ वाचू शकतो, आणि त्यातून आपण किती प्रगती साधू शकू? बघा, हिशोब करा.

बेशिस्त –

वेळच्यावेळी हवी ती गोष्ट न सापडणे याचे असंख्य तोटे आपल्याला आयुष्यभर सहन करावे लागतात पण तरीही अंगात भिनलेली बेशिस्त काही कमी होत नाही.

एक महत्त्वाची मीटींग चाललेली आहे. या मीटींगमध्ये कोणते महत्त्वाचे विषय घ्यायचे आहेत, कोणत्या मुद्यांवर चर्चा करायची आहे, कशावर निर्णय घ्यायचेत हे सगळे आधी ठरलेले आहे. मीटींगमध्ये प्रत्येकजण आपापले मुद्दे हिरिरीने मांडतो आहे. तुम्हालाही तुमच्याकडची आकडेवारी, तुमच्या म्हणण्याच्या पुष्ट्यर्थ काढलेले मुद्दे मांडून काही निर्णय संमत करून घ्यायचे आहेत. आणि... आणि ऐन वेळी हा महत्त्वाचा कागद तुम्हाला सापडेनासा झालाय. तुम्ही सगळी कागदपत्रे उलटीपालटी करून बघता, फाइल चाळता, ही महत्त्वाची नोट काही सापडत नाही. तुम्हाला चिडल्यासारखे होते, मीटींगमधले लक्ष उडते. आता पुन्हा आपली बाजू मांडण्याची संधी केव्हा मिळेल म्हणून तुम्ही सचिंत होता. इतक्या मेहनतीने तयार केलेले टिपण न सापडल्यामुळे तुम्ही त्या महत्त्वाच्या मीटींगचा काहीही उपयोग करून घेऊ शकत नाही.

कशामुळे झाले असे? शिस्त नाही. हातात घेतलेली वस्तू योग्य ठिकाणीच ठेवायची, ही सवय नसल्यामुळे! कधी फाइल हरवते, कधी घराची किल्ली आत राहते, कधी एखादा महत्त्वाचा फोन करायचे राहून जाते... आणि त्याची फार मोठी किंमत आपल्याला नंतर मोजावी लागते. दोन मिनिटांच्या कामासाठी नंतर आपले कित्येक तास जातात. म्हणून अंगी शिस्त बाणवा. थोड्याशा गहाळपणापायी, हलगर्जीपणासाठी स्वतःचा मोलाचा वेळ अशा प्रकारे वाया घालवण्याची वेळ येता कामा नये.

'एव्हरीथिंग इन इट्स प्लेस, अ प्लेस फॉर एव्हरीथिंग' हे सूत्र लक्षात ठेवा. 'हरवा आणि शोधा' हा खेळ परवडणारा नाही. या खेळात वेळ तर वाया जात असतोच, पण पुढील कामातला उत्साहही कमी होतो. म्हणून आधीपासून खबरदारी घ्या. कोणतीही वस्तू शोधायला लागता कामा नये असा निश्चय करा. अमुक एक वस्तू अमुक ठिकाणीच असणार अशी मनाला खात्री असली पाहिजे. ती लागली की, तिथून घ्यायची... बस् , यासाठी जेवढा वेळ लागेल तेवढाच वेळ खर्च करायचा. यासाठी प्रत्येक गोष्टीसाठी जागा ठरवून घ्या आणि प्रत्येक गोष्ट तिच्या ठरलेल्या जागीच ठेवायची शिस्त अंगी बाणवा. असे करण्यामध्ये आपलाच फायदा आहे.

नीट न ऐकणे –

नीट न ऐकल्यामुळे आपला वेळ कसा वाया जातो, याचे एक उदाहरण सांगते. समजा आपल्याला एखाद्या मुलाखतीसाठी जायचेय. फोनवरून पत्ता सांगितला जातो. गडबडीत तो नीट ऐकला नाही तर ऐन वेळी शोधाशोध करण्यात मुलाखतीला उशीर झाल्याशिवाय राहील का? वरिष्ठांच्या बाबतीत तर नीट ऐकण्याचे व्रत नेहमी पाळावे.

लहान मुलांना आपण अगदी जोरात सांगत असतो की, तुझे लक्ष नसते, जरा नीट ऐकत जा. पण खरे तर आपण काय करतो? आपणही कित्येकदा वरवर ऐकून सोडून देतो. माझी स्वतःची एकदा अशीच फजिती झाली. माझ्या मुलाच्या शाळेत पालकसभा होती. ती नेमकी कोणत्या वर्गात आहे, ते मुलगा मला नीट सांगत होता. पण मी म्हटले, ''हो रे बाबा, मला काय माहीत नाही का, तुझा वर्ग? किती वेळा तरी भेटलेय तुझ्या वर्गशिक्षकांना...'' शाळेत जाऊन गडबडीने त्याच्या नेहमीच्या वर्गात शिरले, तर वर्गात कोणीच नाही. मग शोधाशोध... शेवटी लक्षात आले की, मोठ्या मुलांच्या वर्गात पालकांना मीटींगसाठी बोलावले होते. मी मुलाचे बोलणे आठवू लागले, तेव्हा लक्षात आले की, तो मला नववीच्या वर्गात मीटींग असल्याचे सांगत होता... पण मी नीट ऐकेन तर ना!

समजा तुमच्या मैत्रिणीकडे तुमचे पुस्तक आहे. ती तुमच्या घराच्या बाजूला येणार आहे, म्हणून ती जाताजाता ते पुस्तक तुम्हाला देऊन जाणार आहे. मात्र त्या वेळी तिला तुमच्याकडे बोलाबसायला फारसा वेळ नाही, हे तिने स्पष्ट केले आहे. पण तुम्ही मैत्रीण भेटणार या आनंदात तिचे बाकीचे शब्द नीट ऐकलेलेच नसतात. मग तुम्ही तिच्या येण्याची जय्यत तयारी करता. काहीतरी खाणे करण्यासाठी पदार्थांची तयारी करून ठेवता, वाट बघत बसता. ती ठरल्याप्रमाणे येते, उभ्याउभ्या तुमच्या हातात पुस्तक देते आणि भुर्रदिशी जाते. खरे तर तसेच ठरलेले असते. पण तुमची चिडचिड होते. तयारीसाठी आधीचा घालवलेला वेळ आणि नंतर हळहळण्यात गेलेला वेळ... हा वेळ तुम्ही वाचवू शकला असता का? होय, तिचे बोलणे नीट लक्षपूर्वक ऐकले असते तर तुम्हाला कळले असते की, पाच मिनिटांपेक्षा जास्त वेळ तिच्यासाठी देण्याची गरज नाही.

बऱ्याचदा असे होते की, आपल्याला दुसऱ्याच्या म्हणण्यानुसारच करायचे असते, पण त्याला नेमके काय म्हणायचे आहे, हे तर आधी आपण समजून घेतले पाहिजे ना! नाहीतर नको असलेले करून आपली सगळी मेहनत फुकट जाते. जेव्हा कोणी आपल्याशी बोलत असते, तेव्हा धांदरटपणा करू नका. लक्षपूर्वक सगळे नीट ऐका. त्याच वेळी त्याचे म्हणणे स्पष्ट करून घ्या. त्यामुळे तुमचा व त्याचाही वेळ वाचेल.

टीव्ही, अनावश्यक झोप... अशा आणखी कितीतरी वेळ निसटून जाण्याच्या चोरवाटा आहेत. त्या एकेक तुम्हाला बुजवाव्या लागतील.

अशा प्रकारे आपण वेळ वाचवून गोळा केला खरा, पण तो कारणी लावणे हेदेखील तितकेच महत्त्वाचे! आता तुमच्या लक्षात येईल की, नुसता वेळ वाचवून

काम साधत नाही. तो वेळ सत्कारणी लागायला हवा. बऱ्याचदा त्यातही अडथळे असतात. त्यातले मुख्य दोन अडथळे कोणते ते आपण पाहू या. एक म्हणजे आळस. आळस हा माणसाचा शत्रू आहे वगैरे सगळे सुविचार आपल्याला माहीत असतात. पण तरीही अंगातला आळस काही जात नाही. कशी मात करायची या आळसावर?

मोठ्या कामाची लहान कामात विभागणी करा –

समजा तुम्हाला आज कपाट आवरायचेय. एकदम एवढे मोठे कपाट आवरायला काढायचे या कल्पनेनेच तुम्हाला कंटाळा येतो. म्हणून सुरुवातीला एकच कप्पा आवरायचाय एवढेच ठरवा. एकेक कप्पा पटापट हातावेगळा करा.

एकदम पसारा काढलात तर गुंतागुंत वाढेल आणि गुंतागुंत वाढली की वेळही वाढणारच. मग ते काम कंटाळवाणे होते. आणि एवढे मोठे काम करण्यापेक्षा आजचे काम उद्यावर ढकलले जाते. म्हणून एकदम मोठा पसारा काढू नका. लहान लहान कामे करीत जा. काम पूर्ण होऊन जाईल.

लांबणीवर टाकू नका –

कामे लांबणीवर टाकल्याने समस्या वाढतात. 'आळशास दुप्पट काम' ही म्हण तुम्हाला माहीत असेल. आपण टाळाटाळ करायला गेलो की, हमखास काम वाढते. ते नको असेल तर कामे लवकर करावी लागणार. उदाहरणार्थ, पहिल्या दिवशी टेलिफोनचे किंवा तत्सम बिल भरलेत तर शेवटच्या दिवशी लांबलचक रांगेत उभे राहावे लागणार नाही. अगदी निघायच्या वेळी कपडे कुठले घालायचे ते ठरवलेत, तर त्याचे बटन तुटणे, (टीव्हीसिनेमातल्या नायकाच्या शर्टाचे बटन त्यातल्या सुंदर नायिका लगेच शिवून देतही असतील. पण आपल्याला ती सोय नाही हे लक्षात ठेवावे.) इस्त्री नसणे या गोष्टींसाठी जास्त वेळ लागणार आणि पुढच्या कामास उशीर होणार.

पहिली पाच मिनिटे जिंकायची असे ठरवा –

सकाळी फिरायला जाण्याचे तुम्ही ठरवता, तेव्हा तुमच्या लक्षात आले असेल की, पहिली पाच मिनिटेच मोठी कठीण असतात. त्यावर मात केलीत तर पुढे सगळे सुखच आहे. साखरझोपेतून मोहमुक्त झालात तर सकाळच्या फिरण्यातून होणारा फायदा तुमचाच आहे. सुरुवातीचा मोह टाळल्यास नंतर होणारा लाभ किती मोठा आहे, याचे आमिष स्वतःलाच दाखवा आणि मनाची तयारी करा. पहिले काही दिवस तुम्हाला अशी मनाची तयारी करावी लागेल. पुढे ती गोष्ट अंगवळणी पडून जाईल.

सुरुवात महत्त्वाची –

कंटाळा आला तरी आजचे काम उद्यावर ढकलू नका. आज सुरुवात तर करा. 'कल करे सो आज कर, आज करे सो अब'. थोडासा व्यायाम आज कराच. आज आठ सूर्यनमस्कार घातलेत तर उद्या नक्की बारा घालाल. आज एखाद्या क्लासला सुरुवात केलीत तर तो तुम्ही नक्की पुरा कराल. तेव्हा पहिले पाऊल निश्चयाने टाका. पुढची वाट आपोआप तयार होईल.

आळस हा वेळ सत्कारणी लावण्यामधला पहिला अडथळा आहे तर दुसरा मुख्य अडथळा म्हणजे **व्यसन 'वेळ नाही'चे.**

'वेळ नाही' असे म्हणण्याचे काहीजणांना व्यसनच असते. असे आपण का सांगतो याचा एकदा नीट विचार करा. प्रामाणिकपणे विचार करून तुम्हीच ठरवा वेळ आहे की नाही ते! असे तर नाही ना की, महत्त्वाची पण आपल्याला अप्रिय असलेली गोष्ट टाळण्यासाठी आपण 'वेळ नाही'चा आसरा घेतो आहोत? आजारी व्यक्तीला भेटायला जाणे, पत्र लिहिणे, समुपदेशकाकडे सल्ल्यासाठी जाणे अशाच वेळी आपल्याला वेळ कसा नसतो?

आपण फार बिझी आहोत असे दाखवल्यामुळे आपला अहंकार सुखावतो का? एखाद्या सभेत जाण्यापेक्षा, सोसायटीच्या मीटींगमध्ये हजर राहण्यापेक्षा मित्रमैत्रिणीत, घरामध्ये आपल्याला सुरक्षित वाटते का? म्हणून आपण सतत 'वेळ नाही'चे टुमणे लावतो का? आपण काही रिकामटेकडे नाही हे दाखवण्यासाठी आपण असे म्हणतो का?

नीट विचार केलात? तुमच्या असे लक्षात येईल की, तुमच्यापाशी वेळ तर आहेच. तो कशासाठी आहे आणि कशासाठी नाही हे मात्र तुम्ही ठरवायचे आहे. तुम्ही टीव्हीत वेळ घालवलात तर वाचनासाठी वेळ मिळत नाही असेच तुम्ही म्हणणार. गप्पांमध्ये खूप वेळ गेला तर व्यायामाला वेळ उरणारच नाही. वेळ कुणाला द्यायचा हा प्राधान्यक्रम तुमच्या हातात असतो. तेव्हा हे तुम्हीच ठरवायचेय – वेळ कुठे द्यायचा... कुठे नाही! 'वेळ आहे' हे मात्र नक्की!

एक गोष्ट लक्षात घ्या, मला वेळ नाही असे दुसऱ्याला सांगणे भूषणास्पद वाटता कामा नये. कारण त्यामुळे आपलीच प्रगती खुंटते. सतत 'वेळ नाही'चे तुणतुणे वाजवल्यास माणसे दुखावतात. नातेसंबंध बिघडतात. असे करताना कदाचित तुम्ही एखादी चांगली संधी कायमची गमावून बसाल. प्रेमाचे, आपुलकीचे अगदी

औपचारिक संबंध ठेवायचे असले तरी त्यासाठी वेळ देणे गरजेचे आहे. तुमची कार्यक्षमता वाढणार असेल, संबंध सुधारणार असतील, एखादे मोठे काम चटकन होऊ शकत असेल तर 'वेळ नाही' असे स्वतःच म्हणणे नुकसानीचे ठरू शकते.

अशा रीतीने आपल्याजवळ वेळ आहे हेही खरे आणि त्याचे नियोजन करणे आवश्यक आहे हे तर आता नक्की झाले. फक्त आता हा वेळ वापरायचा कसा, त्याचे नियोजन कसे करायचे हे आपण पाहू या.

वेळेची गुंतवणूक करा –

सतत काम करत राहिले म्हणजे आपण वेळेचा सदुपयोग केला असे समजू नका. जवळचा पैसा खर्च करणे आणि तो गुंतवणे यातला फरक नीट लक्षात घ्या. वेळेचीही गुंतवणूक करायला शिका. विश्रांती घेतलीत तर तुम्ही ताजेतवाने राहाल. आपले ध्येय लक्षात घेऊन त्याविषयीचे चिंतन करण्यासाठी वेळ दिलात तर पुढील काम अधिक चांगल्या गुणवत्तेचे होण्यासाठी त्याचा उपयोग होईल. पुढे होणारे कितीतरी घोटाळे आपण आधी विचार केल्यास टाळू शकतो. मात्र त्यासाठी काही वेळ हाताने काहीही न करता चिंतन मनन केले पाहिजे, कामाचे नियोजन केले पाहिजे.

व्यायाम करण्यासाठी वेळ नाही असे कधीही म्हणू नका. कारण इतर कामे अधिक कार्यक्षमतेने करता यावीत यासाठी व्यायामाने शरीर आणि मन उत्साही ठेवता येते. तेव्हा काम सोडून इतर गोष्टींसाठी वेळ देणे म्हणजे वेळ वाया घालवणे नसून ती वेळाची गुंतवणूक आहे हे लक्षात घ्या. कारण त्यामुळे भावी काळात कामासाठी असलेला वेळ आपण अधिक चांगल्या रीतीने वापरू शकतो. झोप न घेता वेळीअवेळी केलेले काम, ऑफिसमध्ये उशीरापर्यंत बसून उरकलेली कामे, विचार न करता नुसती ढोरमेहनत करणे किंवा तब्येत बरी नसतानाही विश्रांती न घेता केलेले काम हा वेळेचा अपव्यय आहे. ताजेतवाने व्हा आणि विचारपूर्वक काम करा. हा खरा वेळेचा उपयोग!

जागरूक राहा –

आपण वेळ कशासाठी वापरतो आहोत याचे सतत भान ठेवा. आपण जे काही आयुष्यात ठरवले असेल त्या ध्येयाच्या जवळ जाण्यासाठी आजच्या दिवसातला आपण किती वेळ घालवला? यावर विचार करा. घटका गेली, पळे गेली... अशी एक कविता होती. पळे जातात, घटका जातात, पण आपण आपले निवांत असतो. म्हणून कवी आपल्याला आठवण करून देतो, सावध व्हा, वेळ जातो आहे, निघून चाललाय...! तो पकडा, कारणी लावा.

समजा एखादा व्यवसाय सुरू करण्याचे तुमचे उद्दिष्ट आहे. आज तुम्ही त्या हेतूसाठी किती वेळ दिलात? पैशाची जमवाजमव करण्यासाठी वेळ दिलात? जागेची माहिती घेतलीत? संभाव्य बाजारपेठ हेरलीत? आपल्या व्यवसायाविषयी नवीन माहिती घेतलीत? तुम्हाला जर खरेच ध्येय साध्य करायचे असेल तर तुम्हाला हे करावेच लागेल. नाहीतर माणसे वर्षानुवर्षं अमुक एक गोष्ट मला करायची आहे असे नुसते घोकत राहतात. दिवस उलटतात, महिने पालटतात, वर्षे संपून जातात. तरी हातून काहीच झालेले नसते.

तुम्ही जर खरोखरच स्वतःचे ध्येय गांभीर्यपूर्वक ठरवलेले असेल आणि ते तुम्हाला प्रत्यक्षात उतरवायचे असेल तर त्यात तुम्ही शरीराने, मनाने किंवा कृतीने गुंतलेले पाहिजे. नाहीतर आपल्याला आवडतात म्हणून आपल्या आवडीच्या गोष्टी करायच्या आणि मग मला अमुक एक गोष्ट करायला वेळ मिळत नाही असे म्हणत राहायचे हे काही खरे नव्हे; बरेही नव्हे! म्हणून दक्ष राहा, प्रामाणिकही राहा.

कमी वेळात काम संपवा –

कामे तर सगळेच करतात. तरीही काहीजणांना आपल्याइतकीच कामे करून शिवाय दुसऱ्या काही गोष्टी करण्यास वेळ मिळतो आणि आपण मात्र त्याच कामात गुंतून पडतो. काय युक्ती करतात ते लोक? कसे साधतात ते सारे? त्यांना माझ्याइतकी प्रतिकूल परिस्थिती नाही, त्यांना काय, सगळ्यांचे सहकार्य मिळते असे आपण काहीही म्हणत असलो तरी वस्तुस्थिती एवढीच असते की, ते जेव्हा काम करतात तेव्हा स्वतःला डोके आहे आणि त्याचा वापर करायचा असतो हे ते लक्षात ठेवतात.

कोणतेही काम असो; ते कमीत कमी वेळात कसे करता येईल यावर विचार करा. काम करीत राहणे हे आपले उद्दिष्ट नाहीय. ते संपवणे हे उद्दिष्ट आठवणीत ठेवा. उदाहरणार्थ, ऑफिसमधले बरेच वरिष्ठ अधिकारी कुरकुरत असतात की, त्यांचा मीटींगमध्ये फार वेळ जातो. मग यातून काहीजण मार्ग काढतात तर काहीजण कुरकुरत वेळ घालवत बसतात.

माझ्या माहितीतल्या एक ऑफिसमध्ये मीटींगला वीसजणांनी हजर राहण्याची खरेच गरज आहे का ते तपासून पाहिले गेले आणि ही संख्या बारावर आणली. मीटींग झाल्यावर त्याचे निर्णय मात्र त्यांच्यापर्यंत पोचवले आणि ज्यांना त्यात काही अडचण असेल त्यांना तसे कळवण्यासही सांगितले. दुसऱ्या एका परिसंवादाच्या ठिकाणी ज्या विषयावर चर्चा करायचीय तो निबंध किंवा पेपर तिथे वाचला जायचा आणि मग त्यावर चर्चा व्हायची. यात वेळ फार जायचा. मग संयोजकांनी सर्व शोधनिबंध आधी

मागवून त्याच्या झेरॉक्स संबंधितांना आधीच पाठवल्या. चर्चेस येण्यापूर्वी त्यावरील टिपणेही आणण्यास सांगितली. मग एकत्र आल्यावर फक्त ते मुद्दे धडाधड सांगणे आणि त्यावरील प्रतिक्रिया जाणून घेणे एवढेच काम उरले.

आणखी एका खासगी कंपनीत मीटींगच्या वेळी खाण्यापिण्याला बंदीच केली होती. रोजची मीटींग उभ्याने होत असे. पटापट आपापले मुद्दे, अडचणी सांगायच्या, दुसऱ्याने त्यासंबंधी त्याचे म्हणणे काय असेल ते सांगायचे आणि सगळ्यांनी आपापल्या कामाला लागायचे. समोरासमोर येऊन प्रश्न सोडवणे यालाच फक्त महत्त्व दिले जायचे. तेव्हा समयसंवेदनशील राहा. कोणतेही काम कमीत कमी वेळात कसे करता येईल याचा विचार करा.

एका ठिकाणची कामे एकाच वेळी ठरवा –

माझी एक आत्या दिवसभर पळापळ करताना दिसायची. म्हणायचीसुद्धा, ''माझा जन्म हेलपाटे घालण्यातच संपून जाणार बहुतेक...'' आपलेही काही वेळा असे होते. केवळ नियोजन नसल्यामुळे सगळ्या कामांना खूप वेळ जातो. पण आधीच विचार केला तर? उदाहरणार्थ, लायब्ररीत जाताना वाटेत लाँड्रीत कपडे टाकता येतील. पण लाँड्रीपाशी गेल्यावर कपड्याचे काम आठवले तर काय उपयोग? म्हणून घरातून बाहेर पडण्यापूर्वीच कुठे जायचेय, याच हेलपाट्यात आणखी काय करता येईल ते

ठरवा. म्हणजे त्या तयारीने तुम्हाला बाहेर पडता येईल. ऑफिसमध्येही काही माणसे फार बिझी दिसतात पण त्यांचे आऊटपुट पाहिले तर अगदी कमी असते. कारण त्यांचा वेळ तर जात असतो पण तो सगळा हेलपाटे घालण्यातच जात असतो. तुमचे असे होऊ नये म्हणून काय करता येईल?

आपल्या बॉसकडे काही कामासाठी तुम्ही जाता तेव्हाच तुमच्या काही शंका, कामातल्या अडचणी यांविषयी बोलून घ्या. त्यांचा एखाद्या गोष्टीतला निर्णय हवा असेल, तुमच्या रजेसंबंधी त्यांच्याशी बोलायचे असेल तर केबिनमध्ये जातानाच या गोष्टींचे टिपण करून ठेवा व आठवणीने विचारा. बऱ्याचदा असे होते की, बॉसने बोलावले की, आपण घाईघाईत एखादे नोटपॅड आणि पेन घेऊन त्यांच्यापुढे हजर होतो. जागेवर आल्यावर लक्षात येते की, अरे, या गोष्टींबाबत त्यांच्याकडून आपल्याला खुलासा करून घ्यायचा होता, तो राहिलाच. मग पुन्हा आता त्यांना डिस्टर्ब करावे का वगैरे गोंधळात पडण्यापेक्षा जसे आठवतील तसे मुद्दे लिहून ठेवावेत आणि त्यांच्याकडे गेले की सगळे नीट विचारून घ्यावे.

एकंदरीत आपला कुठलाही हेलपाटा वाया जाता कामा नये एवढे पक्के ध्यानात ठेवावे. अगदी या खोलीतून त्या खोलीत जातानासुद्धा इथले काही तिकडे न्यायचे आहे का ते पाहण्याची सवय लावून घ्या.

मुद्याशी गाठ, कामाशी भेट –

आपल्या भारतीय लोकांना रिलेशनशिप आणि प्रोफेशनशिप यांची गल्लत करण्याची हौस फार! म्हणजे एखादी व्यक्ती आपल्याकडे काही कामासाठी आली असेल तर त्याला आपण याबसा करणार, चहापाणी विचारणार, थोड्याफार गप्पा करणार आणि मग यथावकाश त्याच्या कामाविषयी विचारायचे असे आपल्याला वळणच पडून गेलेय. काम कळल्यावर ज्यांच्याकडून ते काम होऊ शकेल अशांना केबिनमध्ये बोलावून घेतले जाते. त्यानंतर सगळ्यांची मिळून त्यावर चर्चा... आणि मग पुन्हा एकमेकांची ख्यालीखुशाली विचारून त्याला निरोप द्यायचा. मग आलेली व्यक्ती जिथून काम होते, तिकडे रवाना होते.

खरे तर, आलेल्या व्यक्तीला त्याचे काम होणे महत्त्वाचे असते. तेव्हा लगेच मुद्याचे विचारून तुमच्या ज्या सहकाऱ्याकडून ते काम होण्यासारखे आहे, त्याला एक फोन करून त्याच्याकडे त्या व्यक्तीला पाठवून द्या, आणि तुम्ही तुमच्या पुढच्या कामाकडे वळा. कारण तुम्ही ज्या कामासाठी खुर्चीवर बसला आहात तेही वेळेवर होणे

गरजेचे आहे. आलेल्या व्यक्तीला काही अडचण आली तर तुम्ही आहातच. पण ऑफिसमध्ये सिस्टिमच अशी घालून द्या की, ज्याने त्याने आपापल्या जबाबदारीवर कामे मार्गी लावावीत. तुमच्याकडे विश्वासाने आलेल्या व्यक्तीचे काम ताबडतोब झाले तर तुमचे संबंध सुधारतीलच. तेव्हा चहापाण्यापेक्षा त्याच्या कामाला महत्त्व द्या.

कामांचे लेखी नियोजन –

नियोजित कामांची यादी करणे अत्यंत महत्त्वाचे आहे. एक मोठ्या कामांची, महिन्याभरात...वर्षात पार पाडावयाची. म्हणजे ट्रिपला जाणे, घराला रंग देणे अशी कामे. रोजच्या कामांची यादी वेगळी करून ती डोळ्यासमोर ठेवा. त्यात पत्र, बँक, लायब्ररी अशी कामे असतील; कुणाची भेट असेल. हे कामांचे नियोजन नीट विचारपूर्वक करा. समजा तुम्हाला चारपाच दिवसांनी अडीचशे पानांचे पुस्तक परत करायचे असेल तर त्या दिवशी लायब्ररीत जाण्याच्या कामाची नोंद होईल. मात्र त्यासाठी रोज पन्नास पाने वाचायचे ठरवावे लागेल. ती नोंद रोजच्या कामात होईल. तसेच मंगळवारी काही खरेदी करायची असेल तर त्याआधी बँकेची सुटी लक्षात घेऊन पैसे काढून ठेवावे लागतील.

कामे ठरवताना सगळी कंटाळवाणी कामे एकाच दिवशी ठरवू नका. समजा, घराची साफसफाई केलीत तर त्यानंतर बाहेर जाऊन भाजी आणण्याचे काम ठरवा. ऑफिसच्या बाबतीत तुम्हाला असे बघावे लागेल की, एकाच दिवशी सगळी गडबडीची कामे शक्यतो नकोत. बाहेरची पार्टी दुपारनंतर भेटायला येणार असेल तर सकाळच्या वेळात आणखी कुणाची अपॉइंटमेट घेऊ नका. ऑफिसमधील कागदपत्रांची कामे संपवा. शक्यतो अवघड कामानंतर रिलॅक्स होण्यासारखे काम ठरवा. म्हणजे थकलेला मेंदू पुन्हा ताजातवाना होईल. प्रत्येक गोष्टीसाठी वेळ ठेवा तरच ठरवलेल्या गोष्टी तुम्ही ठरवलेल्या वेळेत होतील. या सगळ्या गोष्टी लक्षात घेऊन नियोजन करा. ठरवलेल्या कामांची यादी वारंवार वाचा आणि त्याप्रमाणे ती अंमलात आणा.

घंटी बजनी चाहिये –

काही वेळा आपण मनाशी ठरवतो की, या वेळात अमुक एक काम करायचे. मात्र अचानकपणे ते काम आता होत नाही असे लक्षात येते. उदाहरणार्थ, कोर्टात काही कागदपत्रे सबमिट करण्यासाठी गेलो आहोत. एक वाजता त्यांची जेवणाची

सुटी होते. ही सुटी चांगली एक तास असते. मग तुम्ही एक तास तिथे बसून राहणार का? तुम्ही लगेच तुमच्या कामांची यादी आठवा. तिथून रेल्वेस्टेशन जवळ असेल. बऱ्याच दिवसांपासून तुम्हाला रेल्वेचे वेळापत्रक हवे असेल पण तेवढ्यासाठी इतक्या लांब येणे तुम्हाला जमले नसेल. मग सरळ जाऊन तेवढ्या वेळात ते तरी काम करून या. जवळ एखादे हॉस्पिटल असेल, तिथे कुणाला भेटायचेय का? जवळपासच्या दुकानात काही खरेदी करायचीय का?

अर्थात अशी कामे सुचायची तर त्यासाठी वेळ वाया जातोय याची जाणीव व्हायला हवी. बिनकामाचा वेळ जातोय असे लक्षात येताच डोक्यातली घंटी वाजायला हवी. मग आपण बरोबर तो वेळ कारणी लावतो. दुसरे एक असे ठरवावे की, जे काम करायचेय ते आपण कशासाठी करतो आहोत, हे शक्यतो लिहून काढा आणि मग करा. म्हणजे नेमके आपल्याला काय साध्य करायचेय याची आपल्याला स्वतःलाच स्पष्ट कल्पना येते. नाहीतर एकातून एक काम निघत जाते आणि सुचेल तसे आपण एकेक करीत राहतो; मग अचानक लक्षात येते की, अरे, आपला सगळा वेळ भलत्याच गोष्टीसाठी गेला.

समय-संवेदनशीलता –

कधीकधी असे होते की, तुम्ही पुष्कळ वेळेच्या बाबतीत काटेकोर असाल पण इतर नसतील तर? इतरांच्या अंगी समय-संवेदनशीलता नसल्याची किंमत आपल्यालाच चुकवावी लागते. आणि म्हणूनच जेव्हा आपण इतरांवर अवलंबून असतो, काही कामे इतरांकडून करून घ्यायची असतात, तेव्हा आपण तोंडघशी पडू नये, म्हणून वेळच्या वेळी त्यांना आठवण करणे हे आपले काम आहे.

काही वेळा आपण एखाद्याला काम दिले तर ते तोंडदेखले हो, हो म्हणतात. काम करतो म्हणतात. आपण निश्चिंत राहतो. आणि ऐन वेळेला असे लक्षात येते की, याने म्हटल्याप्रमाणे त्याच्यावर सोपवलेले काम केलेलेच नाही. बरं, आता इथून पुढे त्यासाठी वेळही नसतो. कामाची स्थिती ते अशा ठिकाणी आणून ठेवतात की, ते सगळे वेळेत निस्तरणे आपल्याला अशक्यच असते. म्हणून फक्त स्वतःचे काम वेळेत होऊन उपयोग नाही, तर त्याच कामाचा इतरांकडे असलेला भाग वेळेत होतो आहे की नाही हे तुम्हाला वेळोवेळी पाहावे लागेल.

काही वेळा अमुक इतक्या वाजता आम्ही नक्की येतो असे पाहुणे आपल्याला सांगतात. आपण पुष्कळ पाच मिनिटे आधीच सगळी तयारी करून बसू. पण त्यांनीच

वेळ पाळली नाही तर? यावर उत्तम उपाय म्हणजे सरळ आपणच पाठपुरावा करीत राहायचा. एकदा आठवण करावी. मग अर्धा तास आधी फोन करून येता आहात ना? निघालात का? असे विचारून मोकळे व्हावे. जोपर्यंत सर्वजण 'समय-संवेदनशील' होत नाहीत, तोपर्यंत इतरांच्या वेळ पाळण्याची जबाबदारीही आपल्यालाच घ्यावी लागेल... कारण 'आपला' वेळ महत्त्वाचा आहे.

'वेळेला' होणे महत्त्वाचे -

मी एके ठिकाणी एक छान वाक्य वाचले, 'परिपूर्णता ही गोष्ट क्षुल्लक नाहीच, पण अनेक क्षुल्लक गोष्टींतूनच परिपूर्णता येते.' प्रत्येक वेळी परिपूर्ण कामाचीच गरज असते का? की 'काम होणे' महत्त्वाचे असते? सर्वसाधारणपणे कोणतेही काम बिनचूक, परिपूर्ण होणे यासाठी जास्त वेळ द्यावा लागतो. ऐंशी टक्के काम करण्यास जेवढा वेळ लागतो, तेवढाच वेळ परिपूर्णता येण्यासाठी करावयाच्या उरलेल्या वीस टक्के कामाला लागतो. आपल्याला जेव्हा परिपूर्ण काम हवे असते, तेव्हा शंभर टक्के अचूक काम होते हे खरे; पण त्यासाठी वेळ मात्र दुप्पट लागतो. याचमुळे परफेक्शनिस्ट लोक बऱ्याचदा वेळेच्या बाबतीत अपयशी ठरतात.

काही बाबतीत वेळ निभावणे महत्त्वाचे असते. आपण बोलताना सहज बोलून जातो, 'वेळेला नसेल तर काय उपयोग?' हे अगदी खरे आहे. ती वेळ सांभाळणे महत्त्वाचे आहे. माझी एक भाची कॉलेजला जाताना रुमालदेखील इस्त्री करून न्यायची. पण इतकी सगळी तयारी करेपर्यंत तिकडे कॉलेज सुरू होऊन पहिले लेक्चर सुरू झालेले असायचे. तेव्हा प्राप्त परिस्थितीची गरज लक्षात घ्या. काम परिपूर्ण होणे गरजेचे आहे की, त्वरित होणे गरजेचे आहे? प्रायॉरिटी लक्षात घ्या. जिथे गरज नाही तिथे उगाचच हट्टाने आपला वेळ घालवू नका. तो वेळ तुम्हाला दुसरीकडे वापरता येईल.

समजा, तुम्ही दहा वेळा ड्राफ्ट करून अकराव्यांदा परिपूर्ण, उत्तम पत्र करून साहेबापुढे ठेवलेत आणि तोपर्यंत साहेबाच्या बॉसने अजून ते पत्र कसे नाही तयार झाले म्हणून साहेबाला तासडले तर तो तुमच्या उत्तम पत्राचे कौतुक कसे करील? तेव्हा काम उत्तम दर्जाचे असावे असा दृष्टिकोन जरूर ठेवा पण तसा आग्रह किंवा हट्ट नको. वेळेचे भान ठेवा. काय करायचे ते काळवेळ बघून!

इतरांच्या वेळेचेही भान ठेवा -

आपल्याबरोबरच इतरांच्या वेळेचाही आदर राखा. काहीजणांना सवयच अशी असते की, ऑफिसची पत्रेसुद्धा लांबलचक लिहीत बसतात. म्हणजे लिहिणाऱ्याबरोबर

वाचणाऱ्याचाही वेळ जास्त जाणार. त्यात पुन्हा अनेकांना त्याच्या कॉपीज पाठवतात. म्हणजे अधिक लोकांचा वेळ जातो.

मुद्देसूद लिहायला शिका. तुम्हाला काय म्हणायचेय हे शोधण्यासाठी इतरांचा वेळ घेऊ नका. फोन करतानाही कामासाठी फोन केला असेल तेव्हा कामाचेच बोला. चटकन मुद्यावर या. दुसऱ्या व्यक्तीला मोकळे करा. तुम्हाला जेव्हा काही वैयक्तिक बोलायचे असेल, गप्पा मारायच्या असतील तर दोघांनाही वेळ असेल तेव्हा जरूर फोन करा. पण कामासाठी फोन केलात आणि अवांतर गप्पा मारत बसलात तर तुमचा तर वेळ जातोच पण इतरांचाही जातो. समोर असताना, भरपूर वेळ असताना, वेळ घालवण्यासाठी जसे बोलतात तसे फोनवर नेहमी बोलू नका... कधीतरी ठीक आहे!

माझ्या एका मामाला इतके सविस्तर बोलायची सवय होती, की बोलायची सोय नाही. (म्हणजे आम्ही बोलायची सोय नव्हती. तो बोलायचाच!) भेटला की, मधेच एखादा प्रश्न विचारायचा आणि सविस्तर बोलत सुटायचा. तो भेटला की, तो भेटल्याचा आनंद होण्यापेक्षा आता आपला हा किती वेळ खाणार याचीच सगळ्यांना धास्ती वाटायची. फोन जरी वाजला तरी त्याचा फोन असल्याचे कळले की, आमची आई आम्हाला पुढच्या अर्ध्या तासाच्या सूचना देऊन ठेवायची आणि मग फोन घेऊन हं, हं, करीत बसायची. ऑफिसमध्येही मीटींगमध्ये बोलायची वेळ आली की, असे लोक बोलून बोलून इतरांना हैराण करतात. इतरांच्या महत्त्वाच्या वेळावर अतिक्रमण करण्याचा आपल्याला काय अधिकार? तुमच्याकडे वेळ खूप असेल तर तो खुशाल घालवा पण इतरांचा का घालवता? तेव्हा फोन, पत्रे थोडक्यात आटपा. इतरांचाही वेळ वाचवा.

वर्क ईज वर्शिप –

कधीकधी असे होते की, जे काम करायचे ते काही फार मोठे असते किंवा वेळखाऊ असते असे नाही, पण त्याची आधीची तयारीच ढीगभर असते. खाण्याचा एक पदार्थ तयार करायचा असेल तर त्याला पंधरावीस वस्तू जमा कराव्या लागतात. उदाहरणार्थ, साधी भाजी करायची असली तरी फोडणीच्याच चारपाच वस्तू, मग मसाला, मीठ तिखट, गूळ, दाण्याचा कूट, कोथिंबीर... सतरा गोष्टी! ऑफिसच्या कामाचेही तेच असते. तुम्हाला कुणाला पत्र पाठवून काही माल मागवायचा असेल तर त्याचा आधीचा स्टॉक बघावा लागेल, त्याचा दर काय आहे, त्याबाबत आधी

काय बोलणी झाली आहेत, पुन्हा काही मुद्दे कन्फर्म करून घ्यावे लागतील. तर हे सगळे आधीच एकाच वेळी करून घ्या. पत्र करायला कॉंप्युटरवर बसल्यावर मग मधेच उठून एकदा फाइल आणायची, मग त्यांचा आधीचा संदर्भ बघायचा, पत्र टाइप करायला सुरुवात करायची आणि मग एखाद्या तपशीलासाठी फोन लावायचा आणि पत्र पूर्ण झाल्यावर पाकिटावर पत्ता घालताना त्यांचा पूर्ण पत्ता शोधायला लागायचं, यात तुमचा भरमसाठ वेळ जाईल. त्याऐवजी आधीच सगळी माहिती काढून मग पत्र करायला घेतलेत तर अक्षरशः निम्म्या वेळात तुमचे पत्र तयार होईल. करून बघा.

स्वामी विवेकानंदांनी एका पत्रात म्हटले आहे, 'कोणतेही काम केले तरी त्या वेळेपुरते ते काम तुम्ही उपासना म्हणून करा.' आपण पूजा करताना असे करतो का, की आधी देवावरचे निर्माल्य काढायचे, मग उठून पाणी घेऊन यायचे, देवांना आंघोळ घालायची, मग जाऊन फुले आणायची, नेवैद्य दाखवायच्या वेळी पुन्हा उठून वाटीत दूधसाखर घेऊन यायचे. 'पूजेची तयारी' म्हणून आपण एक वेगळे काम समजतो. आणि एकदा पूजेला बसले की, पूजा आटपूनच उठतो. आपले काम हे आपली पूजाच आहे. त्याची नीट तयारी करूनच कामाला बसा आणि एकाग्रपणे, शांतपणे काम पूर्ण करा.

वेळेचा जमाखर्च ठेवा –

बऱ्याच लोकांना रोजचा खर्च टिपून ठेवण्याची सवय असते. खरे तर पैसे कमीजास्त खर्च झाले म्हणून त्याप्रमाणे कुठून आपल्याला पैसे मिळणार नसतात. खर्च झालेले पैसे गेलेलेच असतात. आणि जमा रक्कम असते ती आपल्याकडेच राहणार असते. मग तरीही आपण हा हिशोब का ठेवतो? यातून एक प्रकारे आपणच आपले मूल्यमापन करीत असतो. आपण कोणत्या गोष्टीवर किती रुपये खर्च करतो आहोत याचे आपल्याला भान राहते. जसे व्यायामासाठी जिममध्ये आपण जातो, तेव्हा रोज काट्यावर उभे राहतो. का? कारण आपण आपल्या उद्दिष्टापासून अजून किती लांब आहोत? आपले प्रयत्न योग्य दिशेने होत आहेत का, हे आपल्याला बघायचे असते.

मग वेळेच्या बाबतीत आपण इतके गहाळ का? वेळेच्या बाबतीत आपण इतकी संवेदनशीलता का दाखवीत नाही? खरे तर पैसे हरवले तर परत मिळवता येतात. वजन वाढले तरी पुन्हा कमी करता येते. पण एकदा वेळ हरवला तर तो परत मिळतो

का? मग इतक्या महत्त्वाच्या वेळाची आपण नोंद नको करायला? रोज रात्री झोपताना आपल्या दिवसभराच्या वेळाचे मूल्यमापन करा. वेळेचा हिशोब ठेवायची सवय लावा. कुठेतरी पंधरावीस मिनिटांचे तुकडे अगदी वाया गेलेले असतात. दुसऱ्या दिवशी ते सांधून त्याचा चांगला तासदीडतास बनवा.

करमणूक, गप्पा, यात वेळ घालवणे गुन्हा नाही. पण त्याच्या किती आहारी जायचे हे आपल्याला ठरवता आले पाहिजे. आपण त्याविषयी सावध असले पाहिजे. मन ताजेतवाने राहण्यासाठी विरंगुळा तर हवाच. फक्त आपल्याला त्याचे भान हवे. आपण कशासाठी किती वेळ देतो आहोत याची आपल्याला जाणीव हवी.

शेवटी हे आयुष्य आपले आहे, वेळ आपला आहे. तो कसा आणि किती वापरायचा हे आपणच ठरवायचे. जन्म आणि मृत्यू यांमधला वेळ म्हणजे आपले आयुष्य! हे आयुष्य कसे वापरायचे, किती जपायचे आणि किती वाया घालवायचे याचा विचार तुम्हीच करायचाय. पटतेय तुम्हाला हे? मग हे मोकळेपणाने मान्य करा. कोणताही ताण न घेता तुमचे व्यक्तिमत्त्व फुलले पाहिजे. त्यासाठी ताणतणावापासून मुक्त कसे राहायचे हे कौशल्यही शिकून घ्या.

स्वत:ला ओळखा

- खूप गोष्टी करायच्यात आणि वेळ मात्र पुरत नाही असे होत असेल तर नियोजनाचा उपाय पटतो का?
- आपला वेळ कुठे वाचवता येईल याचा तपास केला आहे का?
- विश्रांती, चिंतन, व्यायाम यांना वेळ देणे म्हणजे एक प्रकारे वेळेची बचत आहे हे पटते का?
- वेळ निभावून नेणे जमते का?
- इतरांच्या वेळेची कदर करता का?

☺☹

ताणतणावांचे नियमन

मन करा रे प्रसन्न, सर्व सिद्धीचे कारण

प्रत्येक व्यक्तीच्या मनात सुखदुःख इत्यादी भावना येतात तसेच ताणतणावही असतात. मात्र सगळेच ताण काही उपद्रवकारक नसतात. काही प्रकारच्या ताणांमुळे आपण कार्यप्रवण होतो. उदाहरणार्थ, पाहुणे येणार आहेत, घर चांगले दिसले पाहिजे असा मनावर ताण येतो तेव्हा सगळे घर झाडून झटकून स्वच्छ करतो. परीक्षेचा योग्य प्रमाणातला ताण तर विद्यार्थ्यांवर यावाच असे पालकांना वाटते. नाहीतर पालक अस्वस्थ होतात. स्पर्धा जिंकण्याचा पराक्रम आपण मनावर ताण घेतल्यामुळेच करू शकतो. तेव्हा विधायक ताण आपल्या प्रगतीसाठी, कार्यक्षमतेसाठी उपकारकच ठरतो.

आपल्याला त्रासदायक ठरणारे ताण कशामुळे येतात? आपल्या विचारांमुळे... उदाहरणार्थ, लवकर लग्न करून संसाराला लागण्याऐवजी आधी शिक्षण पूर्ण करून नोकरी बघितली असती तर? नोकरीऐवजी व्यवसाय केला असता तर? नोकरी करणारी बायको करण्यापेक्षा घरी राहणारी केली असती तर? बाहेर गेलेले आपले माणूस सुखरूप घरी नाही आले तर? म्हातारपणी आपल्याला मुलांनी सांभाळले नाही तर? अतिरेक्यांच्या कारवाया वाढल्या तर? आपला अचानक मृत्यू झाला तर? .... ही यादी आपण कितीही मोठी करू शकतो. पूर्वी घडलेल्या गोष्टींबद्दल हळहळ आणि भावी काळात घडणाऱ्या गोष्टींबद्दल काळजी करत बसायला लागलो तर आपल्याला आयुष्य पुरणार नाही. पण आपल्या बहुमोल आयुष्यात, सुंदर, महत्त्वाचे असे काही घडवायचे, की फक्त काळजीग्रस्त होऊन ते दवडायचे हे तुम्हीच ठरवायचे आहे. केशवसुतांनी एके ठिकाणी म्हटले आहे,

प्राप्तकाल हा विशाल भूधर, सुंदर लेणी तयात खोदा

तेव्हा आपला प्राप्तकाल कर्तृत्वाच्या लेण्यांनी सजवायचा की चिंता, धास्ती यांनी काजळून टाकायचा?

आपल्याजवळ जे नाही त्यापेक्षा जे आहे ते कधी आपण निरखून पाहिले आहे का? रवींद्रनाथ टागोरांची एक गोष्ट आहे. एक माणसाला असे फार वाटते की,

वस्तूचे सोने करणारा परीस आपल्याला मिळायला हवा. तो जर मिळाला तर आपले जीवन किती सुखी होईल! हा तरुण तो शोधायला बाहेर पडतो. कमरेला एक साधी साखळी लावलेली असते. तो सतत खाली वाकतो, दगड उचलून साखळीला लावतो आणि साखळी काही सोन्याची झाली नाही म्हणून तो दगड फेकून देत राहतो. खूप फिरतो, थकतो, प्रवासाने कंटाळून जातो. त्याचे कपडे फाटतात, भुकेला तहानेला परीसाच्या आशेने तो फिरतच राहतो.

एकदा त्याला समोरून येणारा लहान मुलगा भेटतो. तो त्याला विचारतो, तुम्ही काय शोधताहात? हा म्हणतो, मी लोखंडाचे सोने करणारा परीस शोधतो आहे. मुलगा त्याच्या कमरेच्या साखळीकडे पाहात म्हणतो, पण तुमची साखळी तर सोन्याचीच दिसते आहे. हा चमकून तिकडे पाहतो, तर खरेच, साखळी सोन्याची झालेली असते. कधी? कोणत्या दगडाने? तो आपल्या हातात आला कधी ? आणि आपण त्याचे परीसपण न ओळखता टाकून कधी दिला? याला काहीच आठवत नाही.

आपण तसेच तर करीत नाही? हातात आलेले सोन्याचे क्षण अज्ञानाने असेच निसटून तर देत नाही? आपला परीस आपल्या हृदयात आहे. पदरी पडेल ते पवित्र मानून त्याला आपलेसे करा. आपल्या मनातील प्रसन्नतेने त्याचे सोने करून टाका! जे आपल्याजवळ आहे, ते ओळखा. हातचे सोडून पळत्याच्या मागे लागून निराश होऊ नका. ते मिळत नाही म्हणून चिंताग्रस्त होऊ नका.

मानसिक ताणाचा जेव्हा अतिरेक होतो तेव्हा तो आपल्याला त्रासदायक ठरतो. या तणावामुळे आपली कार्यक्षमता गळाठून गेल्यासारखी होते. ताणतणावाचे मुख्य कारण असते चिंता! असे म्हणतात की, चिता एकदाच जाळते तर चिंता जन्मभर जाळते. ताणतणावापासून मुक्त व्हायचे असेल तर आधी चिंतामुक्त झाले पाहिजे. लोक चिंताग्रस्त का होतात, त्याचे त्या व्यक्तीला काय फायदे होतात, याचा जेव्हा एका मानसतज्ज्ञाने अभ्यास केला तेव्हा, त्याचे काही निष्कर्ष त्याने काढले. त्याच्या म्हणण्यानुसार बसल्याबसल्या चांगुलपणा मिळवण्यासाठी काळजी करत बसण्यासारखा दुसरा उत्तम मार्ग नाही. दुसरे कारण त्याने असे शोधून काढले की, चिंताग्रस्त होऊन बसले म्हणजे संकट निवारण्याची आपल्यावरची जबाबदारी टळते आणि तिसरे कारण म्हणजे आपल्याला लोकांची सहानुभूती मिळते. आपण किती सहृदय आहोत, दुःखात आहोत, हे लोकांना दाखवले म्हणजे ते आपल्याकडून कसलीही अपेक्षा करीत नाहीत. उलट आपल्यालाच त्यांच्याकडून धीर मिळतो.

म्हणजे संकटकाळात जेव्हा सर्वात जास्त सक्रीय होण्याची गरज असते तेव्हाच आपण निष्क्रिय होतो. जबाबदाऱ्यांपासून सुटका करून घेण्यासाठी अशा पळवाटा काढणे बरोबर आहे का ? तुम्हीच विचार करा. नसत्या चिंता आणि काळज्या यांनी हताश होण्यापेक्षा मूळ समस्या ध्यानात घ्या आणि तिचे निराकरण करण्यासाठी काय करता येईल यावर लक्ष केंद्रित करा. मान पाठ यांची दुखणी, मधुमेह, रक्तदाब, पक्षाघात, ॲसिडिटी, अल्सर, कोलायटीस, अवरोध, संधिवात, अपचन, लैंगिक दुर्बलता अशी कितीतरी दुखणी केवळ मनावर सतत ताणतणाव असल्यामुळे सुरू होतात. शारीरिक व मानसिक स्वास्थ्य मिळवायचे असेल तर ताणतणावांचे नियमन करणे आवश्यक आहे.

तुम्ही म्हणाल, आम्हाला कळतं पण वळत नाही. खरे आहे... आपण एक गोष्ट लक्षात घ्यायला हवी की, दैनंदिन जीवनातील अडचणी, प्रापंचिक समस्या हा आपल्या जीवनाचाच भाग आहे. आयुष्यात चांगल्या अनुभवांसोबत अशा अडचणी, त्रास यांचे अनुभवही घ्यावेच लागणार हे गृहीत धरायला हवे. म्हणजे निराशा, अपेक्षाभंग होणार नाही. उलट अशा अनुभवातून आपण काही शिकत असतो. समजा, आपले कुणाशी भांडण झाले, तर त्याचा रागराग करत बसण्यापेक्षा असे कशामुळे झाले? भांडणाला सुरुवात कशी झाली? हे आपल्याला टाळता आले असते का? असा विचार आपण केला तर? पुढच्या वेळी भांडण टाळता नाही का येणार? ताणतणावांना दूर ठेवण्यासाठी नेमके काय केले पाहिजे याच्या अशाच काही सूचना मी पुढे दिल्या आहेत. त्या नीट वाचून घ्या.

संयम ठेवा –

बऱ्याचदा आपला स्वभावच मानसिक ताणतणावांना कारणीभूत असतो. अंतर्मुख होऊन आपल्या स्वभावाचे प्रामाणिकपणे निरीक्षण करा. परखड विश्लेषण करा. स्वभावातले इतरांना टोचणारे काठकोपरे थोडे घासून गुळगुळीत करा. आपली सहनशीलता वाढवण्याचा प्रयत्न करा. कधी माघार घ्यावी लागली तर त्यात कमीपणा मानू नका. अद्वातद्वा बोलण्याचे टाळा. माझा आटाच सरकला, माझं डोकंच फिरलं, मग मी भडकलो असे काहीजण आपल्या रागाचे कौतुकाने वर्णन करतात. त्याऐवजी संतापजनक परिस्थिती असूनही मी कसा शांत राहिलो, मी कसा संयम ठेवला, तोंडातून अपशब्द काढला नाही हे सांगण्यात भूषण माना.

आपला संताप झाल्याने आपलेच रक्त आटते. रक्त उकळले, पित्त खवळले, असे आपण म्हणतो ना? मग लक्षात घ्या, याच संतापातून बीपी, अल्सर हे प्रकार उद्‌भवतात. तुम्हाला माहितेय? जेव्हा कोणताही शारीरिक आघात होतो, म्हणजे पॅरालिसिसचा झटका येतो किंवा हार्टअ‍ॅटॅक, ब्रेन हॅमरेज होते, तेव्हा बहुतेक वेळा त्या वेळी त्याचा मानसिक उद्रेक झालेला असतो, भयंकर संताप झालेला असतो. आपला स्वभाव तापट असेल तर वेळीच त्याला आवर घाला... आणि हो, आता नवीन संशोधनानुसार हेही सिद्ध झालेय की, स्वभाव बदलतो, बदलता येतो. तेव्हा 'मी आहे हा असा आहे' असे मोठ्या प्रौढीने सांगण्याचे दिवस आता राहिले नाहीत. म्हणून माझा स्वभावच असाय... ही लंगडी सबब आता न सांगणेच चांगले!

चिडकेभाऊ किंवा चिडकेताई होऊ नका –

काहीजणांच्या शब्दातून त्यांचा अस्वस्थपणा सारखा व्यक्त होत असतो. म्हणजे हे लोक रविवारी सुटी चांगली एन्जॉय करतात. आता रविवारनंतर सोमवार तर येणारच ना! पण ते मात्र यांना नको असते. ते म्हणतात, 'चला, संपली सुटी, आता कामाला जुंपून घ्यायला लागणार...' इत्यादी इत्यादी. असे वैतागून म्हटल्यामुळे आपले काम कमी होणार आहे का? मग त्याऐवजी, 'चला, भरपूर मजा केली, आराम पुष्कळ झाला, आता कामाला लागू या!' असे म्हणून कामाला सुरुवात केली तर? कामाचा वेळ अधिक चांगला, समाधानात जाणार नाही का? पण काही चिडकेराव असे असतात की, यांच्या घराची बेल जरी वाजली तर त्यांच्या कपाळावर आधी आठ्या पडणार, मग ते दार उघडणार. कोणत्याही गोष्टीची सुरुवात तोंडाने तरी चांगली करायला काय हरकत आहे?

नेहमी लक्षात ठेवा, तुम्ही ज्याला रागावता, त्याच्यापेक्षा तुम्हाला होणारा त्रास जास्त होतो. तुमचा संताप होतो, तुमचे हातवारे वाढतात, आरडाओरडा तुम्ही करता, चिडचिड तुम्ही करता... अर्थातच ताण कुणाच्या मनावर वाढणार? अगदी दार उघडतानासुद्धा तुम्ही चिडचिड केलीत, 'कोण आले बुवा कडमडायला?' असे म्हणालात, तर तुमच्याच मनात वैतागाची भावना तयार होते. बेल वाजवणारे बाहेरचे माणूस मजेत असते. तेव्हा बोलून, देहबोलीने आपला संताप वाढवू नका.

आवाज, गोंगाट, कलकलाट यांनी डोके भणभणते. मन अस्वस्थ होते, थकवा येतो. म्हणून एकाग्रता साधण्यासाठी अनावश्यक आवाज कमी करा. आरडाओरडा, शिवीगाळ, आरोप हे टाळा. मन:स्थिती ठीक नसल्याचे हे लक्षण

आहे. विचलित झालेल्या, आतून पोखरलेल्या व्यक्ती असे सारखे फुत्कार टाकत असतात. आपले म्हणणे शांतपणे, ठामपणे मांडता आले पाहिजे. आपला संताप होतोय, मनाचा तोल जातोय असे लक्षात येताच प्रयत्नपूर्वक शांतपणा धारण करा. अशा वेळी श्वासाची गती कमी करा. दीर्घश्वसन करा.

नसत्या चिंतांना थारा देऊ नका –

आपण ज्या गोष्टीचा ताण मनावर घेतो आहोत, ती खरेच इतकी महत्त्वाची आहे का? शक्यतेतली आहे का? याचा एकदा प्रामाणिकपणे तपास करा. माझी एक मैत्रीण स्वतःच्या तब्येतीची खूप काळजी घेते. तिच्या नवऱ्याला, तो पन्नाशीत आल्यावर बीपी झाल्याचे कळले. हे कळल्याबरोबर हिच्या डोक्यात सारखे तेच विचार... मला म्हणाली, "आता काय गं, यातून त्याला ब्रेन हॅमरेज होणार आणि तो अपंग झाल्यावर मलाच त्याची सेवा करावी लागणार, आमच्या शेजारीच आहे ना असं उदाहरण." हिचा नवराही तसा रोजच्यारोज व्यायाम करणारा, नीट आहार घेणारा. कालांतराने नवऱ्याचे बीपी आवश्यक ते औषधोपचार घेऊन, पथ्ये पाळून नॉर्मलला आले. नसत्या विवंचनेमुळे हिचे बीपी मात्र तोपर्यंत वाढलेले!

जास्त चिंता, भय बाळगणाऱ्या व्यक्तींविषयी विज्ञानाने प्रयोग केले तेव्हा, असे लक्षात आले की, जोपर्यंत फक्त कल्पनेने मनुष्य चिंता करतो, तेव्हा त्या चिंतेची पातळी फार वाढते; पर्यायाने मानसिक ताणही वाढतो. मात्र त्या गोष्टीकडे डोळे उघडून नीट बघितले, वास्तवाला भिडले तर चिंतेचे होणारे दुष्परिणाम खूपच कमी होतात. म्हणून आपण ज्याचे दडपण घेतो आहोत ती वस्तुस्थिती आहे की आपला कल्पनाविलास आहे याची शहानिशा करून घ्यावी. नाहीतर अशा काळज्यांना अंत नाही. भित्यापाठीमागे ब्रम्हराक्षस म्हणतात ना? तसे आहे हे... आपण जेवढ्या चिंता करू तेवढ्या सबबी आपल्याला आठवत राहतील.

बोलून दमू नका, करून दमा –

कधीकधी आपण स्वतःला इतके जपत राहतो, स्वतःचा इतका विचार करतो की, कोणतेही नेहमीपेक्षा थोडे मोठे काम करायचे म्हटले की, आपल्याला टेन्शन येते. असे लोक कुठे प्रवासाला जायचे म्हटले की बोलायला लागतात, "बॅग नीट भरायला पाहिजे, बरोबर न्यायचे फराळाचे कधी करणार, रिझर्वेशन कधी होणार, कसे काय होणार सगळे..." खरे तर सगळे नीट होणार असते. आणि तसेही काम काही फार अगडबंब नसते. पण हे लोक बोलूनच हवा करतात... हवा कसली? तर

टेन्शनची. कधी थोडा ताप आला, की लगेच यांची टकळी सुरू, "एवढी कामे पडलीत, आता हे आजारपण किती दिवस चालणार, थोडक्यात आटपले तर बरे... इत्यादी इत्यादी' शरीर दमेल याचा विचार करताकरता मनालाच दम लागतो.

तुम्ही पाहा, कधीकधी लहान मुले इतकी धावपळ करतात, खेळतात .... आपणच त्यांना म्हणतो, "अगं पुरे आता, दमशील..." पण ती थांबत नाहीत. कशामुळे? कारण आपण किती हालचाल करतोय, आपल्याला ती झेपतेय का असले विचारच ते करीत नसतात.

जेव्हा विशेष यश संपादन करायचे असते, तेव्हा असेच झपाटून काम करावे लागते. खेळाडू, साहसी वीर यांचेही असेच! यांनी एकदा एखादी गोष्ट मनावर घेतली की, आपल्याला तेवढी ताकद आहे का, जमेल का असला विचार करायला त्यांना सवडच नसते. उत्साहाने ते इतके भारलेले असतात की, त्यांना दुसरे काही सुचत नाही. मनावर ताण घेण्याची सवय असलेल्या लोकांना आपल्याला अमुक एक गोष्ट करायचीय या कल्पनेचेच ओझे वाटते. मग ते पुन्हापुन्हा म्हणत राहतात, "मला अजून मीटींगच्या नोट्स काढायच्यात, फार महत्त्वाची मीटींग आहे," किंवा "मला अजून तासभर व्यायामाला जायचेय, मग स्वीमींग आहे..." खरे तर, व्यायाम, स्वीमींग या गोष्टी तर माणसाला रिलॅक्स करणाऱ्या असतात. पण तेसुद्धा कर्तव्य असल्यासारखे तुम्ही करू लागलात तर त्याचा ताण येणारच. शिवाय तुम्ही तसे वारंवार बोलून दाखवलेत तर, वातावरणही गंभीर राहते. तुम्ही जर सारखेच असे बोलत राहिलात तर तुमच्या आसपासचे लोक त्रस्त होऊन जातात. तेव्हा जे करायचे ते आनंदाने करा. कण्हतकुथत कशाला?

कर्माचा आनंद घ्या –

ताणविरहीत अवस्थेत आपले सामर्थ्य आपण अधिक चांगल्या तऱ्हेने वापरू शकतो. दुःख वाट्याला आले तर त्या वेळी त्याला तोंड द्यावे लागणारच आहे. आज कशाला दुःखी व्हायचे? संभाव्य दुःखाचा ताण आजच कशाला घ्यायचा? निश्चिंत होण्याचे लांबणीवर टाकू नका. अमुक एक गोष्ट मार्गी लागली की मी मोकळी झाले असे आपण म्हणत राहतो. आणि अशा गोष्टींची आपली यादी वाढतच जाते. ती कधी संपतच नाही आणि आपले ताणतणावही संपत नाहीत. आयुष्यात आपल्याला

अनेक गोष्टी हव्या आहेत आणि त्या मिळवण्यासाठी प्रयत्नही करायचे आहेत. पण तोपर्यंत आपण टेन्शनमध्येच राहिले पाहिजे अशी काही अट नाही ना?

हे सारे शेवटी आपण आपल्या समाधानासाठी करतो आहोत. तेव्हा आनंदाने प्रयत्न करा, त्यातला आनंद घ्या. एकदा यशाचे टोक गाठल्यावर आपल्यापुढचे ध्येय संपणार आहे. म्हणून ध्येय गाठण्याच्या प्रवासाचा आनंद घ्या. पुढचं पुढं. कर्म करीत राहा, फळाची आशा ठेवू नका असे गीतेत सांगितले आहे ते यासाठीच. ध्येयपूर्तीसाठीच धडपड करायची पण त्या धडपडीतला आनंद घ्या. तो मिळाला की, यशाची फार मातब्बरी वाटत नाही. अपयशाने कोसळायला होत नाही आणि यश डोक्यातही जात नाही.

ज्याचा त्याचा धर्म –

जे खरे आहे ते मान्य करा. त्याने त्रास कमी होतो. ऑफिसमधील एखादी व्यक्ती बॉसच्या खास मर्जीतली असेल, त्यामुळे तिला सर्व सोयीसवलती मिळत असतील. तुम्ही तुम्हाला नेमून दिलेले काम करणार की तिला कशी ऑफिसच्या वेळेत मजा मारता येते म्हणून झुरत बसणार? जग हे असेच आहे हे एकदा समजून घ्या. त्याविषयी त्रागा करून फक्त तुमच्या मनस्तापात भर पडणार, होय ना?

सगळ्यांचे स्वभाव सारखे नसतात. काहीजण खवचट असतात, ते तुम्हाला तसेच बोलणार. मग प्रत्येक वेळी त्यासाठी तुम्ही दुःखी होणार का? तुम्ही हे लक्षात घ्या की, तुम्हाला जे हवे आहे ते जिथे उपलब्ध आहे तिथूनच मिळणार. ती जागा तुम्हाला शोधून काढावी लागेल. तुम्हाला साखर हवी आहे आणि तुम्ही गव्हाच्या दुकानात जाऊन त्यांनीच साखर द्यावी अशी अपेक्षा का करायची? ते गव्हाचेच दुकान आहे हे ओळखा आणि तिथून गहूच मिळणार. तसे कोणतीही व्यक्ती स्वभावाने जशी आहे, तशीच वागणार, ती वेगळी कशी वागेल?

तुम्हाला एकनाथांची गोष्ट माहीत आहे ना? ते एकदा आंघोळीला गेले तेव्हा एक विंचू पाण्यात बुडू लागलेला पाहून त्यांनी तो हातावर घेतला. विंचवाने त्यांच्या हातावर डंख मारला. त्यांनी तो हात झटकताच विंचू पुन्हा पाण्यात पडला. एकनाथांनी तो पुन्हा उचलला, त्याने पुन्हा डंख मारला. एकनाथांनी विंचू नीट काठावर आणून टाकला. हे सारे बघणाऱ्या एकाने त्यांना विचारले, 'विंचू चावला तरी तुम्ही

त्याला पुन्हा कशाला वाचवले?' ते म्हणाले, 'विंचवाने त्याचा धर्म पाळला, मी माझा.' तेव्हा काही माणसे बोलून डंख मारतात, कोणी कृतीने मनस्ताप देतात. पण त्याचा संताप, सूडभावना मनात न ठेवता ही व्यक्ती तिच्या स्वभावधर्माप्रमाणे वागली, असे समजून सोडून द्यावे.

उतावीळपणा नको–

काहीजण आपली जबाबदारी फार उत्तम पार पाडतात. पण तोपर्यंत इतके काही टेन्शन घेतात, की विचारू नका. कधीकधी असे होते की, एकदा हे लोक त्या जबाबदारीतून मुक्त झाले की, ते आजारीच पडतात. प्रत्येक वेळी असे रबर खूप ताणायचे आणि मग सैल व्हायचे... शेवटी आपल्या शरीराची म्हणा, मनाची म्हणा... इलॅस्टिसिटी किती ताणायची? कधीतरी ही लवचिकता संपणारच ना? म्हणून असा विचार करा की, इतका ताण घेण्याची खरोखरच गरज असते का? मीटींग असो, मुलाखत असो, परीक्षा असो... जे करायचेय त्यावर लक्ष द्या.

समजा, घरात पाहुणे यायचे आहेत. या लोकांना हे कळायचा अवकाश की त्यांचा पाहुणचार टेन्शन घेण्यापासूनच सुरू होतो. त्यांची घाईगडबड सुरू होते. ही घाईगडबड सहसा तोंडी आणि मानसिक असते. खरे तर, आपण आहोत तेच आहोत,

आपण कसे आहोत ते पाहुण्यांना माहीत आहे, (आणि समजा नसले माहीत, तर माहीत होईल), आपल्याला जमेल तितका चांगला पाहुणचार करावा. त्यासाठी इतके एक्साइट कशाला व्हायला हवे? पण काहीजणांना ती सवयच लागलेली असते. स्वतः तर उतावीळ होतातच, पण आपल्या आजूबाजूच्यांनीही असेच डेस्परेट व्हावे अशी त्यांची अपेक्षा असते. आणि मग बाकीचे शांत राहिले की, यांचा पारा आणखी चढणार. पर्यायाने तणावात भर पडणार.

म्हणून कोणतीही जबाबदारी असो, एखादे काम असो, यथाशक्ती ते पार पाडावे. मात्र एक्साइटमेंट वाढणार नाही याची काळजी घ्यावी.

स्वताडन –

काहीजणांना सारखे स्वतःचे दोष काढायला आवडते. आपणच करायचे आणि त्यातल्या त्रुटी काढून आपणच झुरत बसायचे. एखाद्या दिवशी सगळेच आपल्या मनाविरुद्ध होत जाते. घड्याळाचा सेल संपल्याने वेळेवर गजर होत नाही. तोपर्यंत पाणी गेलेले असते. मग पाण्याची काहीतरी सोय करेपर्यंत उशीर होतो. तेवढ्यात लक्षात येते की, भाजी चिरून ठेवायची राहिलीच. सगळे कसेबसे जमवत असताना अचानक कामवालीकडून एक डिश फुटते. सगळा राग तिच्यावर निघतो. संतापाच्या लाह्या फुटतात. तीही बोलते. मनस्ताप होतो.

काही वेळानंतर लक्षात येते की, आपण तिला इतके बोलायला नको होते. जे होऊ नये ते झाले खरे, पण हेही तितकेच खरे की, आता ते होऊन गेले आहे. मग आपण सारखी त्याबद्दल रुखरुख वाटून घेत राहायचे का? स्वतःला दोष देत राहायचे का? त्याने काय होणार? मनस्ताप वाढणार. त्यातून मनावरचा ताण वाढणार. तेव्हा स्वताडन नको. आपल्याकडून एखादी चूक झाल्याचे लक्षात आल्यानंतर आपण स्वतःलाच क्षमा करायला हवी. स्वतःचीच समजूत घालायला हवी की, शेवटी आपणही सामान्य माणूसच आहोत. प्रत्येक वेळी नाही राहू शकणार संयम. कधीतरी मनावरचा ताबा जातो पण आता आपण पुढच्या वेळी शांत राहण्याचा प्रयत्न करू या. असे म्हणून स्वतःला सावरायचा प्रयत्न करावा.

हेही दिवस जातील –

निसर्गामध्ये काहीच एकासारखे दुसरे नसते. प्रत्येकाला मिळालेले नशीब वेगळे, प्रत्येकाच्या अंगी असलेले गुणदोष वेगळे, प्रत्येकाची आजूबाजूची परिस्थिती वेगळी. तेव्हा अगदी समतोल असे जगात कितीसे असणार? प्रत्येकच बाबतीत आपल्याला

न्याय मिळेल हे कसे शक्य आहे? शिवाय न्यायअन्याय हे पुन्हा सापेक्ष आहे. जी गोष्ट आपल्या बाबतीत अन्यायकारक वाटते, ती दुसऱ्याला न्याय देणारी असू शकते. तेव्हा माझ्यावर अन्याय झाला, माझ्याच वाट्याला हे काय आले? असा आक्रोश करून काही उपयोग आहे का? तुम्ही आपल्या आसपासची दुर्दैवी माणसे बघा. त्यांनी काय पाप केलेले असते?

माझी एक फार आनंदी स्वभावाची मैत्रीण आहे. तिच्या बाबतीत काही अडचणी आल्या, संकटे आली तर, ती आम्हालाच म्हणायची, 'अगं, हेही दिवस जातील. कुठलेच दिवस कायम राहत नाहीत. सुखाचे दिवस नाही का संपले? मग दुःखाचेपण कधीतरी जातीलच की!' किती तर्कशुद्ध विचार आहे ना हा?

पी हळद, हो गोरी –

काहीकाहींना जन्माची घाई लागलेली असते. कोणतीही गोष्ट असो, ती ताबडतोब झाली पाहिजे असा यांचा हट्ट असतो. पण सगळ्याच गोष्टींवर आपले नियंत्रण नसते. उलट फार कमी गोष्टी आपल्या हातात असतात, हे लक्षात घ्या. कोंबडं झाकलं तरी सूर्य उगवायचा राहात नाही हे जसे खरे आहे, तसेच कोंबडे लवकर आरवले म्हणूनही सूर्य लवकर उगवत नाही. तो उगवायचा तेव्हाच उगवतो. गोष्टी आपल्या गतीने घडत असतात. त्यासाठी त्यांच्या डोक्यावर बसायची गरज नाही. आणि त्या होईपर्यंत चुटक्या वाजवत बसायचीही गरज नाही.

दुधाचे दही होण्यासाठी आपल्याला रात्रभर तिथे उभे राहण्याची गरज असते का? दुधाचे विरजण लावून झाकून ठेवा. सकाळी त्याचे दही होणारच आहे. तोपर्यंत थयथयाट कशाला? तेव्हा उतावीळपणा टाळा. काही गोष्टी 'आरामात', 'सुशेगात' होऊ द्याव्यात. त्यातही मजा असते. खरे तर, आपले शरीर, मन आपल्याशी बोलत असते, ते ऐकायला शिका. कधीकधी फार थकवा येतो, काहीच करू नये वाटते... अशा वेळी लक्षात घ्या की, तुमच्या मनाला, शरीराला विश्रांती हवी आहे. बदल हवा आहे. हे कळते, तेव्हा तसेच रेटत नेऊ नका. अति ताणू नये. थोडा विसावा घ्या, थांबा... चारदोन दिवस शांत राहा. मग नव्या उत्साहाने कामाला लागा.

थोडेसे दैवावर सोडून द्या –

अमुक एक गोष्ट झाली म्हणजे दुसरी गोष्टही अशीच होणार असे आपण बऱ्याचदा गृहीत धरलेले असते. पण लक्षात ठेवा, नशीबाचे नियम प्रत्येकाच्या बाबतीत

वेगळे असतात. आपले शेजारी गावाला गेले तेव्हा त्यांच्या घरी चोरी झाली. मग आता चोरी होईल म्हणून आपण कधी गावाला जायचेच नाही का?

पुण्यामुंबईसारख्या शहरात वाहनावरून जाणाऱ्यांचे दररोज अपघात होतात. पण त्याच शहरात वाहनावरून बाहेर गेलेले लोक आपापल्या घरी परतही येतच असतात ना? असा विचार करायला लागले तर सीमेवर लढणाऱ्या जवानांच्या कुटुंबियांनी कसे जगायचे? माणूस घराबाहेर पडले की, घरातल्या व्यक्तीने दुसरा काही कामधंदा न करता फक्त आपले माणूस सुखरूप परत येते की नाही याच चिंतेत राहायचे का? यामुळे काय होईल? येणारे माणूस सुखरूप येईल पण मनावर ताण घेऊन घरी वाट पाहणारी व्यक्ती मात्र काळजीने पोखरून निघेल. संकटातून आश्चर्यकारकरित्या वाचलेल्या माणसांच्या बातम्यासुद्धा आपण वाचतोच की! मग हे का नाही आपण लक्षात घ्यायचे?

म्हणजे कोणतीच गोष्ट खात्रीपूर्वक अशीच घडेल असे आपण सांगू शकत नाही. मग ती वाईटच घडेल असे कशावरून? चांगल्याचे प्रमाण जास्त असते म्हणूनच जग चाललेय. तेव्हा प्रतिकूल गोष्टी कमी घडतात आणि त्या आपल्या वाट्याला येण्याची शक्यताही कमीच असते असा विचार करा.

सामाजिक परिस्थितीचे भान –

अनेकदा सामाजिक परिस्थितीच अशी असते की, तिचा आपल्यावर, मुलांवर ताण येऊ शकतो. अशा वेळी आपली ही जबाबदारी आहे की, आपण स्वतःही घाबरून जाऊ नये आणि आपल्या आजूबाजूच्यांनाही धीर द्यावा. तणावग्रस्त परिस्थितीतही समतोल राहता येते. मात्र त्यासाठी ठामपणे उभे राहण्याची तयारी हवी. बोटचेपेपणा नको. काही गोष्टी अटळ असतात, त्या मान्य कराव्या लागतात. शक्य नाही हे माहीत असूनही एखाद्या गोष्टीची हाव धरण्याने आपण विनाकारण हताश होतो.

मुलाला अमुक इतके मार्क मिळालेच पाहिजेत, नाहीतर लाखो रुपये खर्च करून त्याचे करिअर करावे लागेल, या विचारांचा अतिरिक्त ताण घेण्यापेक्षा मेरिटवर ॲडमिशन मिळाली तरच तुला हा अभ्यासक्रम घेता येईल, अन्यथा शिक्षणाचे दुसरे कुठले पर्याय आपल्याला बघावे लागतील, याची त्याला जाणीव द्यावी. यामुळे स्वतःचेही टेन्शन टळेल आणि आपले टेन्शन आपल्या मुलावर घालण्याचेही टाळता येईल.

सध्या जागतिक मंदीमुळे धडाधड नोकऱ्या जाताहेत, एकदा नोकरी लागली की जन्मभराची काळजी मिटली असा आता विचार करता येत नाही. पण म्हणून नोकरी लागल्याच्या दिवसापासूनच आपण घाबरत राहायचे का? त्याऐवजी वेळ आली तर कुठला पर्याय आहे? यावर विचार करा.

संकटाला संधी माना –

आपल्या मनाप्रमाणे गोष्ट घडली नाही की, मनावर ताण येऊ लागतो. क़ोणतीही आपत्ती येते तेव्हा सुरुवातीला गडबडून जायला होते हे खरे आहे. पण त्याचाच सतत विचार करून चिंताग्रस्त होऊन बसू नका. हळूहळू त्यातल्या कोणत्या गोष्टी तुम्हाला अनुकूल आहेत, यावर विचार करा. कोणतेही संकट म्हणजे काही अभेद्य किल्ला नसतो. त्याला खिंडार पाडता येते, चंचूप्रवेश करता येतो हे लक्षात ठेवा. कोणतीही अडचण म्हणजे आपल्या कर्तृत्वाला आव्हान आहे असे मानून तुमची सर्व विचारशक्ती संकटातून मार्ग काढण्याकडे वळवा.

पहिल्या महायुद्धात जपानचा सपशेल पराभव झाला आणि लष्कर ठेवण्यास त्यास बंदी करण्यात आली. जपानने लष्करावरील सर्व खर्च वाचवून तो आपल्या उत्पादनासाठी कामी लावला. लहान, कमी किंमतीच्या गाड्या आणि घड्याळे बाजारात आणून पाश्चिमात्य देशांना त्याने शह दिला. अहिल्याबाई होळकरांच्या पतीचे ऐन तारुण्यात निधन झाल्यावर अहिल्याबाईंनी राज्यकारभार हाती घेतला आणि अत्यंत कर्तृत्ववान, पुण्यश्लोक राज्यकर्त्याचा आदर्श त्यांनी घालून दिला. तेव्हा होते ते चांगल्यासाठी असे मानून ताणतणावांचे सावट झुगारून द्यावे आणि आव्हानाला भिडावे.

व्यवस्थितपणा –

शिस्त, नीटनेटकेपणा या गोष्टी आपण पाळल्या तर बरेच ताणतणाव आपण कमी करू शकतो असे तुमच्या लक्षात येईल. एक श्रीयुत घायकुते म्हणून असतात. ते लोकलने प्रवास करीत असताना तिकिट चेकर येतो आणि त्यांना तिकीट मागतो. घायकुते गडबडीने खिसे चाचपू लागतात. चेकर म्हणतो, "हरवले की काय?" तिकीट काढत घायकुते म्हणतात, "हरवले तरी दुसऱ्या खिशात आणखी एक तिकीट ठेवलेय ना!" तिकीट चेकर गंमतीनं म्हणतो, "आणि तेही हरवलं तर?" घायकुते म्हणतात, "होना, त्याचं काय सांगावं? म्हणून मी महिन्याचा पास काढूनच ठेवलाय." हा इतका सगळा कडेकोट बंदोबस्त कशासाठी? तर आपल्या गहाळपणाविषयी पक्की

खात्री! असा माणूस सतत काळजीत, अस्वस्थ राहणार. त्यापेक्षा इतका व्यवस्थितपणा अंगी बाणवा की, सापडेल का? वेळेवर मिळेल ना? विसरून राहील का? यामुळे जी अस्वस्थता येते ती टाळता येईल.

त्यासाठी वेळच्या वेळी वस्तू योग्य जागी ठेवणे, लिहून ठेवणे, काटेकोर राहणे या गोष्टी तुम्हाला अंगी बाणवाव्या लागतील. उदाहरणार्थ, आपण गडबडीने बाहेर निघालो आहोत. अचानक पावसाची सर आली. घरातली एक छत्री काढली, तर तिच्या काही काड्या मोडलेल्या! पटकन दुसरी घेतली आणि जाऊन आलो. काम झाले, विषय संपला. पुढच्या वेळी ती छत्री उघडायला गेलो आणि ती अडकून बसली. आता काय करायचे? आपण नेहमीप्रमाणे घाईत! मग दुसरी छत्री बघायला गेलो, तर त्याच्या काड्या आधीच तुटलेल्या! मग चिडचिड... आदळआपट! त्यापेक्षा पहिल्यांदा छत्रीच्या काड्या मोडलेल्या लक्षात आल्या, तेव्हाच त्या दुरुस्त करून ठेवल्या असत्या तर? आपणच घोटाळे करून ठेवायचे आणि आपणच ताण घेत राहायचे असा आतबट्ट्याचा व्यवहार कशाला? त्यापेक्षा ऐन वेळी गडबडगोंधळ होऊ नये म्हणून आधीपासूनच काळजी घ्या.

चैतन्याचा झरा खळाळता ठेवा –

लौकिक किंवा व्यावहारिक गोष्टी कितीही मिळाल्या तरी, आणखी मिळतील का? मिळालेल्या पुरतील का? हे प्रश्न भंडावतच राहतात. 'ययाती राजाचे उदाहरण आपल्याला माहीत आहे. सर्व सुखे त्याने उपभोगली. वृद्धत्वाचा त्याग करून त्याने पुन्हा तारुण्य मिळवले. मात्र तरीही जन्मभर तो असमाधानीच राहिला.

पैशाला अवास्तव महत्त्व देऊ नका. त्यावर आपले सुखसमाधान अवलंबून ठेवू नका. शेवटी कितीही खोल्यांचे घर असले तरी एका वेळी एकाच खोलीत एकाच बेडवर तुम्ही झोपता. ती झोप शांत मिळणे महत्त्वाचे. पैशाने जोडा विकत घेता येतो पण पाय नाही विकत घेता येत; पैशाने मऊ गादी विकत घेता येते पण ताणविरहित गाढ झोप ही तुमच्या मनस्थितीवरच अवलंबून असते. तेव्हा व्यावहारिक गोष्टींना किती महत्त्व द्यायचे याचे भान ठेवा.

पैसा, अधिकार, तारुण्य या गोष्टी आज ना उद्या आपल्याला दुरावणारच आहेत. इतकेच काय, आपले आयुष्यच एक दिवस संपणार आहे. मग या गोष्टी आपल्याजवळ राहण्यासाठी किती ताण मनावर घ्यायचा? त्याऐवजी आपल्याला आत्मिक समाधान देणाऱ्या गोष्टी शोधाव्यात. आपला खरा आनंद कशात आहे

याचा शोध घ्यावा. तो जर जवळ असेल तर इतर सर्व गोष्टी क्षुल्लक वाटू लागतात. तुमच्या हृदयातील चैतन्याचा झरा हाच खरा आनंद! तो चिरंतन ठेवू शकलो तर ताणतणावांच्या वणव्यातदेखील हा झरा कधीही आटत नाही.

हे झाले ताणतणाव दूर ठेवण्याचे काही प्रतिबंधक उपाय. आधीपासूनच आपला दृष्टिकोन सकारात्मक ठेवावा. मनावर ताण येतो आहे याची जाणीव होताच प्रयत्नपूर्वक त्यापासून मुक्त होण्यासाठी वर सांगितलेल्या गोष्टी कराव्यात. पण समजा, इतके करूनही ताणतणाव वाढतच गेला, त्याचे दुष्परिणाम जाणवू लागले तरी निराश होण्याचे कारण नाही. त्यानंतरसुद्धा तुम्ही त्यातून मुक्त होऊ शकाल. फक्त त्यासाठी करावयाच्या प्रयत्नांची दिशा आपल्याला बदलावी लागेल. मनावरचा ताण वाढतो आहे, असे लक्षात आल्यावर आपल्याला काय काय करता येईल? पाहू या.

सावध रहा –

मनावरचा ताण वाढतोय याची जाणीव होऊ लागताच तो कमी करण्याचा प्रयत्न करा. मनात ठिणगी पडताच ती विझवायच्या मागे लागा. एकदा ती वाढत जाऊन त्याचा वणवा झाला की मग तो आटोक्यात आणणे अवघड होते. त्यापुढे माणूस दुर्बल होतो. एकदा वेळ निघून गेली की, परिस्थिती सावरणे कोणाच्याच हातात राहत नाही. त्यापेक्षा सुरुवातीलाच त्याची कारणे शोधा. आपल्याला नेमके काय मिळाल्यावर शांतता लाभेल ते निश्चित करा. अलीकडे मानसिक स्वास्थ्य राहण्यासाठी एक प्रार्थना सांगितली जाते. ती अशी : 'हे विश्वशक्ती, माझ्या आयुष्यात जे बदलता येण्यासारखे नाही, ते स्वीकारण्याचे मला धैर्य दे. जे बदलता येण्यासारखे आहे ते बदलण्याची शक्ती दे आणि या दोन्हीतला फरक कळण्याइतका मला शहाणपणा दे.'

जे अटळ आहे त्याचा स्वीकार करा, त्याला आपलेसे करा. मात्र सगळ्या गोष्टींपुढे शरणागती पत्करू नका. आपल्याला काय बदलता येईल यावर विचार करून प्रतिकूल परिस्थितीवर मात करा. फक्त यातला फरक कळला पाहिजे. आपण बरोबर उलटे करतो. जे बदलणे शक्य नाही त्याबद्दल झुरत राहतो. त्यामुळे होते काय? की जे शक्य आहे, ते करण्याची उमेदही आपण हरवून बसतो. म्हणून परिस्थितीचे आकलन नीट करून घ्या. आणि विनाकारण येणारा मनावरचा ताण दूर करा. ताण वाढतो आहे असे वाटताच सावध व्हावे. तो वाढवत नेऊ नये. वाटल्यास समुपदेशकाचा सल्ला घ्यावा. आपल्याला कशामुळे मनस्ताप होतो, ते नीट पाहावे आणि अशी परिस्थिती, वातावरण बदलण्याचा प्रयत्न करावा, दुसरीकडे मन रमवावे.

काही लोकांचा फट म्हणता मूड जातो. असे होता कामा नये. आपल्या मनावर आपले नियंत्रण नको? लहान मुलांचे ठीक आहे... साध्या साध्या गोष्टींनी ती नाराज होतात, पुन्हा खुशीत येतात. आपण तसे वागून कसे चालेल? केवळ 'मूड नाही' म्हणून पुष्कळदा आपण आयुष्यातल्या कितीतरी चांगल्या गोष्टींना मुकतो. कितीतरी तोटे होतात. मनावरचा ताण वाढत जाणे, हा आपल्या प्रगतीतला फार मोठा अडसर आहे हे लक्षात घ्या. कारण तुमचा सतत बदलणारा मूड पाहून लोकांना तुमच्याविषयी भरंवसा वाटेनासा होतो. यासाठी स्वतःचे अवलोकन करा. कोणत्या वेळेला ताण वाढू लागतो, कोणत्या व्यक्तीमुळे...प्रसंगामुळे आपण अस्वस्थ होतो, याचे निरीक्षण करा. आणि ते कारण नाहीसे करण्याचा प्रयत्न करा.

चार हात लांब –

अमुक एका गोष्टीचा आपल्याला मनस्ताप होतो हे कळल्यानंतर त्यापासून दूर होण्याचा प्रयत्न करावा. एखाद्या व्यक्तीमुळे आपल्याला फक्त त्रासच होतो हे कळल्यावर शांतपणे त्या व्यक्तीपासून लांब व्हावे. एखाद्या विशिष्ट व्यक्तीमुळे नोकरीच्या ठिकाणी त्रास होत असेल तर खाते बदलून मिळते का बघावे. घरात त्रास होत असेल आणि तो अटळ असेल तर घराबाहेर आपल्या आवडीच्या गोष्टीत मन रमवावे. निसर्गसान्निध्यात वेळ घालवावा. फिरायला जावे. समान आवडीनिवडी असलेल्या मित्रमैत्रिणींमध्ये गप्पा माराव्यात. सल्लामसलत, गप्पागोष्टी यांनी मन हलके होते.

धनगरांचे एक गाणे आहे. काही धनगर मिळून आपापल्या मेंढरांचा कळप घेऊन चरायला नेतात. अशा वेळी एखादाच मागे राहतो. इतरांबरोबर आपल्याला जाता यावे म्हणून त्याची धडपड चालते. तो म्हणतो, 'काठी नि घोंगडं घेऊ द्या की रं, मला बी तुमच्यात येऊ द्या की रं!' आपला इतरांनी स्वीकार करावा, त्यांच्यात सामावून घ्यावे, अशी सर्वसाधारणपणे सगळ्यांचीच इच्छा असते. पण शेवटी असे पाहा, कोणत्याही गोष्टीला किती महत्त्व द्यायचे?

पुष्कळदा आपण पाहतो की, एखाद्याच मुलाला खेळायला घेतले जात नाही. उगाचच! अशा वेळी बऱ्याचदा अगदी मोठी मुलंसुद्धा हे मनाला लावून घेतात, उदास होतात. पण लक्षात ठेवा, उदासीनता, विरक्ती या गोष्टी जीवनापासून परावृत्त करणाऱ्या गोष्टी आहेत. परिस्थिती बदलत असते. माणसे बदलतात. तेव्हा निराशेचे विचार आपल्या मनात फार काळ राहू देऊ नयेत. तो विषय डोक्यातून काढून टाकावा. त्या

एका गोष्टीवर आपले सुखसमाधान अवलंबून ठेवू नये. कोणत्याच गोष्टीला आपल्या मनावरील ताण वाढू देण्याइतके महत्त्व देऊ नये.

कौतुक मिळवा –

कुणीतरी थोपटणे, आपली कदर असणे, कौतुक मिळणे या माणसाच्या मूलभूत भावनिक गरजा आहेत. यातून आपण एकटे नाही ही भावना जोपासली जाते. म्हणून ज्यांच्याकडून या गोष्टी आपल्याला मिळतील अशांच्या सहवासात राहण्याचा प्रयत्न करावा. अर्थात त्यासाठी आपणही इतरांशी तसे वागायला हवे. सतत तुमचेच रडगाणे गात बसलात तर तुम्ही त्या मन:स्थितीतून बाहेर येणार नाहीच; पण इतर लोकही तुम्हाला टाळू पाहतील.

'प्रेम लाभे प्रेमळाला' हे लक्षात ठेवा. हिडीसफिडीस करणाऱ्या लोकांकडे पुन्हा पुन्हा जाण्यापेक्षा ज्यांना आपल्या गुणांची कदर आहे, जिथे आपल्या कर्तृत्वाला वाव आहे, ज्यांना आपली गरज आहे अशांजवळ जा. कुणाचा वाढदिवस लक्षात ठेवलात, मोकळेपणाने हात हातात घेऊन अभिनंदन केलेत तर त्यांच्याकडूनही तुम्हाला असाच प्रेममय स्पर्श मिळेल. तुम्ही त्यांचे कौतुक केलेत, त्यांचे गुण हेरून शाबासकी दिलीत तर त्यांच्याकडूनही तुमची ही गरज भागू शकते. आपला वाढदिवस लोकांनी लक्षात ठेवावा असे आपल्याला फार वाटते. त्यावर उत्तम उपाय म्हणजे तुम्ही आठदहाजणांचे तरी वाढदिवस लक्षात ठेवून त्यांना शुभेच्छा द्या. त्यातले चारपाचजण तरी तुमच्या वाढदिवसाला नक्की शुभेच्छा देतील.

शरीर, बुद्धी व मनाला व्यायाम द्या –

सर्व डॉक्टर्स उत्साह वाटण्यासाठी व्यायामाचा सल्ला देतात. विशेषतः ताण असताना सांध्यांची हालचाल होईल असे व्यायाम जरूर करावेत. भरपूर चालावे, चालण्याच्या सपाट्यात ताणाचा निचरा होतो. योगासनांमुळे स्नायूंचे आकुंचन प्रसरण होते. त्यानेही ताजेतवाने वाटते. ज्यांना शक्य आहे त्यांनी जिममध्ये घाम निघेपर्यंत व्यायाम करावा. व्यायाम, मग शॉवर, स्टीम यांमुळे रक्ताभिसरण सुधारते व त्यामुळे उत्साह येतो. तेव्हा व्यायाम सर्वकाळ करावा. तणावग्रस्त मन:स्थितीत तर भरपूर करावा. वजन आटोक्यात ठेवावे.

नवीन गोष्टी शिकण्याची तयारी दाखवावी. नवे विचार माहीत करून घ्यावेत. तुमच्या बुद्धीला, मनाला नवनवे खाद्य पुरवा. बुद्धिमत्ता असो किंवा मनोबल असो; त्याला सतत धार लावत राहिले पाहिजे. अल्झायमर म्हणजे विस्मृतीचा रोग

होणाऱ्यांच्या बाबतीत असे लक्षात आले आहे की, ज्यांची बुद्धी कमी वापरली जाते, त्यांना हा रोग होण्याची जास्त शक्यता असते. तेव्हा बुद्धीला वाव द्या, म्हणजे बुद्धी व मन सशक्त होईल, उत्साही राहील.

फ्रॉइडची सायको थेरपी –

ज्यांना भयगंड असतो, चिंतेच्या विकृती असतात अशा रुग्णांना विख्यात मानसशास्त्रज्ञ फ्रॉइड हा सायको थेरपी देत असे. नेणिवेच्या स्तरावरील अंतर्मनाच्या गाठी सोडवा, स्वतःच्या भावनिक प्रश्नांना जाणिवेच्या स्तरावर सामोरे जा, तुमच्या समस्यांचे विश्लेषण करा म्हणजे तुमचा भयगंड जाईल, चिंता कमी होईल, मनावरचा ताण कमी होऊन तुम्ही निरामय मनोजीवन जगायला लागाल, असे तो सांगत असे.

आता मेंदूविज्ञानातील प्रगतीमुळे त्याचे सांगणे हे बरोबरच होते, हे कळून चुकले आहे. कल्पनेमध्ये सर्वच भावना उत्कट भासतात. म्हणूनच कथा, कादंबऱ्या, कविता यात एरवी व्यवहारात न आढळणारी उत्कटता दिसून येते. याचाच अर्थ भावनेचे विश्व कितीही तीव्र असले तरी प्रत्यक्ष जगण्यातले व्यवहार वेगळ्या पातळीवर होत असतात. आणि म्हणूनच भावनांच्या आहारी न जाता, विचाराने परिस्थितीला सामोरे जा. तर्कशुद्ध पद्धतीने आपल्यासमोरील प्रश्नांचे, परिस्थितीचे विश्लेषण करा. तुम्हाला नक्की मार्ग सापडेल. पण सतत भावनांच्या गुंत्यात अडकून राहिलात तर तुमच्या मनावरचा ताण वाढतच जाईल.

क्षणस्थ व्हा –

भूतकाळातली दुःखे आणि भविष्यातील चिंता दोन्हींपासून मुक्त व्हा. आत्ता या क्षणी आपण जो क्षण जगतो आहोत, तो कसा जगतो आहोत? एक तर घडलेल्या गोष्टीची पुन्हा उजळणी करतो आहोत, नाहीतर पुढे कधीतरी घडू शकणाऱ्या, आपल्याला खरे तर माहीत नसलेल्या क्षणाची कल्पना करतो आहोत. मग आत्ता हातात असलेला, जगत असलेला क्षण आपण कधी जगणार? तो आपण जगतच नाहीय. तो क्षण आपण काळज्या आणि दुःखं यांच्या सावटाखाली झाकून टाकतो आहोत.

क्षणस्थ होण्याचा प्रयत्न करा. जे जगताय ते ताजेपणाने जगा, नव्याने जगा... मनावर कोणताच ताण न घेता! सुप्रसिद्ध डॉक्टर आणि समाजसेवक अभय भंग म्हणतात, 'क्षणस्थ होण्यासाठी विचारात न जगता पूर्णपणे, उत्कटपणे त्या क्षणातच

जगावं लागेल. ध्यानाचे सर्व प्रकार 'क्षणस्थ' व्हायला शिकवतात.' हा अनुभव एकदा घेऊन पाहा. वर्तमानात जगा, जो क्षण जगताहात तो पूर्णत्वाने जगा.

नाही कशी म्हणू तुला –

मनापासून जे हवे आहे तेच स्वीकारा. त्यालाच होकार द्या. भिडेखातर नको असलेल्या गोष्टी गळ्यात बांधून घेऊ नका. आवडीच्या गोष्टींनी कितीही त्रास झाला तरी आपण तो आनंदानं सोसतो. पण नको असलेल्या गोष्टींनी आपली चिडचिड होते. तेव्हा वेळीच नाही म्हणायला शिका.

मुलांचे, पुरुषांचे किंवा स्त्रियांचे काही वेळा कंपू असतात. एकत्र येऊन गप्पाटप्पा करणे, फिरणे हे ते तासंतास करू शकतात. इतरांपेक्षा आपण वेगळे पडू नये म्हणून आपण त्यांच्यात जातो. रमल्यासारखे दाखवतो पण आपण त्यात मनापासून रमत नाही. मग घरी आल्यावर वाटते, कशाला आपण इतका वेळ वाया घालवला? त्यांच्याबरोबर गेलोच कशाला? आपल्या भिडस्तपणाचा आपल्यालाच त्रास होतो. म्हणजे त्यांच्याबरोबरचा वेळ तर आपला वाईट गेलाच आणि नंतरही त्याचा आपल्या मनावर ताण येतो. म्हणून नंतरचा मनस्ताप टाळण्यासाठी नको असलेल्या गोष्टींना आधीच ठामपणे नकार देण्यास शिका. जिथे आवडेल तिथे मन रमवा.

ज्या जबाबदाऱ्या तुम्ही पार पाडू शकणार नाही, त्या भिडेखातर अंगावर घेऊ नका. नम्रपणे पण ठामपणे सुरुवातीलाच नाही म्हटलेत तर नंतरचा ताण वाचेल. व्यवसाय करताना काही वेळा असे होते की, आलेले काम नाकारून समोरच्याला दुखावण्याचे जिवावर येते. मग ते काम वेळेवर होणे शक्य नसूनही आपण त्यांना हो म्हणतो. आणि मग ते उरकत नाही असे लक्षात आले की, घाबरून जातो. त्याऐवजी आवाक्यात असेल, शक्य असेल अशाच गोष्टींना होकार द्या, ते चांगल्या रीतीने पार पाडा आणि समाधानात राहा.

उरका पाडा –

आपली कामं, जबाबदाऱ्या शक्य तितक्या लवकर आटपाव्यात कामाचे स्वरूप आवाक्याबाहेर वाढत गेले की, त्याचा आपल्या मनावरही ताण वाढत जातो. बरेचदा आपण पाहतो की, ऑफिसमध्ये काहीजणांच्या टेबलावरील कागदांचा आणि फायलींचा गठ्ठा कधी संपतच नाही.

आमच्या दोन वरिष्ठ अधिकारी होत्या. त्यांची नावे आम्ही डिस्पोजमॅडम आणि पेंडिंगमॅडम अशी ठेवली होती. डिस्पोजमॅडमचे टेबल कायम स्वच्छ. कधीही

बघा, त्या प्रसन्न हसताना दिसत. पेंडिंगमॅडम कायम टेन्शनमध्ये. समोरच्या माणसाशी त्या शांतपणे बोलूसुद्धा शकत नसत. त्यांची कामाची पद्धत म्हणजे त्यांच्याकडे जो कुठला कागद येईल तो फाइलमध्ये सारून ठेवायचा. ऑफिस सुरू होताच सतरा प्रकारचे पेपर्स त्यांच्याकडे येत. त्यातले बहुतेक पेपर्स फक्त सही करून पुढे पाठवायचे असत. काही रेकॉर्डसाठी ठेवायचे असत. म्हणजेच फायलिंगसाठी असिस्टंटकडे द्यायचे असत. काही वाचून रिमार्क्स लिहून कार्यवाहीसाठी पाठवून द्यायचे असत. अगदी थोडी कागदपत्रे अशी असत की, त्यावर विचार करून निर्णय घ्यायचा असे.

डिस्पोजरमॅडमकडे असे फक्त चारपाच कागद टेबलावर असत आणि तेही त्या ऑफिस सोडण्यापूर्वी संपवून जात. पेंडिंगमॅडमपुढे मात्र दिवसाच्या शेवटी कागदांचा एवढा गठ्ठा साठे की नवीन कागदही त्या आधीच्या फायलीत सारून टाकत. कारण आधीचा गठ्ठाच इतका असे की, तो संपवल्याशिवाय नवीन कागदपत्रांना हात कसा लावणार? त्यापेक्षा नकोच ते! मग जसजसा कामाचा ढीग वाढत जातो, तसतसा मनावरचा ताणही वाढत जातो. म्हणून कामे तुंबवू नका, ती हातावेगळी करा. तुम्हीच ठरवा आपण पेंडिंग व्हायचे की डिस्पोज!

आहार चांगला ठेवा –

काहीजणांना मनावर ताण आला की, खा खा सुटते. सर्व घटक मिळाले नाहीत तर मेंदू काम करीत नाही. अशा वेळी जाणीवपूर्वक मेंदूला क्षार मिळतील असे पदार्थ खावेत. ग्लुकोजचा पुरवठा महत्त्वाचा. मेंदू तल्लख राहण्यासाठी गोड, तेलकट न खाता जीवनसत्त्व बी१ व बी२ असलेले पदार्थ खावेत.

नेहमीच समतोल आहार ठेवावा. मोड आलेली कडधान्ये, हिरव्या पालेभाज्या, रंगीत फळे यांचा आपल्या आहारात समावेश ठेवावा. जेवणखाणाच्या व झोपेच्या वेळा ठरवून घ्याव्यात. काहीही झाले तरी त्या शक्यतो पाळायच्या असा प्रयत्न करावा. कोणत्याही परिस्थितीत व्यसनांच्या आहारी जाऊ नये. कारण त्याने परिस्थितीत बदल होत नाही, आपली क्षमता मात्र कमी होते. व्यसन करण्याने प्रश्न सुटले असते तर सगळ्या दारुड्यांच्या समस्या सुटल्या नसत्या का? भारतामध्ये कितीतरी स्त्रियांना निराशाजनक परिस्थितीत जगावे लागते! पण त्या व्यसनांच्या वाटेला जात नाहीत. आणि त्यामुळेच प्रतिकूल परिस्थितीस त्या अधिक खंबीरपणे तोंड देऊ शकतात.

ध्यानधारणा, प्राणायाम, प्रार्थना –

ध्यानधारणा व प्राणायाम यांचे तंत्र आवर्जून शिकून घ्यावे. याचा शरीरावर व मनावर निश्चितपणे सुपरिणाम झालेला आपल्याला जाणवतो. वीस मिनिटांची ध्यानधारणा किंवा वीस मिनिटांचा प्राणायाम केल्यानंतर तुम्ही जर आधीच्या मन:स्थितीशी आताची मन:स्थिती ताडून पाहिलीत तर तुमच्या ताबडतोब लक्षात येईल की, आधीचे साचलेपण, खिन्नपणा नाहीसा झाला असून मेंदू तरतरीत झाला आहे. मनात आशादायक विचार येणे सुरू झाले आहे.

प्रार्थना केल्याने देव आपल्या पाठीशी आहे या श्रद्धेच्या जोरावर माणसाला बळ मिळते. अहंकार कमी होतो. षडरिपुंचा जोर कमी होतो. मन शांत होते. प्राप्त परिस्थितीस तोंड देण्याचे धैर्य येते. होते ते बऱ्यासाठी अशी मनाची समजूत घालून सज्ज राहता येते.

एकदा एका राजाचे लढाई करताना एक बोट तुटते. राजा त्याबद्दल सारखाच दुःख करू लागल्यावर त्याचा सल्लागार त्याची समजूत घालताना म्हणाला, 'जे होते ते बऱ्यासाठी होते. तुम्ही कशाला बोट गेल्याचे दुःख करता?' हे ऐकून राजाला फार राग

येतो आणि तो मित्राला कैदेत टाकतो. पुढे एकदा राजा शिकारीसाठी जंगलात जातो तेव्हा वाट चुकून रानटी लोकांच्या तडाख्यात सापडतो. त्यांना त्या दिवशी एक नरबळी हवा असतो. हा आयताच त्यांच्या हातात सापडतो. मात्र बळी देण्यासाठी त्याला नेल्यावर त्यांचा पुजारी त्याचे तुटके बोट बघतो आणि म्हणतो, 'देवाला असा अपूर्ण माणूस बळीसाठी चालणार नाही. सोडून द्या याला.' तेव्हा कोणत्या गोष्टीचे काय पर्यवसान होईल हे आपल्याला माहीत नसते. कधीकधी असे वाईटातून चांगले घडलेले आपल्या लक्षातही येत नाही. पण आधी मात्र आपण भरपूर मनस्ताप करून घेतलेला असतो. म्हणून कितीही मोठे संकट आले तरी 'कदाचित यातूनही काही चांगले निघू शकेल' असे म्हणून आपली वाटचाल पुढे चालू ठेवावी.

आत्मनिर्भर व्हा

सगळ्यात महत्त्वाचे म्हणजे आपल्याला तणावमुक्त व शांततापूर्ण जीवन जगायचे आहे असा तुमचा स्वतःचा निश्चय पाहिजे. माझ्याच वाट्याला हे का? असा विचार करू नये कारण तो खरा नसतो. उलट आपल्यापेक्षा कितीतरी थोर माणसांना आपल्यापेक्षा अधिक संकटांना तोंड द्यावे लागलेले असते. त्यांची उदाहरणे आठवावीत.

सूर्यपुत्र पराक्रमी कर्ण, अत्यंत स्वाभिमानी द्रौपदी, नेताजी सुभाषचंद्र बोस यांचा काहीही दोष नसताना त्यांच्या वाट्याला दुःखे, संकटे आली. पण त्यातूनही त्यांनी मोठे कार्य केले. डोळे उघडे ठेवून पाहिलेत तर अगदी आपल्या जवळपाससुद्धा अशी कितीतरी उदाहरणे तुम्हाला सापडतील. त्यांना जर आयुष्याचे भोग चुकले नाहीत तर आपल्यालाही ते भोगूनच संपवावे लागणार असे समजून धीरोदात्तपणे दुःखे, संकटे यांना तोंड द्या.

मनाचे थोडे लाड पुरवावेत –

मनावरील ताण वाढत जातो, तेव्हा आपल्या आवडीच्या गोष्टी कराव्यात. कुणाला बालपणीच्या आठवणीत रमायला आवडेल. कुणाला देवघरात बसून स्तोत्र म्हणायला आवडेल. कुणाचे वाचनात देहभान हरपेल तर कुणी संगीतात तल्लीन होऊन जाईल. आपण गर्भात असल्यापासून ताल, नाद यांची ओळख झालेली असते. संगीताने मन वेगळ्या विश्वात विहार करू लागते. कधी आपले विचार डायरीत लिहून काढल्यानेही मनातल्या उद्रेकाला वाट मिळून मन हलके होते.

भरतकाम, बागकाम यानेही मन प्रफुल्लित होते. कुणाला लहान मुलांच्या सहवासात आनंद मिळेल. अलीकडे हास्यक्लब निघाले आहेत. त्यांचाही फायदा होतो. आवडती गाणी लावून त्याबरोबर स्वतः गाणी म्हटल्याने, नाचल्यानेदेखील कोंडलेल्या भावनांना वाट मिळते. आपल्याला काय आवडते ते ज्याने त्याने समजून घ्यावे. ते आवर्जून करावे आणि मनाला दिलासा द्यावा. वाघ मागे लागल्यासारखे कामांच्या मागे धावू नये. थोडी विश्रांती घ्यावी. वेगळ्या वातावरणात जावे. वेगळ्या माणसांना भेटावे. आपले मन प्रफुल्लित होईल, टवटवीत होईल अशा गोष्टी कराव्यात.

स्वतःपलीकडे पाहा –

दुसऱ्यांचे प्रश्न, त्यांच्या अडचणी समजून घ्या. त्यांच्या आयुष्यात हास्य फुलवण्याचा प्रयत्न करा. अगदी आपल्या जवळच्या मित्रमैत्रिणी, कुटुंबीय, सहकारी यांचा विचार केलात तरी तुमच्या लक्षात येईल की, प्रत्येकजण आपापल्या आयुष्यातले प्रश्न सोडवण्यात गर्क आहे. अपेक्षाभंग, विश्वासघात, दुःखं कुणालाच चुकलेली नाहीत. त्यांना दिलासा द्या. अशा वेळी पोकळ शब्द नकोत. किंवा इतका कसा तू निराश होतोस म्हणून निर्भर्त्सनाही नको. त्या व्यक्तीला समजून घ्या. सल्लामसलत करा. हळूहळू तुमचे प्रश्न तुम्हाला किरकोळ वाटू लागतील. इतरांच्या प्रश्नांची चर्चा करताना तुम्हाला तुमच्या समस्यांवर मार्ग सापडतील.

स्वतःचे दुःख विसरण्यासाठी सामाजिक कार्यात झोकून दिलेल्यांची कितीतरी उदाहरणे आपल्याकडे आहेत. त्यांच्या दुःखाला त्यांनी मानवतेचे परिमाण दिले. तेव्हा आत्मकेंद्री राहू नका. इतरांकडे पाहा. त्यांना समजावून घ्या. त्यांच्या भूमिकेत शिरून त्यांचे मन जाणून घ्या. मग तुम्हाला स्वतःच्या अपेक्षाभंगांचे, ताणतणावांचे ओझे वाहण्याची आठवणही होणार नाही.

तुझे आहे तुजपाशी –

अनेकदा आपले मनस्वास्थ्य हरवते तेव्हा आपण त्याचा अनेक ठिकाणी शोध घेतो. पण कित्येकदा ही मनःशांती आपल्या घरामध्ये, कुटुंबियांमध्येच मिळू शकते हे आपण विसरून गेलेलो असतो. एकमेकांबरोबर सतत राहिल्यामुळे कधीकधी घरच्यांची खरी किंमत आपल्याला कळत नाही. पण शेवटी तिथेच आपल्याला विसावा मिळू शकतो. घरात शांती, समाधान असेल तर आपण इतर आघाड्यांवर लढू शकतो. बाहेरच्या जगात झालेले पराभव, अपेक्षाभंग यांचे ओझे उतरवून ठेवण्याची एका

हक्काच्या घराची, प्रेमाच्या माणसाची प्रत्येकाला गरज असते. हे घर विसाव्याचे ठिकाण होण्यासाठी तिथले विश्वासाचे वातावरण आपणच टिकवून ठेवले पाहिजे. क्षुल्लक गोष्टींनी घराचे घरपण घालवू नये.

कधी कुटुंबियांपैकीच कुणी आपल्यावर ओरडते, कुणी काही आरोप करते, पण तेवढेच मनात धरून जन्मापासूनची नाती तोडू नयेत. एकमेकांना समजून घ्यावे. 'जाऊ दे, आत्ता मूड नसेल, बाहेर काहीतरी बिघडलेलं दिसतंय, येईल ताळ्यावर तेव्हा बोलू' असा विचार करावा. नात्याचे रोपटे बहरण्यासाठी त्याला विश्वासाचे, प्रेमाचे खतपाणी खालावे लागते. ते आवर्जून करा. बाहेरचा राग घरातल्यांवर काढू नका. बाहेरची – ऑफिसची कामे घरी करायला आणू नका. घरच्यांना फार गृहीत धरू नका. नात्यातला गोडवा टिकवण्यासाठी प्रयत्नशील राहा. घरातल्यांशी सुसंवाद ठेवा. मनावरचे ताण हलके करण्यासाठी शांतसमाधानी घर फार उपयुक्त ठरते.

दिनक्रम पार पाडा –

डॉ. उल्हास लुकतुके असे सुचवतात की, आपला दिवसभराचा दिनक्रम ठरलेला असावा. त्यामुळे मन रिकामे राहत नाही. एकामागोमाग कामे केल्याने शरीर व मन गुंतून राहते. मन व्यग्र राहिले म्हणजे कंटाळा येत नाही. शरीर सक्रीय राहिले म्हणजे नकारार्थी विचार येण्यास वाव राहात नाही. शिवाय कामातून मिळणारे समाधान वेगळेच.

विश्रांती, करमणूक, काम काहीही असेल; ते आधीपासून ठरवावे. कितीही ताण आला तरी, बोअर झाले तरी ठरल्याप्रमाणे आपला दिनक्रम पार पाडण्याचा प्रयत्न करावा. आयुष्य जसे घरंगळत जाईल तसे कधीही जाऊ देऊ नये. ठरले तर मग? होय, असा ठामपणे निर्णय घ्या; इतकेच नव्हे तर इतरांनाही तुमचा आदर्श घालून द्या.

स्वतःला ओळखा

- आपण ताणमुक्त राहावे अशी तुमची खरोखरच मनापासून इच्छा आहे का?
- त्यासाठी आवश्यक ती सावधानता तुम्ही बाळगता का?
- व्यायाम, आहार व विश्रांती योग्य प्रमाणात घेता का?
- वेळप्रसंगी इतरांचा सल्ला घेता का?
- तणावमुक्त राहण्याची जबाबदारी आपलीच आहे असे तुम्ही मानता का?

☺☹

निर्णयक्षमता आणि नेतृत्व

निर्णयक्षमता :

निश्चयाचे बळ, तुका म्हणे तेचि फळ

आयुष्यात आपण विशेष काही करू शकतो हा विश्वास आपल्या मनात कसा निर्माण करायचा इथपासून आपण व्यक्तिमत्त्व विकासास सुरुवात केली. धीर न सोडता, जीवनाविषयी आशादायक दृष्टिकोन ठेवून, ग.दि.माडगूळकरांच्या शब्दात, 'नको बावरूनी जाऊ नियतीच्या भयाने, एक एक पाऊल उचली, चाल निश्चयाने' अशा प्रकारे जीवनाची वाटचाल कशी करता येईल हे आपण विधायक दृष्टिकोन या प्रकरणात शिकलो. लोकांसमोर धीटपणे आपले विचार सांगणे, त्यांच्यात सहज मोकळेपणाने वावरणे याचे तंत्र आपण वक्तृत्व आणि स्मार्टनेस या प्रकरणात शिकलो. मात्र मनुष्याचे कर्तृत्व शेवटी त्याच्या कार्यक्षमतेवरच ठरते. म्हणून कार्यक्षमता वाढवण्याचे काही मंत्र आणि तंत्र आपण शिकून घेतले.

एक गोष्ट आपण लक्षात ठेवली पाहिजे की, आपण शेवटी समाजात राहतो. आपल्या भोवती अनेक प्रकारचे लोक असतात आणि त्यांच्याबरोबर आपल्याला वाटचाल करायची असते. म्हणून इतरांशी सुसंवाद कसा राखायचा हे आपण 'संभाषणकौशल्य' या प्रकरणात पाहिले. आत्मनिर्भर होऊन आता तुम्ही कर्तृत्वाची नवी शिखरे सर करण्यासाठी सज्ज झाला आहात खरे; पण तुमची सगळीच धांदल होते आहे. करायचे तर खूप आहे, जमेल अशी खात्रीही आहे पण वेळच पुरत नाही. मी तुमचा हा प्रश्नही वेळव्यवस्थापन या प्रकरणात सोडवून टाकला आहे. आता तुम्ही बरीच कौशल्ये आत्मसात केली आहेत. पण ती अंमलात आणण्यासाठी आपले मन उत्साही, निर्भय राहिले पाहिजे. मानसिक ताणतणावाखाली दबलेल्या व्यक्तीच्या अंगी कितीही गुण असले तरी ते प्रकट होत नाहीत. यासाठी तणावापासून मुक्त राहण्याची काही महत्त्वाची सूत्रे, प्लॅन ऑफ ॲक्शन मी तुम्हाला सुचवला आहे.

आयुष्यात अनेक वळणे, काही टप्पे असे येतात की, त्या वेळी घेतलेला निर्णय आपले यशापयश निश्चित करीत असतो. म्हणून निर्णयक्षमता उत्तम असणे अत्यंत आवश्यक आहे. ती कशी साध्य करायची याची काही सूत्रे मी आता या प्रकरणात देत आहे. आता इतकी सारी कौशल्ये तुम्ही आत्मसात केलीत तर इतरांचे नेतृत्व करणे काय अवघड आहे? मग? पुढे होऊन ही जबाबदारी स्वीकारण्याचे कौशल्यही तुम्ही शिकून घेणार ना? आत्मविश्वास मिळवण्यापासून ते लोकांनी आपले अनुयायित्व पत्करण्यापर्यंत पल्ला मारणे म्हणजे सोपी गोष्ट नव्हे. ती तुम्ही साध्य केलीत तर मग तुम्हाला मानलेच पाहिजे. तुमचे नेतृत्व स्वीकारायला हवे. पण उत्कृष्ट नेतृत्वासाठी तुम्हालाही काही गोष्टी आत्मसात कराव्या लागतीलच ना? त्या कोणत्या ते आता आपण पाहू या. नेतृत्व करण्यासाठी अत्यंत आवश्यक असलेली निर्णयक्षमता आधी आपण वाढवू या आणि मग अखेरीस नेतृत्व करण्यास सज्ज होऊ या.

निर्णय घेण्याची वेळ आली नाही अशी व्यक्ती मिळणे अशक्य. जीवन म्हणजे पर्यायांचा कोलाहल. अनेक पर्यायांपैकी कोणता पर्याय निवडावा? तोच पर्याय योग्य कशावरून? आपला निर्णय चुकला तर? कौटुंबिक बाबतीत, शिक्षणाच्या बाबतीत, नोकरीमध्ये, वैवाहिक जोडीदार निवडताना, संसारात, सतत पावलोपावली आपल्याला निर्णय घ्यावे लागतात. त्यावर आपले सुखदुःख, यशापयश ठरणार असते. कधीकधी ही जबाबदारी पेलवेनाशी होते. हे करावे की ते? काही सुचेनासे होते. काही वेळा निर्णय घेण्याच्या या काचातून सुटण्यासाठी वाटते, नकोच हा गोंधळ... निर्णय घेण्याचे हे कठीण काम दुसऱ्याच कुणीतरी करावे आणि आपल्यातला त्यातून सोडवावे. कधीकधी माणसाचा इतका गोंधळ होतो की, तो चक्क स्वस्थ राहतो. काही निर्णयच घ्यायचा नाही... खरं तर यामुळे परिस्थिती आणखी चिघळते. कित्येक महत्त्वाचे निर्णय न घेतल्यामुळे व्यक्तिगत जीवनातच नव्हे तर राजकीय व सामाजिक बाबतीतसुद्धा केवढे नुकसान होत असते हे आपण पाहतो. योग्य निर्णय घेण्याने आपल्याला बळ येते. म्हणून निर्णय तर घ्यायलाच हवा; आणि तोही वेळीच! आता तुम्ही म्हणाल, आणि तोही बरोबर निर्णय! अगदी बरोबर! पाहूयात आपण योग्य वेळी योग्य निर्णय कसा घ्यायचा ते! मी खाली एकेक मुद्दा मांडला आहे, त्याचा नीट विचार करा.

निर्णय घेणे महत्त्वाचे –

काही वेळा माणसे इतका उलटसुलट विचार करत राहतात की, स्वतःचेही डोके खातात आणि हे करू का ते करू असे इतरांना विचारून भंडावून सोडतात. आपल्या अल्पमतीनुसार आपल्याला योग्य वाटलेला निर्णय घेण्यास आपण त्यांना सुचविले तर हे त्यावर विचार करणार नाहीत. कोणताही निर्णय घेताना त्याला दुसरी बाजू असतेच. त्यामुळे आपण जे सांगू त्याविरुद्धचा मुद्दा सांगून हे म्हणणार, '... पण ते असे आहे ना!' म्हणजे इतरांना सल्ला विचारतात तर खरे, पण त्यावर विचार करण्यापेक्षा त्यांना असे गोंधळातच राहायला आवडते की काय कुणास ठाऊक!

अशा लोकांना इतकेच सांगावेसे वाटते की, काहीतरी करा, काहीही करा पण आत्ता करा. वेळ निघून गेल्यावर निर्णय घेण्याचा काय उपयोग? ते बैल गेल्यावर झोपा केल्यासारखे होईल. आणि मग परिस्थिती आणखी अवघड होऊन बसेल. म्हणून थोडे धीट होऊन निर्णय घेण्यास शिका. आयुष्यात कधीकधी जोखीम घ्यावीच लागते. उदाहरणार्थ, मुलीचे मोठ्या हौसेने लग्न करून दिले. सासरी तिला खूप जाच होतोय हे कळतेय, मात्र घटस्फोटाचा निर्णय घेण्याचे धाडस होत नाही म्हणून पालक तिला तिथेच नांदायला सांगतात. पण तुम्ही निर्णय घेतला नाही म्हणून प्रश्न सुटला का? तो वाढतच जातो. मग कधीतरी मुलीला जाळून मारले किंवा तिने आत्महत्त्या केल्यावर पश्चात्ताप करून काय उपयोग? तेव्हा निर्णय घेणे टाळू नका. फाटलेले शिवण्यासाठी वेळेवर घातलेला एक टाका नंतरचे नऊ टाके वाचवतो.

हाती घ्याल ते तडीस न्या –

वचारपूर्वक जास्तीत जास्त अचूक निर्णय घ्या. पण एकदा ठरवल्यावर मागे सरू नका. माणसे फार सहजपणे ठरवतात आणि रद्दही करतात. तसे तुम्ही करू नका. आमचे एक साहेब आम्हाला ऑफिसमध्ये आल्याबरोबर सांगत असत, त्यांना चार वाजता बिझिनेस टूरसाठी निघायचे आहे. त्यांचा असिस्टंट गाडीची व्यवस्था, बरोबर न्यायचे पेपर्स सगळे तयार ठेवीत असे. आणि त्यांचे जाणे खूपदा लांबणीवर पडत असे किंवा रद्द होत असे. पुढेपुढे त्यांचे टूरवर जाणे आमच्या टिंगलीचा विषय झाला होता. अशा धरसोड वृत्तीमुळे आपल्याला गांभीर्याने घेतले जात नाही. आपले शब्द, आपले विचार यांची विश्वसनीयता गमावू नका. उलट आपली अशी प्रतिमा झाली पाहिजे की, तिने निर्णय घेतला आहे ना, मग तो ती तडीस नेणार. तेव्हा एकदा निर्णय घेतलात की तो पुन्हापुन्हा बदलत बसू नका. निर्णय घेऊन तो निश्चयाने तडीस नेलात तरच तुम्ही ध्येयापर्यंत पोचू शकाल.

अधिक चांगला निर्णय घ्या –

कोणताही निर्णय घेताना आपण गोंधळून का जातो? तर आपल्याला वाटते, आपण अमुक हा निर्णय घेतला आणि नंतर दुसराच निर्णय फायदेशीर ठरला तर? अचूक निर्णय घेता यावा म्हणून आपण निर्णय घेण्यास फार वेळ लावतो किंवा निर्णय घेतच नाही. तर नेहमी एक गोष्ट लक्षात ठेवा की, सर्वोत्तम निर्णय असा कोणताही नसतो. त्या त्या परिस्थितीत जो आपल्याला अधिक चांगला निर्णय वाटतो तो घ्यावा.

समजा, मुलाखत झाल्यावर दोन ठिकाणहून तुम्हाला नोकरीची ऑफर आहे. तुम्ही इतकेच करू शकता की, दोन्ही कंपन्यांमध्ये सध्या तुमच्यावर सोपवले जाणारे काम, त्या मोबदल्यात मिळणारे लाभ, भावी काळात मिळू शकणाऱ्या संधी, अशा काही गोष्टींची जास्तीत जास्त माहिती घेऊ शकता. मग त्यातून जी कंपनी उजवी वाटेल तिथली ऑफर तुम्ही स्वीकारायची. मात्र असेही होऊ शकते की, आज भरभराटीस आलेली कंपनी नंतर डबघाईस येईल किंवा आज लहान वाटणाऱ्या ऑफिसमध्ये नंतर भराभर प्रमोशन्स मिळू शकतील. अखेरीस भविष्यात काय घडणार आहे याचा फक्त आपण अंदाजच घेऊ शकतो. म्हणून सर्वकाळ अचूक ठरेल असा निर्णय आपण आज घेऊ शकत नाही ही वस्तुस्थिती मान्य करून प्राप्त परिस्थितीत जो निर्णय अधिक चांगला वाटतो तो घेऊन मोकळे व्हावे.

आवडनिवड –

आपण घेतलेला निर्णय योग्य ठरण्यासाठी प्रथम आपल्या आवडीनिवडी, आपल्याला कशा प्रकारे जगायला आवडते, हे माहीत असायला हवे. समजा, तुमचे आता शिक्षण पूर्ण झाले आहे आणि तुम्हाला नोकरीधंद्याला लागायचे आहे.

यासाठी अर्ज करण्यापूर्वी तुम्हाला अनेक गोष्टींबाबत निर्णय घ्यावे लागतील. एक तर तुम्हाला सरकारी नोकरी करायची आहे की खासगी? सरकारी नोकरीत आराम असतो, पगार ठीक असतो, सुट्या चांगल्या असतात पण आव्हानात्मक कामाचा आनंद तिथे मिळत नाही, लवकर बढत्या मिळत नाहीत. जर तुम्हाला स्वतःच्या इतर गोष्टींसाठी वेळ हवा असेल आणि नोकरी ही उदरनिर्वाहापुरती करायची असेल तर सरकारी नोकरीत शिरायला हरकत नाही. अर्थात फार वरच्या पदावरच्या जागांसाठी सर्वच ठिकाणी वेळ, बुद्धी जास्त खर्च करावी लागते.

तुम्हाला भरपूर पैसे कमवायचे आहेत, अधिक कामाची तयारी आहे, कंपनीतर्फे परदेशात जाण्याची संधी मिळाली तर हवी आहे, तर तुम्ही खासगी कंपनीत नोकरीसाठी अर्ज कराल. काहीजणांना आपले कुटुंब, गाव सोडून नोकरीसाठी दुसरीकडे जाण्याची तयारी नसते. त्याचाही नीट विचार करावा.

मुलीचे लग्न होते, तेव्हाही तिला स्वतःचे कुटुंब, घर सोडावे लागते. पण गाव सोडण्याची तयारी आहे का, नोकरी सोडावी लागली तर चालणार आहे का, व्यवसाय असेल तर तो लग्नानंतर करायचा आहे किंवा नाही अशा अनेक गोष्टींवर मुलीने व तिच्या कुटुंबियांनी आधीच विचार करावा. नाहीतर उत्साहाच्या भरात लग्न ठरते आणि मग जसा काळ जाऊ लागतो, तसे हा निर्णय चुकल्याची जाणीव तिला होते. बरं, भारतीय समाजात लग्न म्हणजे बहुतेकदा अपरिवर्तनीय गोष्ट असते. म्हणून आपला स्वभाव, आवडीनिवडी या सर्व गोष्टींचा आधीच विचार करून निर्णय घ्यायला हवा.

बुद्धीने व मनाने निर्णय घ्या –

निर्णय घेताना फक्त बुद्धीने निर्णय घेणे जसे चुकीचे आहे, तसेच फक्त भावनेच्या आहारी जाऊन निर्णय घेणेही चुकीचेच. दोन्हीचे जास्तीत जास्त संतुलन साधता आले पाहिजे. उदाहरणार्थ, बदलीची नोकरी स्वीकारायची असेल, तर दुसऱ्या गावी जाऊन राहण्याची तयारी हवी. तशी तयारी कुटुंबियांची नसेल तर त्यांचा विरोध पत्करून एकट्याने राहण्याची तयारी हवी. याने पदोन्नती लाभेल पण कुटुंबीय दुरावणार असले तर? फक्त मनाने निर्णय घ्यायचा म्हणजे प्रमोशन नाकारायचे. पर्यायाने जबाबदारी व

आर्थिक लाभ नाकारायचे. त्याऐवजी बुद्धीने व मनाने निर्णय घ्यावा लागेल. म्हणजे कुटुंबियांचे मन वळवणे, एकदोन वर्षे तिकडे जाऊन राहणे व पुन्हा बदलीसाठी प्रयत्न करणे, त्याच शहरात दुसऱ्या कंपनीत अधिक पगारावर नोकरीसाठी प्रयत्न करणे यांपैकी एखादा निर्णय घेणे उचित ठरेल. आखूडशिंगी, बहुदुधी, अल्पखर्ची अशी म्हैस आपल्याला हवी असते. त्यासाठी निर्णय घेताना आपणही आपली सर्व कौशल्ये वापरली पाहिजेत.

निर्णय शांतपणेच घ्या –

कितीही मोठी आपत्ती आली तरी डगमगून जाऊ नका. कधीकधी अचानक उद्भवलेल्या परिस्थितीचा ताण असह्य होऊन आपण ताबडतोब कृती करायला जातो. प्रतिक्रिया म्हणून कधीही निर्णय घेऊ नका. समस्येवर उपाय म्हणून निर्णय घ्या. म्हणजे नोकरीत साहेब ओरडला, तर तिथल्या तिथे राजीनामा खरडण्याचा निर्णय आततायीपणाचा ठरेल. त्यापेक्षा साहेबाची अपेक्षा नेमकी जाणून घेऊन आपल्यात तशी सुधारणा करण्याचा निर्णय हिताचा ठरेल.

हीच गोष्ट कुटुंबियांच्याही बाबतीत घडू शकते. घरच्यांनी आरडाओरडा केला की आईबापांना धडा शिकवण्यासाठी मुले घरातून पळून जातात किंवा कुमार्गाला लागतात. पण हा निर्णय नव्हे; ही तर प्रतिक्रिया झाली. तेव्हा कितीही संताप आला तरी थोडे थांबा. विचार करा की, आजपर्यंत असे किती वेळा झालेय? यापुढेही असेच होईल का? हे टाळण्यासाठी काय करता येईल? कधी बोलून मार्ग निघू शकतो. कधी आपली वागणूक सुधारता येते. क्वचित प्रसंगी दुसरा इलाजच नसतो. अशा वेळी जरूर कठोर निर्णय घ्या. पण हा निर्णय विचारपूर्वक घेतलेला असेल. तिरीमिरीने घेतलेला निर्णय बरोबर ठरू शकत नाही.

जीवनमूल्ये लक्षात घ्या –

आपली काही जीवनमूल्ये ठरलेली असतात. ती जाणून घ्या. आणि शक्यतो त्यानुसार निर्णय घ्या. कोणीही झाले तरी तो काही ना काही तत्त्वे मानत असतो. कितीही तडजोड करायची म्हटले तरी त्या तत्त्वांपलीकडे जाऊन ती व्यक्ती कोणतीच गोष्ट करू इच्छित नाही. उदाहरणार्थ एखाद्या व्यक्तीला श्रीमंत व्हायचे असेल. पण ती असे ठरवेल की, मी स्वतःच्या कर्तृत्वानेच पैसा मिळवेन. त्यासाठी मी कुणाकडून एक पैसाही घेणार नाही. कदाचित दुसरी एखादी व्यक्ती याच कारणासाठी स्वतः प्रयत्न करेलच; पण प्रसंगी कर्ज काढेल, कुणाकडून मदत घेईल. पण कुणाचे पैसे

बुडवावेत असे तिच्या मनातही येणार नाही. पैसे फेडता आले नाहीत तर तो तिला जीवनातला फार मोठा पराभव वाटेल. म्हणजे आपल्यावर लहानपणापासून जे संस्कार झालेले असतात, त्यातून कळतनकळत काही जीवनमूल्ये ठरत जातात. त्यांना धक्का पोचेल असे कोणतेही निर्णय आपण अंमलात आणू शकत नाही.

या गोष्टी लक्षात घेऊन, त्यानुसार निर्णय घ्यावा. तोच आपल्याला मानवतो. उदाहरणार्थ, आपला एखादा मित्र भारतात शिक्षण पूर्ण झाले की, अमेरिकेची फ्लाइट पकडून तिकडेच स्थायिक व्हायचे, हे स्वप्न शाळेत असल्यापासून बोलून दाखवतो आणि ते अंमलातही आणतो. आपला स्वभाव जर इथल्याच मातीशी घट्ट बांधून राहण्याचा असेल, आईवडील, समाज, इथल्या चालीरीती हे सोडून जाणे म्हणजे संकट वाटत असेल तर आपण असा निर्णय घेणे योग्य होणार नाही. कारण तो निर्णय आपल्याला नंतर सुखाचा ठरत नाही. समजा, रस्त्यात एखादा अपघात घडला आहे. इतर बघे कदाचित मागे सरतील पण तुम्ही जर तेव्हा पुढे झाला नाहीत तर तुम्हाला कायमची रुखरुख लागून राहील का? अशा वेळी आपली जी तत्त्वे मनाशी बाळगलेली असतील, त्यांना प्राधान्य देऊन त्यानुसार निर्णय घ्यावा.

पूर्ण व वस्तुनिष्ठ माहिती घ्या –

कधीकधी फार मोठे निर्णय अगदी आंधळेपणाने घेतले जातात. लग्न ठरवताना मुलाच्या किंवा मुलीच्या स्वभावाची, घरची, घरच्यांची पूर्ण माहिती न घेताच लग्न झटपट उरकले जाते. कधी परदेशातल्या खोट्या जाहिरातींना भुलून मोठ्या पगाराच्या नोकरीसाठी तिकडे जाण्याचा निर्णय घेतला जातो. वेळ लागला तरी चालेल, पण संपूर्ण माहिती मिळाल्याशिवाय त्यासंबंधी निर्णय घेणे म्हणजे डोळे मिटून अंधारात उडी घेण्यासारखे होय. तेव्हा पुरेसा वेळ घेऊन नीट आणि खरी माहिती काढा आणि मग निर्णय घ्या.

प्राधान्य ठरवा –

निर्णय घेताना आपली द्विधा मन:स्थिती कधी होते? तर जेव्हा आपल्याला त्या गोष्टींचा प्राधान्यक्रम ठरवता येत नाही तेव्हा! उदाहरणार्थ, माझ्याकडे पाचशे रुपये आहेत. एक साडी फार आवडलीय. पण पावसाळा तोंडावर आलाय आणि जवळ छत्री किंवा रेनकोट नाहीय. तर मुळीच घोळ न घालता मी छत्री व रेनकोटच घेतले पाहिजे. गरज आणि हौस यातली सीमारेषा ओळखता आली पाहिजे. घरात आजारी माणसाला तुमची गरज असेल आणि तुम्ही मित्रांबरोबर लांबच्या सहलीसाठी फिरायला गेलात तर चालेल का?

कर्तव्ये, जबाबदाऱ्या पार पाडून मग तुमची हौस पुरवा. आपल्या निर्णयाचे कोणते परिणाम होणार आहेत, हे लक्षात घेऊन त्यानुसार निर्णय घ्या.

ऐकावे जनाचे –

सर्व बाबतीत आपल्याला कळते असा भ्रम ठेवू नका. कोणत्याही गोष्टीचे अनेक पैलू असतात, आपल्याला न दिसणाऱ्या अनेक बाजू असतात. त्या आधी माहीत करून घ्या. उद्योगधंदा करणाऱ्यांचे पैसे आपल्याला दिसतात, स्वातंत्र्य दिसते पण त्यामागे त्यांचे किती कष्ट असतात, अनिश्चितता असते याचा आपण विचार करीत नाही. अशा वेळी त्यांच्याशी बोला, त्यातील खाचाखोचा माहीत करून घ्या. त्यातली जोखीम आपल्याला परवडणार आहे का, यावर विचार करा. आणि मग निर्णय घ्या. स्वतः निर्णय घेण्यापूर्वी तज्ज्ञ व्यक्तीचा जरूर सल्ला घ्या. काही वेळा पालक आणि मुले यांच्यात मतभेद होतात. निर्णय घेणे कठीण होते. अशा वेळी आपल्या मुलावर आपले कितीही प्रेम असले तरी पालकांनी शिक्षणतज्ज्ञांची, मनोवैज्ञानिकांची अवश्य मदत घ्यावी. योग्य निर्णय घेण्यास ती उपयुक्त ठरते.

करावे मनाचे –

एकदा निर्णय घेतल्यावर ती जबाबदारी आपली असते. तो निर्णय आपण स्वतःच अंमलात आणणार असतो. हे लक्षात घेऊन आपल्याला तो झेपणार आहे का, आपला कल काय आहे, आपली क्षमता किती आहे या साऱ्याचा विचार करावा. इतरांचे सल्ले घ्यावेत, त्याविषयीची आवश्यक माहिती करून घ्यावी, आपल्या जवळच्यांचा विचार करावा. हे सगळे जरूर करावे, पण अखेरीस स्वतःच्या मनाचा कानोसा घ्यावा. दुसरे गेले म्हणून त्या वाटेने तुम्हीपण जाऊ नका.

आपल्या अंतर्मनाचा आवाज ऐकावा आणि तोच मार्ग अनुसरावा. कित्येकदा जगावेगळे वागूनही काहीजण यशस्वी ठरतात याचे कारण हेच आहे की, त्यांनी आपल्या अंतर्मनाचा कौल ओळखलेला असतो. तेव्हा लक्षात ठेवा, सगळ्यात उत्तम निर्णय तोच असतो, जो आपण स्वतः घेतो. 'कुणी काही म्हणा, कुणी काही म्हणा, अनुसरले मी अपुल्याच मना!' असा खाक्या ठेवावा.

रॉबर्ट फ्रॉस्ट नावाचा महान कवी एके ठिकाणी म्हणतो, 'मी एक गोष्ट मन अगदी घट्ट करून तुम्हाला सांगणार आहे. फार फार वर्षांपूर्वीची. जंगलातून चाललो असताना एका निर्जन ठिकाणी दोन वाटा फुटल्या आणि मी ... त्यातली कमी मळलेली वाट घेतली आणि सांगू... त्यानंच सगळं बदलत गेलं. अगदी आतून अन् बाहेरून, सारं सारं.'

तुमची वाट तुम्हीच ओळखा आणि ती ओळख पटली की मग ती वाट चोखाळण्यास मुळीच कचरू नका. तुम्हाला कोणत्या रस्त्याने जायला आवडेल हे तुमच्याइतके अचूकपणे दुसऱ्या कोणाला माहीत असणार?

पूर्वग्रह नको –

आपल्याही नकळत आपल्या मनात अनेक प्रकारचे समज ठाण मांडून बसलेले असतात. स्त्रियांनी आपली क्षमता सिद्ध केली असूनदेखील काही वेळा केवळ ती स्त्री आहे म्हणून तिला जमणार नाही, असे समजून तिच्यापेक्षा थोडी कमी क्षमता असलेल्या पुरुषाला बढती देणे हा त्यातलाच प्रकार. काही वेळा आपल्या निर्णयाचे अनेकांवर परिणाम होणार असतात. अशा वेळी आपला निर्णय पक्षपाती असणार नाही याची काळजी घ्या. तर्काच्या कसोटीवर घासून निःस्पृहपणे निर्णय घ्या.

निर्णय घेताना कसा घ्यावा? रामदासांनी म्हटलेय,

राखो जाणे नीतिन्याय, न करी करवी अन्याय,

कठीण प्रसंगी उपाय, करू जाणे.

निर्णय घेताना नीती पाळावी, न्याय करावा. आपल्या निर्णयामुळे कोणावर अन्याय होणार नाही अशी काळजी घ्यावी. कठीण प्रसंगात योग्य तोच उपाय करावा.

चुकीचा निर्णय मान्य करण्यात कमीपणा मानू नका –

कित्येकदा आपण पुष्कळ विचार करून निर्णय घेतो. पण परिस्थिती बदलत जाते, कधी आपले अंदाज चुकतात आणि लक्षात येते की, घेतलेला निर्णय चुकीचा होता. एखादा शेतकरी मोठ्या हौसेने ट्रॅक्टर खरेदी करतो. सुरुवातीला त्यामुळे काम झपाट्याने होते पण त्याची किंमत वसूल होईल इतके काम शेतात नाहीय असे लक्षात येते. मग तो शेतकरी काय करतो? तो आपला ट्रॅक्टर भाड्याने देऊ शकतो. पण पुढे तो गंजतो, वारंवार बिघडतो, दुरुस्तीचा खर्च वाढतो... अशा वेळी आता घेतलाय तर लगेच विकून कसा टाकायचा असा विचार करण्यापेक्षा येईल त्या किंमतीला तो विकून टाकणे चांगले. ठेवून पस्तावण्यापेक्षा विकून पस्तावणे चांगले अशी एक म्हण आहे. तुमचा ट्रॅक्टर यापेक्षा अधिक किंमतीला विकला गेला असता, त्याचा आणखी उपयोग करून घ्यायला हवा होता असेही तुम्हाला नंतर वाटू शकते. पण तरीसुद्धा तुम्ही प्रामाणिकपणे विचार केलात तर हाच निर्णय घेणे क्रमप्राप्त होते हे तुम्हाला नक्की पटेल.

ट्री थिअरी –

इलियाहू गोल्डरॅट या प्रख्यात तज्ज्ञाने एखाद्या समस्येवर निर्णय कसा घ्यावा याची शास्त्रशुद्ध थिअरी तयार केली आहे. अगदी घरगुती लहानसहान प्रश्नांपासून ते मोठमोठ्या कारखान्यांमधील जटिल समस्यांपर्यंत त्याची प्रक्रिया वापरून उत्तर शोधता येते. या प्रक्रियेस त्याने 'ट्री' असे नाव दिले आहे. या पद्धतीमुळे समस्येच्या मुळापर्यंत जाता येते. नाहीतर अनेकदा असे होते की, मूळ समस्या वेगळीच असते आणि आपण भलत्याच गोष्टींची चर्चा करीत राहतो.

'ट्री' या प्रकारच्या प्रक्रियेमध्ये असे असते की, स्वतःच्या मनातील प्रश्न आधी एका कागदावर लिहून काढायचा. ते झाडाचे मूळ. मग त्यातील अडचणी, परिणाम, काही पर्याय, सुचणारे मार्ग असे त्यासंबंधात जे जे विचार आपल्या किंवा इतरांच्या मनात येतील ते तिथे लिहीत जायचे. या त्या झाडाच्या फांद्या. एकदा डोक्यातला विचारांचा कोलाहल कागदावर उतरवला की, निर्णय घेण्यासाठी डोके

मोकळे होते. मग लिहून काढलेला एकेक पर्याय कितपत संयुक्तिक आहे, ते तपासून पाहत एकेक पर्याय छाटत जायचे. आपण वर दिलेल्या निकषांवर ती उत्तरे तुम्ही पडताळून पाहिलीत तरी हरकत नाही. आणि मग अखेरीस जो पर्याय जास्तीत जास्त फायदेशीर, अटळ असेल तो उरतो आणि मग तोच निर्णय घ्यायचा.

निर्णय अंमलात आणा –

खूपदा निर्णय घेतल्यानंतर तो अंमलात आणण्याचा धीर होत नाही. एकदा सर्वतोपरी विचार करून निर्णय घेतलाय ना? मग पुन्हा त्याबद्दल साशंकता नको. पुन्हा पुन्हा त्याची सत्यता पडताळून पाहत बसू नका. धरसोड करू नका. एकदा तुम्ही निर्णय घेतलाय की, नोकरी करण्याऐवजी स्वतंत्र व्यवसाय करणे आपल्याला जमेल. मग त्या दृष्टीनं कामाला लागा. दोनतीन वर्षे निष्ठेने व्यवसाय करून काय निष्पन्न होते ते पहा. पहिल्या सहा महिन्यातच नोकरदारांना महिन्याच्या महिन्याला कशी ठराविक रक्कम मिळते म्हणून रडगाणे गायला लागलात तर ते खरे नव्हे. स्वतः घेतलेल्या निर्णयावर स्वतःचा विश्वास हवा. त्या निर्णयाचे फळ मिळेपर्यंत धीर ठेवा. नुसता आरंभशूरपणा नको.

काहीजण गप्पा खूप मारतात, तोंडी निर्णय पुष्कळ होतात. प्रत्यक्षात ती कृती करण्याची वेळ आली की, रणांगणात शस्त्र खाली ठेवणाऱ्या अर्जुनासारखी त्यांची स्थिती होते. असा अवसानघातकीपणा बरा नव्हे. प्रसिद्ध समाजसेवक बाबा आमटे यांची ओळ आहे : 'भान ठेवून योजना आखा आणि बेभान होऊन त्या अंमलात आणा.'

निर्णय अंमलात आणताना

विश्वासात घ्या – तुम्ही जेव्हा दुसऱ्याला एखादे काम सांगायचे ठरवता, तेव्हा त्याला पूर्ण विश्वासात घ्या. काही कामे पैसे देऊन होत नाहीत. त्यासाठी एकमेकांमधली सद्भावनाच कामी येते. मला आठवते, एकदा माझी मैत्रीण सुपर्णा हिच्यावर एका कार्यक्रमाची जबाबदारी सोपवली होती. त्यातल्या एका विषयावर व्याख्यान देण्यासाठी काही तज्ज्ञांना बोलवायचे होते. ती आधी जिथे नोकरीस होती, तिथले असे काही तज्ज्ञ लोक येऊ शकले असते. त्यासाठी सुपर्णाने त्या ऑफिसमधल्या तिच्या मैत्रिणीला फोन केला.

"ते आपले सुखटणकर आहेत का गं अजून ऑफिसमध्ये?"

"हो, आहेत की... तू कशी आहेस? नवीन ऑफिस काय म्हणतेय?"

“सुखटणकर कसे आहेत? आज आलेत ऑफिसमध्ये?”

मैत्रिणीला कळेना ही आज सुखटणकरांच्या का मागे लागलीय... ती म्हणाली, “आले असतील, माझी अजून भेट झाली नाही त्यांच्याशी... आपण कधी भेटायचे? किती दिवस झाले!”

“सुखटणकर आज भेटू शकतील तुला?” सुपर्णाचे पुन्हा तेच!

शेवटी ती मैत्रीण म्हणाली, “तुला त्यांची एवढी आठवण येतेय तर तू त्यांनाच का नाही फोन केलास?”

मग ही म्हणाली, “आमच्या संस्थेमध्ये त्यांना भाषणासाठी बोलवायचे होते. तू त्यांना तसं आधी विचारून घेशील का?”

तोपर्यंत मैत्रिणीचा पेशन्स संपलेला होता, ती वैतागून म्हणाली, “तूच विचारून घे काय विचारायचं ते...”

चांगले होऊ शकत असलेल्या कामाला सुपर्णाने असे बिनसवून टाकले होते. मैत्रिणीमार्फत सुखटणकरांना भाषणासाठी तयार करायचे हा तिचा निर्णय योग्यच होता पण तो अंमलात आणताना मात्र तिने उगाचच सस्पेन्स क्रिएट केला होता. त्यापेक्षा मैत्रिणीची नीट हालहवाल विचारून स्वतःच्या कामाचे स्वरूप सांगितले असते तर तिच्या मैत्रिणीला सुपर्णाला मदत करण्यात आनंदच वाटला असता आणि काम होऊन गेले असते. तेव्हा लक्षात ठेवा जेव्हा आपण दुसऱ्याची मदत घेणार असतो, तेव्हा त्याला पूर्ण विश्वासात घ्या.

जरा धीर धरा –

निर्णय अंमलात आणण्याबाबत आणखी एक गोष्ट लक्षात ठेवायची म्हणजे उतावीळपणा नको. मनाशी काहीएक हेतू ठरवून तुम्ही निर्णय घेता. तो अंमलात आणताना हितसंबंधियांची मदत घेण्यात गैर काहीच नाही. मात्र दुसऱ्याकडून जेव्हा आपल्याला मेहरबानी करून हवी असते, तेव्हा त्यांना पुरेसा वेळ द्या. आपल्या मित्रमैत्रिणीला मदत केल्याचा आनंद त्यांना नीटपणे घेऊ द्या.

समजा, तुम्हाला तुमच्या भाचीला नोकरीला लावायचे आहे. हिरेमठ नावाची तुमची मैत्रीण एका चांगल्या ऑफिसमध्ये मोठ्या पोस्टवर आहे. तुम्ही हिरेमठना फोन करता की, सुनयना नावाची माझी भाची आहे, ती सध्या सरकारी नोकरीत आहे, पण तिला रिअल इस्टेटमध्ये काम करण्यात अधिक रस आहे; तर तुझ्या ऑफिसमध्ये

तिला तू जॉब देशील का? हिरेमठ तुमची मैत्रीणच असल्यामुळे तुमचे एखादे काम करण्यात तिला आनंदच आहे. म्हणून ती म्हणते, हो, चालेल. मी इथे बोलून ठेवते. तिला एकदा मला फोन करून मग भेटायला सांग.

हिरेमठ आपल्या कामात दंग होतात. तासाभरातच सुनयना त्यांच्या ऑफिसमध्ये हजर होते. तुम्हाला काय वाटते? ही अतितत्परता तिला नोकरी मिळवण्यासाठी उपयोगी पडेल? नाही, ही तत्परता नव्हे, ही तर घाई झाली. त्यांना नीट विचार करायला, कोणाशी बोलायला वेळही दिला गेला नाही. जाताना फोन करण्याच्या मॅनर्सही सुनयनाने पाळल्या नाहीत. बरोबर बायोडाटा घेऊन गेली होती का? छे, जे काही करायचे ते हिरेमठमॅडमच करणार आहेत ना? आपण नुसती घाई करीत सुटायचे!

तुम्हाला हिंदीतले ते वाक्य माहीत आहे का? 'वक्तसे पहले और नसीबसे जादा किसीको कुछ नही मिलता' ... अगदी खरे आहे हे! प्रत्येक गोष्ट होण्यासाठी एक वेळ द्यावा लागतो. निर्णय घेण्याबरोबरच तो अंमलात आणतानाही विचारपूर्वक आणा. काहीजण दुसऱ्याचे काम केले की लगेच त्याच्याकडून आपले काम करून घेण्याची घाई करतात. अशी वसुलीची वृत्ती दाखवू नका. त्या व्यक्तीच्या मनात तुम्ही काम केल्याबद्दल कृतज्ञता असतेच. पण तिलाही तिचा वेळ द्या. तिची कृतज्ञता योग्य वेळी व्यक्त करण्याची संधी तिला मिळू द्या.

निर्णयाचे परिणाम स्वीकारा –

एकदा निर्णय घेतल्यानंतर पस्तावण्यात अर्थ नसतो. शेवटी मानव हा अपूर्ण आहे. त्याने त्याच्या कुवतीनुसार निर्णय घ्यावेत. त्याच वेळी पुढच्या परिणामांना तोंड देण्यास सज्ज राहावे. पुढे त्यातून काही वेगळी परिस्थिती उद्भवली तर त्या वेळी मी घेतलेला निर्णय चुकला, असा कसा चुकीचा निर्णय मी घेतला असे म्हणून हळहळत बसू नये. त्या वेळच्या परिस्थितीत मला जे योग्य वाटले ते मी केले. कदाचित आत्ता योग्य वाटणारा निर्णय मी तेव्हा घेतला असता तर आणखी वेगळीच परिस्थिती समोर ठाकली असती. तेव्हा आपण निर्णय घेऊ शकतो, भविष्य ठरवू शकत नाही, याची जाणीव ठेवा. आणि पूर्वी घेतलेल्या निर्णयांसाठी नंतरचे आयुष्य दुःखी करू नका.

निर्णय चुकला असे वाटले आणि त्यात सुधारणा करता येणे आता शक्य आहे असे वाटले तर खुल्या दिलाने आपली चूक स्वीकारा आणि नवीन निर्णय घ्या. ते शक्य नसेल तर आधी घेतलेल्या निर्णयाचे परिणाम स्वीकारा. मात्र काहीच न करता नुसतेच स्वतःला दोष देऊन हळहळण्यात स्वतःची शक्ती वाया घालवू नका.

अशा प्रकारे तावून सुलाखून तुम्ही निर्णय घेतलेत आणि विचारपूर्वक अंमलात आणलेत, तर आयुष्याची अर्धी लढाई तुम्ही जिंकलीत. आता यापुढे निर्णय घेताना वर दिलेले सर्व निकष तुम्ही खरोखरच पाळणार का? असे झटपट आणि योग्य निर्णय तुम्ही घेतलेत, तर तुम्हाला तर त्याचा उपयोग होईलच पण तुम्ही इतरांनाही योग्य मार्गदर्शन करू शकाल. त्याचे नेतृत्व करू शकाल.

स्वतःला ओळखा

- कठीण परिस्थितीत डोके शांत ठेवून विचार करू शकता का?
- निर्णय घेण्यासाठी जरूर तो वेळ देता का?
- बुद्धी व मन यांचा समतोल साधू शकता का?
- अंतिम निर्णय तुम्ही स्वतःच घेता का?
- घेतलेला निर्णय अंमलात आणता का?

☺☹

निर्णयक्षमता आणि नेतृत्व

नेतृत्व
तोचि आधार बहुतांचा

आपले निर्णय धडाडीने अंमलात आणायचे असतील तर अंगी नेतृत्वगुण असावे लागतात. खरे तर निर्णयक्षमता आणि नेतृत्व हे परस्परावलंबी असे गुण आहेत. झटकन निर्णय घेणे आणि ते इतरांच्या गळी उतरवणे, त्याविषयी त्यांच्या मनात विश्वास निर्माण करून त्यांना आपले अनुयायी बनवणे हे नेत्याला जमले पाहिजे. निर्णयाची वेळ आली असताना विचार करीत बसणारा माणूस नेता होऊ शकत नाही. त्याचबरोबर नेतेपद टिकवण्यासाठी अनुयायी म्हणतील तसे वागूनही चालणार नाही. आपली स्वतंत्र निर्णयक्षमता असली पाहिजे.

जेव्हा आणीबाणीची परिस्थिती असते तेव्हा नेत्याने प्राप्त परिस्थितीवर स्वार झाले पाहिजे. निर्णय घेऊन त्याप्रमाणे कृती करण्याचा आदेश देण्याची धमक नेत्याच्या अंगी असायला हवी. राजकारण असो, घरकुटुंब असो, समाज असो किंवा एखादे कामाचे ठिकाण असो; या नेतृत्वगुणांचा उपयोग आपण निश्चितपणे करून घेऊ शकतो. तेव्हा आता नेतृत्व म्हणजे काय आणि चांगले नेतृत्व अंगी कसे बाणवायचे ते आपण पाहू या. पुढाकार घेऊन परिस्थितीला सामोरे जाणे आणि उत्तरदायित्व स्वीकारणे म्हणजेच नेतृत्व. चांगला नेता कसा असतो? तो नाविन्याचा शोध घेतो, लोकांवर विश्वास ठेवतो. जो इतरांपेक्षा जास्त जबाबदारी घेतो तोच खरा नेता. तो अनेकांचा आधार होतो. जेव्हा इतर लोक आता काय करावे अशा विचाराने भेदरलेले असतात, आपली कोणीतरी या संकटातून सुटका करावी म्हणून वाट बघत असतात, त्या वेळी खरा नेता चटकन पुढे होतो. ठामपणे एक निर्णय घेतो, एक विचार समोर ठेवतो आणि त्याचे अनुकरण बाकीचे करतात.

उत्तम नेता संवेदनशील असतो. फुले, आंबेडकर, आगरकर यांची नावे आजही आपण का घेतो? अन्याय, विषमता यांविरुद्ध त्यांच्या मनात तीव्र नापसंती होती. कष्ट व दुःख सोसण्यापेक्षा नवीन जीवनपद्धती मांडावी, त्याचे आचरण करावे

अशी प्रेरणा त्यांच्या मनात निर्माण झाली होती. तुम्ही मला मते दिलीत तर मी तुमच्यासाठी अमुकअमुक करीन असे म्हणणाऱ्याला पुढारी म्हणावे. जो नेता असतो, तो मोठ्यात मोठ्या मानवी समूहाला आनंदी व सुखी जीवन देण्यासाठी स्वतःचे जीवन झोकून देतो. हा नेता अनुयायांना मार्गदर्शन करतो, त्यांचे वर्तन बदलतो. त्यांची व्यक्तिगत उद्दिष्टे व्यापक उद्दिष्टांशी जोडतो. व्यक्तिगत भेद दूर ठेवून एका व्यापक उद्दिष्टासाठी सर्वांना एका सूत्रात गोवतो.

अनुयायी -

पिसाऱ्याशिवाय मोर, किरणांशिवाय सूर्य तसा अनुयायांशिवाय नेता! नेतृत्व हे अनुयायांखेरीज होऊ शकत नाही. म्हणजेच काहीजणांवर तरी तुम्हाला आपला प्रभाव टाकता आला पाहिजे. काही विशिष्ट गोष्टी संपादन करण्यासाठी जमावाला असा नेता उद्युक्त करतो. अनुयायांमध्ये उद्दिष्ट संक्रमित करण्याने सर्व अनुयायांचे प्रयत्न एकाच दिशेने होतात. त्यामधून अनुयायांची एक साखळी तयार होऊ शकते. नेता एकच असतो, पण त्याचे अनुयायी वाढत जातात, पसरत जातात. अनुयायांच्या अभेद्य साखळीतून नेतृत्व बनते.

सर्व अनुयायांचे हितसंबंध एकच असायला हवेत, तर ते एका नेत्याचे अनुयायित्व पत्करतात. कामगार नेत्याचे अनुयायी कामगारच असायला हवेत. कारण त्यांचे हितसंबंध एक आहेत. कंपनीचा एखादा व्यवस्थापक त्यापैकी एक होऊ शकत नाही. जगातील सर्वच स्त्रियांचे स्थान पुरुषांपेक्षा दुय्यम असते. त्याचे प्रमाण, स्वरूप वेगवेगळे असू शकते. म्हणून समान हक्कांसाठी सर्व प्रकारच्या स्त्रिया एकत्र येतात व त्यांच्यातूनच नेतृत्व उभे राहते. काळ्या लोकांवरील अत्याचाराचा विरोध करण्यातून नेल्सन मंडेलांचे नेतृत्व तयार झाले. अनुयायांच्या मनात एकाच उद्दिष्टाप्रती बांधिलकी, निष्ठा नेता निर्माण करतो.

नैतिक अधिकार -

तुमच्या शब्दाला मंत्राचे सामर्थ्य केव्हा प्राप्त होते? तुमचे स्वतःचे तसे वागणे असेल तर! तुम्ही स्वतः चारित्र्यवान असाल तर तुम्हाला त्याचे इतरांना धडे देण्याचा अधिकार आहे. तुमचे अनुकरण तुमचे अनुयायी करणार. म्हणूनच नेत्याने जबाबदारीने वागले पाहिजे.

म.गांधींकडे एकदा एक आई आपल्या मुलाला घेऊन गेली. तिने त्यांना विनंती केली की, माझा मुलगा साखर फार खातो. तुम्हीच एकदा त्याला सांगा. तो

तुमचे ऐकेल. गांधीजींनी आई व मुलाला पंधरा दिवसांनी भेटायला बोलावले. ते आल्यावर मुलाला गांधीजी म्हणाले, "साखर फार खाऊ नये, ती तब्येतीला चांगली नसते." आईने त्यांना विचारले, "तुम्ही हे सांगायला पंधरा दिवस उशीर का केला? त्याच वेळी का नाही सांगितले?" गांधीजी म्हणाले, "मी स्वतः साखर खात असेन तर त्याला साखर खाऊ नकोस असे सांगण्याचा मला नैतिक अधिकार नाही. गेल्या पंधरा दिवसात मी स्वतः साखर वर्ज्य केली. आता त्याला तसे सांगण्याचा मला अधिकार प्राप्त झाला आहे."

थोडक्यात, आपल्या अनुयायांनी जे करावे असे वाटते ते आधी नेत्याने केले पाहिजे. मग ते ऑफिसमध्ये वेळेवर येणे असो, सभ्यपणे वागणे असो, त्याग करणे असो; आपले अनुकरण इतरांनी करावे असे वाटत असेल तर आपले स्वतःचे वागणे तसे आदर्श हवे.

एकोपा राखा –

तुमचा जी काही संघटना असेल त्यामध्ये स्थैर्य असले पाहिजे. आपसात भांडणतंटे असतील, तर याचा अर्थ नेत्याची आपल्या अनुयायांवर पुरेशी पकड नाही. तेव्हा आधी घरात शांतता राखता आली पाहिजे. त्यासाठी सहकाऱ्यांमध्ये परस्परात स्नेहबंध निर्माण झाला पाहिजे. स्वामी विवेकानंद आपल्या शिष्यांना लिहिलेल्या एक पत्रात लिहितात, 'एकमेकांवर टीका करण्याची वृत्तीच सर्व तंट्याबखेड्यांच्या मुळाशी असते. आणि या वृत्तीमुळेच सबंध संघटना कोसळून पडते. मन रिकामे असले म्हणजे गप्पा, गटबाजी आणि तसलेच इतर प्रकार सुचतात. तेव्हा क्रियाशील राहा. उद्दिष्टावरून लक्ष विचलित होऊ देऊ नका.'

महाभारतातली कथा तुम्हाला आठवत असेल. कौरव सतत पांडवांची अवहेलना करीत असत. एकदा कौरवमंडळी वनामध्ये विहार करण्यासाठी गेली असता यक्ष, किन्नर, गंधर्व हेही तिथे आले आणि खोडसाळपणाने त्यांना त्रास देऊ लागले. पांडवांना हे कळताच ते कौरवांच्या मदतीसाठी धावून गेले आणि यक्षांना म्हणाले, "कौरव एकटे नाहीत. आम्ही एकशेपाच आहोत." अशी एकी अनुयायांमध्ये ठेवता आली पाहिजे. अंतर्गत लाथाळ्या वाढत गेल्या तर नेत्याचे महत्त्व राहत नाही. इतरांशी वागताबोलताना आपल्या पक्षाची चांगली प्रतिमा ठेवता आली पाहिजे.

स्पष्ट उद्दिष्ट हवे –

आपल्या अनुयायांपुढे तुम्हाला आकर्षक असे उद्दिष्ट ठेवता आले पाहिजे. कोणत्याही कंपनीचा किंवा व्यवस्थेचा व्यवस्थापक हासुद्धा एक प्रकारे नेताच असतो.

म्हणूनच त्यांना टीम लीडर म्हटले जाते. हा नेता विशिष्ट कार्य तडीस नेण्यापुरता नेतृत्व करीत असतो. व्यवस्थापक आणि नेता यांमध्ये फरक इतकाच की, नेत्याचे उद्दिष्ट हे त्याच्या स्वतःच्या प्रेरणेतून निर्माण झालेले असते. त्याचे कार्यकर्ते त्याला स्वतः जमवावे लागतात. तर व्यवस्थापकाला उद्दिष्ट व सहकारी आयते मिळतात. मात्र त्यांना योग्य दिशा देऊन त्यांच्याकडून संघकार्य करून घेणे हे दोघांनाही जमावे लागते.

आपल्या अनुयायांना इष्ट ध्येयाकडे नेणे ही त्यांची जबाबदारी असते. ज्या ध्येयासाठी तुम्ही नेतेपद स्वीकारले आहे, ते डोळ्याआड होता कामा नये. असा नेता स्वार्थासाठी इतरांच्या हिताची आहुती देत नाही. भारतीय समाजाची स्वातंत्र्यासाठी वाट्टेल ते करण्याची मानसिक तयारी झालेली होती. अशा वेळी त्यांना सुभाषचंद्र बोस यांनी ध्येय दिले. त्यांचे आवाहन होते, तुम्ही मला रक्त द्या. मी तुम्हाला स्वातंत्र्य देतो. त्यांनी डोळ्यापुढे उभ्या केलेल्या उत्तुंग अशा ध्येयाने दिपून अनेकांनी त्यांच्या एका शब्दाखातर प्राणाहुती दिल्या. पैसे, दागिने त्यांना जमा करून दिले. स्पष्ट असे ध्येय डोळ्यासमोर नसेल तर अनुयायांना फार काळ टिकवून ठेवता येत नाही. तुमच्याकडे असलेल्या माणसांपुढे ध्येय ठेवा. मुळात स्वतःच्या ध्येयावर तुमचा दृढ विश्वास हवा. मग तो तुमच्या अनुयायांमध्ये आपोआप परावर्तित होईल. आणि म्हणूनच ध्येय स्वच्छ हवे. सत्कारणासाठी ठाम भूमिका घेतलीत तर तुमच्या पाठीशी लोक उभे राहतील.

कृतिप्रवण करा –

उद्दिष्ट दिले की, आपले काम झाले असे नव्हे. त्याबाबतचे धोरण आखा. ते प्रत्यक्षात कसे आणायचे त्यावर विचार करा. नेमकी कोणती कृती करावी लागेल हेही तुम्हाला ठरवावे लागेल. (ॲक्शन प्लॅन). त्याबाबतची कोणतीही अडचण आली तरी त्याचे निवारण तुम्हाला करता आले पाहिजे. त्यासाठी माणसे निवडून, पारखून घ्या.

उदाहरणार्थ, या वर्षी तुम्हाला तीस हजार ट्रक्स बनवण्याचे उद्दिष्ट पूर्ण करून घ्यायचे आहे. मग त्यासाठी मशिनरी, स्टाफ यांचा विचार करावा लागेल. कामगारांना काही तांत्रिक अडचणी येत असतील तर उत्कृष्ट तंत्रज्ञांना पाचारण करावे लागेल. दर महिन्याचे, आठवड्याचे, रोजचे उद्दिष्ट ठरवून द्यावे लागेल. ते पार पडण्यात कोणते अडथळे येतात त्याकडे लक्ष ठेवून ते दूर करावे लागतील. थोडक्यात, नुसती

घोषणाबाजी पुरेशी नाही. हाती घ्याल ते तडीस नेऊन दाखवा. अनुनायायांची सुप्तशक्ती जाणून तिला जागृत करून कामास लावणे हे नेत्याचे काम आहे. असंख्य संकटे समोर असताना, परिस्थिती प्रतिकू ल असतानाच खऱ्या नेतृत्वाचे प्रदर्शन होत असते. प्रतिकू ल परिस्थिती अनुकूल करणे आणि बरोबर कृती करण्याची प्रेरणा इतरांमध्ये जागृत करणे हे त्याचे काम.

द्रष्टेपणा हवा –

आदर्श नेत्याचे विचार स्वतंत्र असतात. नेत्याकडे सर्वसामान्यांपेक्षा एक वेगळी दृष्टी असते. इतरांपेक्षा तुम्ही अधिक कार्यक्षम, तडफदार, स्वयंपूर्ण असायला हवे. बाकीच्यांना जे सुचत नाही, ते तुम्हाला सुचले पाहिजे. शिवाजी महाराजांच्या काळात अवघा महाराष्ट्र मोगलांचे लांगूलचालन करण्यात मग्न होता. आपल्याच लोकांना पिडायचे, शेतसारा वसूल करायचा आणि बादशहा देईल त्या खंडणीवर खूश राहायचे असा अनेक सरदारांचा शिरस्ताच बनला होता. ही भूमी आपली आहे आणि आपण इथले राजे आहोत, हा साक्षात्कार फक्त शिवाजी महाराजांनाच झाला. अस्मितेची ठिणगी त्यांच्या मनात प्रथम पेटली. आणि अशक्य वाटणारी गोष्ट त्यांनी करून दाखवली. खरा नेता द्रष्टा असतो, बुद्धिमान असतो. स्वप्न पाहणे आणि इतरांच्या मदतीने ते प्रत्यक्षात आणणे हे तुम्हाला करता आले पाहिजे. अशा नेत्याचे लक्ष दीर्घकालीन फायद्याकडे असते. त्यासाठी तात्पुरते त्रास तो सहन करतो.

नेत्याला लगेचचे उद्दिष्ट व नंतरचे उद्दिष्ट डोळ्यासमोर स्पष्ट हवे. त्याच्या परिणामांचा त्याने विचार केलेला असला पाहिजे. आपण उदाहरणच घेऊन हा मुद्दा समजावून घेऊ. म. गांधींचे उद्दिष्ट होते की, मीठावरचा कर रद्द करायला लावणे. मग त्यांचे लगेचचे उद्दिष्ट काय होते? चालत जाऊन स्वतः मीठ तयार करणे. इंग्रजांनी त्याला केलेला विरोध मोडून काढणे.

उद्दिष्टाच्या कार्यवाहीचे स्वरूपही नेत्याला माहीत असायला हवे. म्हणजे सर्व भारतीय नागरिकांनी एकत्र येऊन दांडीयात्रा काढायची व समूहाने चालत जायचे, हे त्यांच्या कार्यवाहीचे स्वरूप होते. द्रष्टा नेता असतो, त्याला त्याचे परिणाम आधीच माहीत असायला हवेत. म. गांधींना माहीत होते की, हे उद्दिष्ट अशा तऱ्हेने पूर्ण करताना इंग्रजांकडून लाठीमार होणार, लोक जखमी होणार, त्यांना तुरुंगवास होणार. या तयारीनेच त्यांनी अनुयायांना सहभागी व्हायला सांगितले.

सतर्कता –

वेगवेगळ्या स्वभावाच्या, कुवतीच्या माणसांना आपल्या प्रभावाने बांधून ठेवणारा नेता यशस्वी होतो. त्याचे अंतर्गत घडामोडींवर लक्ष हवे. काही कारणाने एखाद्या गटामध्ये असंतोष असेल, तर त्याची कारणे जाणून घेऊन त्यांच्या अडचणी सोडवल्या पाहिजेत. आपसात धुसफूस असेल, तर चर्चा करून त्यांच्यात सलोखा करता आला पहिजे. शिस्तीच्या नावाखाली तुमच्या सहकाऱ्यांना तुम्ही सतत दडपत राहिलात, तर त्यांना तुमच्या संघटनेत टिकवून ठेवणे अवघड होईल.

काही वेळा ऑफिसमधल्या सर्वोच्च पदावरचा माणूस इतरांपासून अलग पडतो. असे होणे साहजिक असले तरी, सर्वांशी जाणीवपूर्वक संपर्क ठेवता आला पाहिजे. वेगवेगळ्या योजना ऑफिसमध्ये राबवताना लोकांचा प्रतिसाद कसा आहे, याचा मागोवा घेत राहिले पाहिजे.

अंतर्गत गोष्टींवर जसे तुमचे नियंत्रण हवे, तसेच बाहेरच्या हालचालींचेही भान हवे. काही वेळा पक्षप्रमुखाला खूश ठेवायचे म्हणून कार्यकर्ते बाह्य असंतोषाची झळ त्याच्यापर्यंत पोचू देत नाहीत. आपल्या कोंडाळ्याबाहेरील वातावरणाविषयी नेता जर असा बेखबर राहिला, तर अधिकाधिक परावलंबी होतो. त्याच्याभोवती हुजरेगिरी करणाऱ्यांचीच गर्दी होते. आणि इथेच त्याच्या अधोगतीची सुरुवात होते. इंदिरा गांधींचे आणीबाणीच्या काळात हेच झाले. आणीबाणीमुळे लोक नाराज आहेत याचा अंदाज त्यांना निवडणूक हरेपर्यंत आला नाही. म्हणून उत्तम नेत्याला अंतर्गत आणि बाह्य, दोन्ही प्रकारच्या घडामोडींवर लक्ष ठेवावे लागते. सतत सतर्क राहावे लागते.

जबाबदारी नेत्याचीच –

आपण जेव्हा स्वतःला नेता किंवा प्रमुख म्हणवतो तेव्हा आपल्या अनुयायांच्या सर्व प्रकारच्या वागण्याबोलण्याची जबाबदारी आपली असते. ही जबाबदारी पेलण्याइतके तुमच्याजवळ सामर्थ्य हवे. कारण नेत्याच्या व्यक्तिगत सामर्थ्यामुळेच नेतृत्व प्रभावी बनते. नेत्याला त्याच्यासमोरील प्रश्नाविषयीची तीव्र आणि स्पष्ट जाणीव असायला हवी. जे ध्येय साध्य करायचे, ते त्याचे जीवितकार्य बनले असेल तर त्याचे नेतृत्व प्रभावी होऊ शकते. आपण जे कार्य हाती घेऊ, त्यात जे यशापयश येईल त्याचे धनी आपणच असतो. क्वचित प्रसंगी आपल्या परिवारातील काही हुशार मंडळींचा सल्ला घ्यायलाही हरकत नाही. मात्र अंतिम निर्णय आपला स्वतःचाच असेल आणि त्याच्या परिणामांचे धनीही आपणच!

मोर्चे निघतात तेव्हा हा जमाव हिंसक होणार नाही याची जबाबदारी नेत्यावर असते. कंपनीमध्ये एखादा बदल करायचा आहे, अमुक इतके उत्पादन विशिष्ट काळात करायचे आहे, अशा वेळी थोडे जास्त काम करून, कंपनीचे उद्दिष्ट साध्य करण्यासाठी कामगारांना तयार करणे हे कामगारनेत्याचे कर्तव्य आहे. कुटुंबामध्ये कुणावर अन्याय होत असेल, तर तो निवारण करणे ही कुटुंबप्रमुखाची जबाबदारी आहे.

निकोप वातावरण ठेवा –

आपल्या ग्रुपमधले वातावरण निरोगी, आनंददायी ठेवा. लावालाव्या, चहाड्या यांना उत्तेजन देऊ नका. हलक्या कानाचे राहू नका. पूर्वग्रह ठेवू नका. कुणाची काही तक्रार असेल तर समोरासमोर रुजवात करा आणि प्रकरणाचा निकाल लावून टाका. असे केलेत तर तुमच्या न्यायबुद्धीवर, निःस्पृहतेवर तुमच्या सहकाऱ्यांचा विश्वास बसेल.

ज्या व्यक्तीला विशेष काम करण्याची हौस असते, उत्साह असतो अशीच व्यक्ती काही अपेक्षेने संघटनेमध्ये सहभागी होते, तेव्हा तिला कामाचे समाधान मिळते आहे ना याविषयी दक्ष असावे. चांगल्या कामगिरीबद्दल जरूर दाद द्या. कुणाकडून आगळीक घडली तर ताकीद द्या. मात्र सुधारायची संधीही द्या. कार्यकर्त्यांना आपले काम आव्हानात्मक वाटले पाहिजे. तुमच्या सहकाऱ्यांमध्ये कोणी विशेष गुणवत्ता दाखवीत असेल तर त्याचे कर्तृत्व इतरांना दाखवून द्यावे. कित्येकदा व्यक्तिगत मानपान, नफातोटा, सुखदुःखे यांचेच स्तोम माजते. नेत्याचे हे कर्तव्य आहे की, अशा गोष्टींपेक्षा विहित कार्याचे महत्त्व, त्यावरील निष्ठा, परस्परांवरील विश्वास यांचे मोल अधिक आहे हे अनुयायांच्या मनात पक्के ठसवले पाहिजे.

प्रत्येक संघटनेमध्ये काही नियम असतात, आचारसंहिता असते. पण त्यांचा फार बडिवार नको. काटेकोर नियमांची चौकट नको. यामुळे जबाबदारी स्वीकारून धडाडीने निर्णय घेण्याची वृत्ती नाहीशी होते. कामाच्या जबाबदारीची योग्य विभागणी, सहकाऱ्यांना प्रोत्साहन, निर्णयस्वातंत्र्य यासाठी पोषक वातावरण हवे.

वैयक्तिक संबंध –

कंपनीचा प्रमुख असो की, एखाद्या पक्षाचा प्रमुख असो; प्रत्येकाशी त्याचे वैयक्तिक संबंध असावे लागतात. आपले राजकीय नेते शरद पवार यांचे हे वैशिष्ट्य सांगतात की, कोणीही कार्यकर्ता असो, एकदा पाहिल्यावर त्याला ते विसरत नाहीत. नंतर कधीही ती व्यक्ती समोर आली तर, ते बरोबर त्याचे नावगाव सांगणार. काही शाळांच्या शिक्षिकाही अशा असतात. हजारो विद्यार्थीविद्यार्थिनी त्यांच्या हाताखालून

जातात पण काही वर्षांनंतर त्यांना जर त्यांची विद्यार्थीनी भेटली तर त्या तिला अचूक ओळखतात. अनुयायी म्हणजे नेत्याचे कुटुंबच असते.

पुष्कळदा पक्षाच्या तत्त्वज्ञानाशी कार्यकर्त्याला काही देणेघेणे नसते. पण तो ज्याला मानतो त्याच्या शब्दाखातर तो काहीही करायला तयार होतो. संपूर्ण हताश झालेल्या लोकांसाठी आशेच्या एका किरणाचे जे महत्त्व असते, तेच महत्त्व अनुयायांसाठी आपल्या नेत्याचे असते. या नेत्याकडून आपल्या अपेक्षा पुऱ्या होतील अशी त्यांना आशा असते. तेव्हा अशा अनुयायांची कौटुंबिक, आर्थिक माहिती नेत्याला असायला हवी. तरच त्या कार्यकर्त्याला आपल्या नेत्याच्या मनात आपल्याला स्थान आहे असे वाटेल. त्याचे जेवणखाण, त्याचे आरोग्य यांची हेळसांड होत नाही ना, इकडे लक्ष द्या. अनुयायी फक्त आपल्यासाठी आहेत आणि आपण त्यांच्यासाठी काहीही करायचे नाही असे करू पाहाल तर ते तुमच्यापासून लवकरच दुरावतील. त्यांच्या अडीअडचणीला धावून जा. ते जन्मभर तुमचे ऋणी राहतील.

औपचारिक संबंध –

अनौपचारिक संबंधांबरोबरच औपचारिक संबंधही चांगले हवेत. त्यासाठी आपल्या अनुयायांना शिस्त लावावी लागेल. संघटनेची म्हणून काही आचारसंहिता राबवावी लागेल. संघटनेची यंत्रणा भक्कम हवी. ठराविक वेळी बैठका घेतल्या गेल्या पाहिजेत. यामुळे सतत संपर्क राहतो. त्यातून आपली सध्याची उद्दिष्टे कोणती आहेत, आतापर्यंत आपण काय साध्य केले याचे मूल्यमापन करता येते. अशा प्रकारे सतत मागोवा घेत राहिल्यास उद्दिष्टांपासून संघटना भरकटत नाही. काही वेगळे घडत असल्यास लगेच लक्षात येते.

वेळोवेळी बैठकी घेतल्यास सर्वांना आपापले मत सांगण्याची संधी मिळते. त्यातून त्यांना येणाऱ्या अडचणी कळतात. त्यावर काय उपाय योजता येतील याची चर्चा होते. काही नवीन योजना आखता येतात. त्यांचे नियोजन, त्यासाठी करावे लागणारे प्रयत्न यांवर विचारविनिमय होतो. प्रत्येकाला त्याच्या त्याच्या क्षमतेनुसार काम मिळते आहे का, की त्यात काही बदल करायला पाहिजे याचाही अंदाज येतो. यातूनच संस्था, संघटना घडत जाते ... वाढत जाते. आपल्या कार्यकर्त्यांसाठी मधूनमधून विशेष प्रशिक्षण द्यावे. निवासी शिबिर, सहली यांचाही चांगला उपयोग होतो.

महत्त्वाकांक्षी –

उत्तम नेत्याचे मुख्य लक्षण म्हणजे त्याने पराभवाने खचून जाता कामा नये. प्रत्येक वेळी त्याच्या कार्यात यश येईल असे नाही. कधीतरी अपेक्षित यश मिळणार नाही. अशा वेळी सर्वसामान्य माणूस निराश होईल. पण नेत्याचे हे काम आहे की, त्याने आपल्या अनुयायांना सतत प्रोत्साहन देत राहिले पाहिजे. पराभवाने खचून न जाता नव्या दमाने लढायला तयार झाले पाहिजे. सहकाऱ्यांच्या मनात जिद्द निर्माण केली पाहिजे.

लो. टिळक कशाच्या जोरावर नेता झाले? इंग्रजांचे राज्य कित्येक वर्षे हिंदुस्थानावर होते. भारतीय लोक पराभूत मानसिक अवस्थेत जगत होते. पण टिळकांनी सिंहगर्जना केली, स्वराज्य हा माझा जन्मसिद्ध हक्क आहे! इतकेच नव्हे तर तो मी मिळवणारच असे म्हणून स्वराज्य मिळवण्यासाठी त्यांनी आपल्या अनुयायांमध्ये प्रेरणा निर्माण केली. हा हक्क आपण मिळवलाच पाहिजे, अशी त्यांनी महत्त्वाकांक्षा बाळगली. सहा वर्षे तुरुंगवास पत्करल्यावर सुटका होताच त्यांनी नव्या दमाने पुन्हा त्याच कार्यास सुरुवात केली आणि अग्रलेख लिहिला, 'पुनश्च हरिॐ'. यातून जनतेला संदेश मिळाला, 'चला, पुन्हा आपल्या कामाला लागू या!'

केसरी नावाच्या वृत्तपत्रातून ते आपले विचार आग्रहाने मांडू लागले. आपल्या कार्याची माहिती इतरांना होण्यासाठी नेत्याने प्रसारमाध्यमांचा जरूर वापर केला पाहिजे. नेत्याने प्रसिद्धीपराङ्मुख राहून चालत नाही. उलट त्याच्या कार्याचा प्रचार झाला पाहिजे. जास्तीत जास्त लोकांपर्यंत त्याचे कार्य पोचले पाहिजे. जास्तीत जास्त लोकांना त्यात सहभागी व्हावेसे वाटले पाहिजे.

त्याचबरोबर आपल्यासारखेच उत्तुंग ध्येय बाळगणाऱ्या इतर नेत्यांशीही संपर्क ठेवावा. काही समान हेतूंसाठी एकापेक्षा अधिक संघटना, संस्था एकत्र आले तर त्या चळवळीला आणखी बळ मिळते. बलाढ्य राष्ट्रांमधील शीतयुद्धाच्या काळात पंडित नेहरुंनी अलिप्त देशांची एकजूट करून विकसनशील देशांची एक संघटना बांधली. आज अनेक राष्ट्रे या संघटनेत असल्यामुळेच विकसित देशांच्या मनमानीला ते लगाम घालू शकतात.

प्रतिकात्मकता –

जो मुख्य नेता असतो, त्याच्या डोळ्यासमोर भव्यदिव्य स्वप्ने असतात. खूप विचार करून, प्रेरित होऊन त्याने ती ठरवेली असतात. त्याच्या मनातली ही जिद्द, विजिगीषु वृत्ती यांनी त्याचे व्यक्तिमत्व झळाळून उठते. इच्छित ध्येय साध्य करण्यासाठी त्याचे रक्त सळसळत असते. खोल समुद्रात जेव्हा खळबळ होते तेव्हा त्याच्या लाटा पृष्ठभागावर उमटतात. अनुयायांच्या बाबतीतही तेच होते. नेत्याच्या महत्त्वाकांक्षेचे किरण कार्यकर्त्यांमध्ये परावर्तित होतात.

एक प्रियकर प्रेयसीला म्हणतो, 'माझ्याच प्रीतीचे रंग तुझ्याबर उठले' म्हणजे त्याच्या मनात असलेले गाढ प्रेमच प्रेयसीच्या मनात त्याच्याविषयी प्रेम उत्पन्न करते. तद्वत नेत्याच्या मनातील झपाटलेपण कार्यकर्त्यामध्ये झिरपत जाते. पण मूळ ध्येय कितीही उच्च असले तरी सामान्य कार्यकर्त्यांना त्यासाठी काहीतरी प्रतिकात्मक कृती करण्यास द्यावी लागते. उदाहरणार्थ, एकदा लो.टिळकांना एका तरुणाने विचारले, 'मी स्वातंत्र्यासाठी काय करू?' टिळक त्याला म्हणाले, 'तू चहा पितोस?' त्याने होकारार्थी उत्तर दिल्यावर ते म्हणाले, 'चहा सोड... चहा आणि साखर दोन्ही विदेशातून येते.' गांधीजींनी स्वदेशीचा मंत्र देताना सांगितले, 'चरखा चला चला के, लेंगे स्वराज्य लेंगे'. अशा प्रतीकात्मक कृतीतूनच कार्यकर्ते उद्दिष्टांशी बांधलेले राहतात.

माणसाची पारख हवी –

कोणीही माणूस पूर्णतः निरुपयोगी नसतो हे पक्के लक्षात ठेवा. त्या त्या व्यक्तीचा योग्य त्या वेळी उपयोग करून घेणे नेत्याला जमले पाहिजे. अर्थातच त्यासाठी

त्या व्यक्तीची वैशिष्ट्ये त्याला ओळखता आली पाहिजेत. अगदी पोस्टर रंगवणारासुद्धा नेत्याला उपयोगी पडणार असतो. शिवाजी महाराजांच्या पदरी असलेल्या बहिर्जी नाईकला वेषांतराचे कौशल्य अवगत होते तर बाजी प्रभू देशपांडे खिंड लढवून अजरामर झाले. शिवाजी महाराजांनी सर्व प्रकारच्या मावळ्यांची बलस्थाने ओळखली आणि त्यांना वाव दिला. नेत्याला हे साधता आले पाहिजे. कुणालाही न दुखावता, सांभाळून घेत पुढे जाता आले पाहिजे. मानापानाचा प्रश्न करून कार्यहानी होता कामा नये. ही कार्यसंस्कृती त्याला अनुयायांमध्ये रुजवता आली पाहिजे.

लोकसंग्रह हा फार मोठा गुण नेत्याच्या अंगी असणे आवश्यक आहे. खऱ्या नेत्याने रामदास स्वामींचे वचन लक्षात ठेवावे. त्यांनी म्हटले आहे, 'आपण येकायेकी येकला, सृष्टीत भांडत चालिला, बहुतांमध्ये येकल्याला, यश कैचे.' एककल्ली स्वभावाचे नेतृत्व फार काळ मान्य होत नाही. त्याला सगळ्यांना बरोबर घेऊनच पुढे जावे लागते. महाराष्ट्राचे मान्यवर नेते यशवंतराव चव्हाण यांनी 'बेरजेचे राजकारण' केले असे म्हणतात. 'माणूस तोडायचा नाही' हे त्यांचे मुख्य तत्त्व होते. माणसे ओळखणे आणि त्यांच्या गुणांचा योग्य वापर करून घेणे हे कौशल्य नेत्याच्या अंगी असायला हवे.

कृतज्ञता –

तुमच्या कार्यामुळे तुमची प्रशंसा होईल, तुम्ही एखादी कामगिरी फत्ते कराल, तेव्हा न विसरता त्या यशात इतरांना सहभागी करून घ्या. तुम्हाला मिळालेल्या यशाचे श्रेय तुमच्या साऱ्या अनुयायांना द्या. कारण तुमचे कार्यकर्ते हेच तुमचे बळ आहे. सहकाऱ्यांच्या गुणांचे कौतुक करा. आणि कौतुक म्हणजे कोरडे कौतुक नव्हे, मिळालेल्या समृद्धीत सहकाऱ्यांना सहभागी करून घ्या. संकटात, अडचणीत त्यांच्या पाठीशी उभे राहा.

आपल्या सहकाऱ्यांविषयी अभिमान बाळगा. त्यांचे काही चुकले तर त्यांना चुचकारून सांभाळून घेता आले पाहिजे. आपल्या अनुयायांना सतत जरबेत ठेवू नका. धाकाने फक्त आज्ञाधारक मिळतात. अनुयायी नव्हे. म्हणून आपल्या सहकाऱ्यांकडे फक्त आपले ध्येय साध्य करण्याचे साधन म्हणून न पाहता त्यांच्याशी आपुलकीने वागा. त्यांच्या गुणांची कदर करा. त्यांना स्वतंत्रपणे वाढू द्या. त्यामुळे तुमच्याच संघटनेचे बळ वाढेल. त्यांना कुजू देऊ नका. गुणी माणसांना विकासाची, प्रगतीची संधी द्या.

त्यांना वेळोवेळी प्रेरणा द्या, प्रोत्साहन द्या, श्रेय द्या... ते तुम्हाला यश देतील. तुमच्या नेतृत्वाला ते शोभा देतील. त्यांच्यावर विश्वास टाका, जबाबदाऱ्या टाका... ते तुमचा शब्द खाली पडू देणार नाहीत.

अनंत अमुची ध्येयासक्ती –

उत्तम नेत्याची वृत्ती अशी पाहिजे की, व्यक्तीपेक्षा कार्य मोठे आहे. माणसे येतील जातील, नेतेमंडळी राहतील जातील, संस्था टिकली पाहिजे. ती पुढेच गेली पाहिजे. आपण संपलो, जग बुडाले किंवा आपल्याबरोबरच आपले ध्येय संपले असे खरा नेता मानीत नाही. महत्त्व व्यक्तीला नसून कार्याला आहे असे जर नेता मानत असेल तर तो संपूर्ण कार्यप्रणालीमध्ये आपल्या सहकाऱ्यांना सामावून घेईल.

खरा नेता तो, जो कार्य पुढे चालू ठेवील. आपल्यासारखेच नेते तयार करील. त्यासाठी लायक व्यक्ती हेरून त्यांच्यामध्ये आवश्यक ती कौशल्ये विकसित करील. सुरुवातीला तो आपल्या अनुयायांना स्वतः घेतलेला निर्णय सांगेल, तो कसा योग्य आहे ते पटवेल. पण पुढेपुढे तो आपल्या कार्यकर्त्यांसमवेत चर्चा करील. त्यांच्या काही शंका असतील तर त्यांचे निरसन करील. काही सूचना असतील तर त्या विचारात घेऊन स्वतःच्या कल्पनेप्रमाणे निर्णय घेईल.

असा नेता सहकाऱ्यांना काही गोष्टी सुचवतो, त्यांच्याशी चर्चा करतो, प्रसंगी स्वतःच्या निर्णयातही बदल करण्यास तयार होतो. आणि अखेरीस निर्णय घेण्याची संपूर्ण प्रक्रियाच त्यांच्यावर सोपवतो. स्वतः अलगद बाजूला होतो. असा नेता बाजूला झाला तरी त्याचे कार्य संपत नाही. तो नेता कार्याच्या रूपाने चिरंजीव होतो. रयत शिक्षण संस्थेचे संस्थापक कर्मवीर भाऊराव पाटील यांनी याच प्रकारे काम केले. आणि म्हणूनच त्यांच्या प्रेरणेने आज कितीतरी शिक्षणसंस्था जोमाने चालू आहेत.

एकंदरीत उत्तम नेत्याकडे अनेक प्रकारचे गुण लागतात. 'जया अंगी मोठेपण, तया यातना कठीण' हे अगदी खरे आहे. पण तो असा इतरांपेक्षा अधिक उंचीवर असतो म्हणूनच लोक त्याच्याकडे आकृष्ट होतात. त्याच्या शब्दाखातर काहीही करायला तयार होतात. त्याचे अनुकरण करतात. त्याच्यावर विश्वास ठेवतात. लोकांच्या विश्वासास पात्र ठरणे हे उत्तम नेत्याचे प्रथम कर्तव्य आहे. तो कृतीशूर असतो. त्याचा इतरांना पाठिंबा असतो. आवश्यक तेथे तो मार्गदर्शन करतो. हा नेता जनमानसाची नाडी ओळखतो. म. गांधी हे अशा नेत्याचे उत्तम उदाहरण!

हा नेता इतरांचे ऐकून घेतो. त्यांचे विचार समजावून घेतो. त्यांच्याकडून माहिती घेतो. त्यांना प्रेरित करतो आणि त्यांना चालना देतो. स्वतःला व कार्यकर्त्यांना अद्ययावत ठेवतो. नवीन ज्ञान अवगत करतो. कल्पकतेने योजना आखतो. त्या तितक्याच धडाडीने अंमलात आणतो. इतरांना समर्थ व पारंगत करतो. शुद्ध चारित्र्याबद्दल त्याचा कटाक्ष असतो. यातल्या अधिकाधिक गोष्टी अंगी बाणवून उत्तम नेता बना.

स्वतःला ओळखा

- प्राप्त परिस्थितीत बदल घडवून आणावयास हवा असे तीव्रतेने वाटते का?
- आपण स्वतःच धडाडीने पुढे झाले पाहिजे अशी प्रेरणा होते का?
- तुमच्या अंगी निर्णयक्षमता आहे का?
- भोवतालच्या लोकांना पारखण्याचे कौशल्य तुमच्या अंगी आहे का?
- तुमचे कार्य वर्धिष्णु होत राहावे याला तुम्ही सगळ्यात जास्त प्राधान्य देता का?

आता मला वाटते, जीवनाचा प्रवास पार पाडण्यासाठी जी काही साधने लागतात, ती तुमच्यापाशी सज्ज झाली आहेत. तुमचे व्यक्तिमत्त्व अष्टपैलू, अधिक प्रभावी झाले आहे. होय ना? यशस्वी जीवनाकडे वाटचाल करण्यासाठी तुमची जय्यत तयारी झाली आहे. चला तर मग, या सर्व साधनांनिशी प्रवासाला सुरुवात करा, यश संपादन करा... त्यासाठी तुम्हाला मनःपूर्वक शुभेच्छा! 'यशस्वी भव!'

☺☹

www.ingramcontent.com/pod-product-compliance
Lightning Source LLC
La Vergne TN
LVHW060449051026
849518LV00002B/693
* 9 7 8 8 1 8 4 8 3 1 1 9 1 *